ஷெர்லக் ஹோம்ஸ் வாழ்ந்த வீடு
இலக்கியக் கட்டுரைகள்

ஷெர்லக் ஹோம்ஸ் வாழ்ந்த வீடு

மு. இராமனாதன் (பி. 1959)

சிவகங்கை மாவட்டம், அரியக்குடியில் முத்துக்கருப்பன் – அழகம்மை இணையருக்கு மகனாகப் பிறந்தவர். கல்வி, மொழி, சமூகம், உலக அரசியல், பொறியியல், கலை – இலக்கியம் முதலான பொருள்களில் எழுதிவருகிறார்.

இராமனாதன் ஹாங்காங்கின் பதிவு பெற்ற பொறியாள ராகவும் பிரிட்டனின் சார்டர்ட் பொறியாளராகவும் பட்டம் பெற்றவர். இந்தியா, ஹாங்காங், சவுதி அரேபியா, ஆஸ்திரேலியா முதலான நாடுகளில் பல்வேறு உள்கட்டமைப்புத் திட்டங்களில் பணியாற்றியிருக்கிறார். இவரது பொறியியல் கட்டுரைகள் பன்னாட்டு ஆய்விதழ் களில் வெளியாகியுள்ளன. ஐந்து நூல்களின் ஆசிரியர்; மூன்று நூல்களின் தொகுப்பாசிரியர்.

மனைவி : அலமேலு.

மகள் : கவிதா, வழக்குரைஞர்.

மகன் : குமார், அரசியல் விஞ்ஞானி.

மின்னஞ்சல் : mu.ramanathan@gmail.com

ஆசிரியரின் பிற காலச்சுவடு வெளியீடுகள்

எழுதியவை:

கிழக்கும் மேற்கும் (2022)

இது முத்துலிங்கத்தின் நேரம் (2023)

தொகுத்தவை:

செ. முஹம்மது யூனூஸின் ‘எனது பர்மா குறிப்புகள்’ (2009)

புலியீர்ப்புக் கட்டணம் (2022)

மு. இராமனாதன்

ஷெர்லக் ஹோம்ஸ் வாழ்ந்த வீடு

இலக்கியக் கட்டுரைகள்

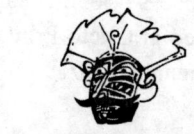

காலச்சுவடு பதிப்பகம்

அன்பார்ந்த வாசகருக்கு,

வணக்கம்.

காலச்சுவடு நூலை வாங்கியமைக்கு நன்றி.

நூலின் உள்ளடக்கம், உருவாக்கம், அட்டைப்படம் இன்ன பிற அம்சங்கள் பற்றிய உங்கள் கருத்துகளையும் ஆலோசனைகளையும் காலச்சுவடு வரவேற்கிறது. தகவல், எழுத்து, வாக்கியப் பிழைகள் தென்பட்டால் கட்டாயம் தெரிவித்து உதவுங்கள். நூல் தயாரிப்பில் கடும் குறைபாடு இருப்பின் மாற்றுப் பிரதி உங்களுக்குக் கிடைக்கக் காலச்சுவடு ஏற்பாடு செய்யும்.

மின்னஞ்சல்: **publisher@kalachuvadu.com**

காலச்சுவடு நாகர்கோவில் அலுவலகத்துக்குக் கடிதம் அனுப்பலாம்.

தங்கள்
எஸ்.ஆர். சுந்தரம் (கண்ணன்)
பதிப்பாளர்–நிர்வாக இயக்குநர்

ஷெர்லக் ஹோம்ஸ் வாழ்ந்த வீடு: இலக்கியக் கட்டுரைகள் ♦ மு. இராமநாதன் ♦ © மு. இராமநாதன் ♦ முதல் பதிப்பு: செப்டம்பர் 2024 ♦ வெளியீடு: காலச்சுவடு பப்ளிகேஷன்ஸ் (பி) லிட்., 669, கே.பி. சாலை, நாகர்கோவில் 629001

காலச்சுவடு பதிப்பக வெளியீடு: 1289

sherlak hooms vaaznta viidu: Essays on Literature ♦ Mu. Ramanathan ♦ © Mu. Ramanathan ♦ Language: Tamil ♦ First Edition: September 2024 ♦ Size: Demy 1 x 8 ♦ Paper: 18.6 kg maplitho ♦ Pages: 192

Published by Kalachuvadu Publications Pvt. Ltd., 669 K.P. Road, Nagercoil 629001, India ♦ Phone: 91-4652-278525 ♦ e-mail: publications @kalachuvadu.com ♦ Printed at Clicto Print, Jaleel Towers, 42 KB Dasan Road, Teynampet Chennai 600018

ISBN: 978-93-6110-347-6

09/2024/S.No.1289, kcp 5106, 18.6 (1) rss

அலமேலுவுக்கு

நன்றியறிதல்

இந்து தமிழ் திசை (கே. அசோகன், சமஸ், ஆசை, வெ. சந்திரமோகன், த. ராஜன், ஆதி வள்ளியப்பன், அருண் பிரசாத்)

காலச்சுவடு (சுகுமாரன், அரவிந்தன்)

காக்கைச் சிறகினிலே (வி. முத்தையா)

புத்தகம் பேசுது / புக்டே.இன் (க. நாகராஜன்)

அருஞ்சொல்.காம் (சமஸ்)

மின்னம்பலம்.காம் (அ. காமராஜ்)

திண்ணை.காம் (கோ. ராஜாராம்)

பொருளடக்கம்

முன்னுரை: இலக்கியம் ஒரு கைவிளக்கு — 11

இலக்கியம்

1. ஷெர்லக் ஹோம்ஸ் வாழ்ந்த வீடு — 19
2. எத்தனை காலந்தான் ஏடு தேடுவார் தமிழ்நாட்டிலே? — 23
3. தமிழன் அறிவியல் முன்னோடியா? — 27
4. எழுத்து ஒரு சொத்தா? — 30
5. சீனக் கிண்ணத்திலிருந்து தமிழ்த் தட்டிற்கு — 34
6. காந்தி படம் கண்ட தமிழர் — 38
7. தமிழுக்கு ஓர் அணிகலன் — 42
8. திராவிடத்தால் வீழ்ந்தோமா, வாழ்ந்தோமா? — 45
9. மகிழ் ஆதன் சொன்ன கவிதைகள் — 50
10. எளிமையின் புனைவும் புனைவில் எளிமையும் — 53
11. அன்பாசிரியர் சொல்லும் சீனக் கதை — 59
12. புக்கரும் 'பூக்குழி'யும் — 71
13. பன்னிரண்டு சிறுகதைகளும் ஒரு வாசகனின் மதிப்புரையும் — 80
14. எல்லோர்க்கும் பெய்யும் மழை — 94

திரை

15. ஒரு மலையாளத் திரைப்படத்தின் தமிழ் வணக்கம் — 109
16. சார்பட்டாவை வாசிக்கலாம் — 114

17. திருஷ்யம்: அறமும் சட்டமும்	118
18. குமாஸ்தாவின் பெயர் நசீர்	124
19. தீபன்: தமிழ் அகதிகளின் கதை	130

ஆளுமைகள்

20. வண்ணநிலவன்: வாசனைகளால் நிரம்பிய உலகம்	135
21. கில்மோரின் கட்டில்	146
22. சலபதிக்கு உரிய அறிந்தேற்பு	153
23. வசியம் செய்த வானொலி ராஜா	164
24. மானுட நேயர்	168
25. உஸைர் காகாவும் ஜமால் மாமாவும்	174

அனுபவங்கள்

26. கலைப் படைப்புகளும் இடைவெளிகளும்	179
27. சின்னச் சின்ன பெரிய விஷயங்கள்	183
28. அனுபவத்திற்கு எதிரானதா புதுமை?	187

முன்னுரை

இலக்கியம் ஒரு கைவிளக்கு

நான் எழுதிய பொறியியல் கட்டுரைத் தொகுப்பின் அறிமுக விழா கடந்த ஆண்டு காரைக்குடி யில் நடந்தது. விருந்தினர்களில் கல்வியாளர் ஒருவர் இருந்தார். அவருக்கு ஒரு பொறியாளர் தமிழில் கட்டுரைகள் எழுதுகிறார் என்பதே வியப்பாக இருந்தது. நிகழ்ச்சியை ஒருங்கிணைத்தவர் என் பள்ளி நண்பர். அவர் சொன்னார்: 'இவர் முதலில் தமிழ் மாணவர், பிற்பாடுதான் பொறியாளரானார்.'

எனது தலைமுறையில் பலருக்கும் தமிழின் மீது மதிப்பையும் ஆர்வத்தையும் விதைத்தவர்கள் தமிழாசிரியர்கள். எனக்கும் அப்படியே. மேலதிகமாகக் காரைக்குடியில் நடந்த கம்பன் விழா எனக்குப் பல சாளரங்களைத் திறந்தது. தமிழகத்தின் முதல் கம்பன் கழகம் காரைக்குடிக் கழகமாகவே இருக்கக்கூடும். அங்கேதான் அ.ச.ஞானசம்பந்தன், க.கு. கோதண்டராமன், மு.மு. இஸ்மாயில், எஸ். மகராஜன் போன்றோரின் உரைகளைக் கேட்க வாய்த்தது. அப்போது அந்த அறிஞர்களின் மேதமையை நான் அறிந்திருக்கவில்லை. ஆனால் உள்ளே போன தமிழ் சும்மா இருக்குமா?

கூடுதலாக, அதே காலத்தில்தான் யாப்பும் அணி யும் பாடங்களாக வந்துசேர்ந்தன. எழுதுகிறவர்கள் பலரும் கவிதையில்தான் தொடங்குவார்கள். நானும் அதையே செய்தேன். அது புதுக்கவிதைக்கு முந்தைய

காலம். ஆகவே ஆசிரியப்பாவில் தொடங்கினேன். முதலில் எழுதியது வள்ளல் அழகப்பரின் புகழ் பாடும் ஒரு விருத்தம். தட்டிய தளையைத் தமிழாசிரியர் நேராக்கித் தந்தார். பள்ளி ஆண்டு விழாவில் அதை வாசிக்கச் செய்தார். அடுத்த பாமாலையை கம்பனுக்குச் சூட்டினேன். அது உள்ளூர்ப் போட்டியொன்றில் பரிசு வாங்கித் தந்தது. நாள்தோறும் வகுப்புகள் தொடங்குமுன் வழிபாடு இருக்கும். இறை வணக்கத்திற்கும் நாட்டுப் பண்ணுக்கும் இடையில் ஒரு குறளும் அதன் பொருளும் சொல்லப்படும். பல நாட்கள் அந்த வாய்ப்பு எனக்குக் கிடைத்தது. இவற்றுடன் புலவன் என்ற பட்டமும் இலவசமாகக் கிடைத்தது. அதை எடுத்துக்கொண்டு கல்லூரிக்குப் போனேன்.

அது புதுக்கவிதை பொழியத் தொடங்கிய காலம். என் பங்கிற்கு நானும் பொழியலானேன். எழுதுவதோடு நிற்காமல், நல்வாய்ப்பாகப் பல கவிதைகளைப் படிக்கவும் செய்தேன். அவற்றில் நல்ல கவிதைகளும் இருந்தன. அப்போது எனக்கு ஒரு உண்மை புரிந்தது. நான் எழுதுவது கவிதையல்ல. அந்த ஞானம் வரச் சற்றுத் தாமதமானது. அப்படியாகத் தமிழன்னைக்குக் கவியாரங்கள் சூட்டுவதை மெல்ல நிறுத்திக்கொண்டேன். எனில் உரைநடையின் மீது ஈர்ப்பு தொடர்ந்தது.

ஹாங்காங்கில் பணியாற்றியபோது நண்பர்கள் இணைந்து 'இலக்கிய வட்டம்' என்ற அமைப்பை நடத்தினோம். தமிழிலக்கியமே அந்தக் கூட்டங்களின் ஆதார சுருதியாக இருந்தது. கூடவே பிறமொழி இலக்கியம், திரைப்படம், நாடகம், இசை, இணையம், இதழியல், ஓவியம், நாட்டியம், வாழ்வனுபவம், புலம்பெயர் வாழ்க்கை என்று பலவும் பேசுபொருளாகின. இந்தக் கூட்டங்கள் என்னுள் கட்டுரை எழுதுகிற ஆர்வத்தைக் கிளர்த்திக்கொண்டே இருந்தது. நான் பல பொருண்மைகளில் எழுதத் தொடங்கினேன். எனது கட்டுரைகளின் இயங்கு சக்தியாக இருந்ததும் இருப்பதும் இலக்கிய வாசிப்பே.

ஆதியில் ஹாங்காங்கைக் குறித்தும் சீனாவைக் குறித்தும் எழுதினேன். அது கிழக்காசியா, ஐரோப்பா, அமெரிக்கா என்று விரிந்தது. கூடவே குடிமக்கள் அறிந்திருக்க வேண்டிய பொறியியல் அம்சங்களையும் எழுதலானேன். அதற்கு நல்ல வரவேற்பிருந்தது. சமூகம், உள்நாட்டு அரசியல், கல்வி, மொழி, இலக்கியம் தொடர்பாகவும் எழுதினேன். இப்படியாகக் கணிசமான கட்டுரைகள் சேர்ந்துவிட்டன. எனில், சென்ற ஆண்டுதான் இவற்றைத் தொகுத்து நூலாக்க வாய்த்தது. எழுதியவற்றுள்

பயன்பாடுள்ள கட்டுரைகளைத் தேர்ந்தெடுத்தேன். அவற்றைப் பன்னாட்டு அரசியல், பொறியியல், சமூகம் – அரசியல், கல்வி – மொழி ஆகிய பொருண்மைகளில் பிரித்து அவை நான்கு நூல்களாக வெளியாகின. இப்போது இலக்கியம் சார்ந்த கட்டுரைகள் நூலாக வருகிறது. இதன் பொருள் என்னளவில் இலக்கியத்திற்கான இடம் கடைசியில்தான் என்பதல்ல. மற்றப் பொருண்மைகளில் எழுதியவற்றை அவற்றின் காலப்பொருத்தம் கருதி முன்னதாக வெளியிடுவது அவசியமென்று கருதினேன்.

எனில், இந்தத் தொகுப்பிற்காகக் காத்திருக்காமல் எனது இலக்கியக் கட்டுரைகளின் தொகை நூலொன்று முன்னரே வெளியாகிவிட்டது. அந்த நூல், 'இது முத்துலிங்கத்தின் நேரம்'. அ. முத்துலிங்கம் நிர்மாணித்த படைப்பு வெளியின் நலம் பாராட்டி எழுதப்பட்ட கட்டுரைகளின் தொகுப்பு அது.

ஒரு கதை நினைவுக்கு வருகிறது. 'ஒரு பகல் நேரப் பாசஞ்சர் வண்டியில்'; ஜெயகாந்தனின் புகழ்பெற்ற சிறுகதை. ஆனால் இதை சிறுகதையாக அல்ல, நாவலாக எழுதவே அவர் உத்தேசித்திருந்தார். 19ஆம் நூற்றாண்டின் இறுதியில் மூன்றேகால் ரூபாய்க்கு ஒரு தலித் சிறுவன் விற்கப்பட்ட சம்பவத்தை '*The Pariah*' என்கிற நூலில் படிக்கிறார் ஜெயகாந்தன். அவரது 'பிரளயம்' குறுநாவலில் வருகிற அம்மாசிக் கிழவன் அப்படி விற்கப்பட்ட சிறுவனாகத்தான் வரவிருந்தான். அப்படி வந்திருந்தால் அது நாவலாக உருக்கொண்டிருக்கும். ஆனால் அது அப்படி நடக்கவில்லை. ஏன்? ஜெயகாந்தனே சொல்கிறார்: "அதில் [அந்த நூலில்] வரும் ஒரு முக்கிய நிகழ்ச்சி மனத்தில் இருப்புக்கொள்ளாமல் குதி போட்டுக்கொண்டு 'ஒரு பகல் நேரப் பாசஞ்சர் வண்டி'யாய் வெளியே நழுவி ஓடிப்போய்விட்டது."

அவ்வாறே எனது முத்துலிங்கம் குறித்த கட்டுரைகள் இந்தத் தொகுப்பிற்காகக் காத்திருக்காமல் கடந்த ஆண்டே தனித் தொகுப்பாக நழுவி ஓடிப்போய்விட்டது!

இந்தத் தொகுப்பிலுள்ள கட்டுரைகளை வாசிப்பு வசதி கருதி நான்கு பகுதிகளாகப் பிரித்திருக்கிறேன். முதல் பகுதி 'இலக்கியம்'. படைப்புகள் குறித்தும் படைப்பாளிகள் குறித்தும் எழுதபட்டவை. அயல் சமூகங்கள் படைப்பாளிகளை எப்படிக் கொண்டாடுகின்றன என்பதன் ஒரு சாட்சியம்தான் லண்டன் ஷெர்லக் ஹோம்ஸ் அருங்காட்சியகம். ஒரு வாசகனாக அந்த வீட்டைத் தொட்டுணர்ந்த அனுபவம்தான் தலைப்புக் கட்டுரை.

நமது சமூகத்தில் படைப்பாளிகளுக்கு விதிக்கப்பட்ட இடம் குறித்த ஆவலாதியில் எழுதபட்டவைதான் 'எழுத்து ஒரு சொத்தா?', 'எத்தனை காலந்தான் ஏடு தேடுவார்?' முதலான கட்டுரைகள்.

நூல்கள் சிலவற்றுக்கு மதிப்புரை எழுதியிருக்கிறேன். சிலவற்றுக்கு முன்னுரையும். அவற்றுள் சில இங்கே இடம் பெறுகின்றன. 'இலக்கியச் சிந்தனை' அமைப்பு ஒவ்வொரு ஆண்டும் அந்த ஆண்டில் வெளியான சிறுகதைகளிலிருந்து 12 கதைகளைத் தேர்ந்தெடுத்து நூலாக வெளியிடுகிறது. அந்தக் கதைகளுள் சிறந்த ஒன்றை ஒரு விமர்சகர் தெரிவுசெய்கிறார். அந்த வாய்ப்பு எனக்கு இரண்டு முறை கிட்டியது. எனது தேர்வுக்கு நியாயம் செய்யும் விதமாக நான் எழுதிய தேர்வுரைகள் அந்த நூல்களில் வெளியாகின. அவை இந்தத் தொகுப்பில் இடம் பெறுகின்றன.

நமது இலக்கிய வெளியில் திரைப்படங்களுக்கு அவற்றுக்கு அருகதைப்பட்ட இடம் கிடைப்பதில்லை. இலக்கியக் கர்த்தாக்களில் பலருக்கு ஆழமான சினிமா ரசனை இல்லாதது ஒரு காரணம். 'திரை' பகுதியில் என்னைப் பாதித்த சில நல்ல படங்கள் இடம் பெறுகின்றன.

படைப்பிலும் பண்பிலும் உயர்ந்த 'ஆளுமைகள்' நம்மைச் சுற்றி வாழ்கிறார்கள். எல்லோரைப் பற்றியும் எழுதக் கூடுவதில்லை. எழுதிய சில கட்டுரைகள் இங்கே இடம்பெறுகின்றன. இலக்கிய வாசிப்பு கைவிளக்கைப் போல வாழ்க்கைப் பாதையில் வழிகாட்டுகிறது. அது நம் வாழ்வனுபவங்களை அர்த்தமுள்ளதாக்கு கிறது. அப்படியான 'அனுபவங்கள்' சிலவற்றோடு இந்த நூல் நிறைவடைகிறது.

இந்தக் கட்டுரைகள் வெளியான இதழ்களும் அவற்றின் ஆசிரியர் பெயர்களும் 'நன்றியறிதல்' பக்கத்தில் இடம்பெறு கின்றன. அவர்களுக்கும் அவர்தம் குழுவினருக்கும் நன்றி பாராட்டுகிறேன். இந்தக் கட்டுரைகள் வெளியானபோது பாராட்டி உற்சாகமூட்டியவர்கள் பலர். அவர்கள் அனைவரையும் கைக்கூப்பி வணங்கிக்கொள்கிறேன்.

இந்த நூலை காலச்சுவடுக்காக வாசித்தவர் அரவிந்தன். அவர் குறிப்பிட்ட திருத்தங்கள் அவசியமாக இருந்தன. நூலின் பக்கங்களையும் அட்டையையும் வடிவமைத்தவர் பிரவீன். தொடர்ந்து என்னை ஊக்கப்படுத்திவருபவர் காலச்சுவடு கண்ணன். இந்த நூல் நல்ல அச்சோடும் அமைப்போடும்

வருவதன் பின்னனியில் பலரின் உழைப்பு இருக்கிறது. அவர்கள் அனைவரையும் நன்றியோடு நினைத்துக்கொள்கிறேன்.

இந்த நூலை நல்லுலகம் ஆதரிக்கும் எனும் நம்பிக்கை இருக்கிறது.

சென்னை
குடியரசு நாள், *2024*

மு. இராமனாதன்

இலக்கியம்

1

ஷெர்லக் ஹோம்ஸ் வாழ்ந்த வீடு

பேக்கர் தெரு மெட்ரோ ரயில் நிலையம் லண்டன் நகரின் மத்தியில் இருக்கிறது. இந்த நிலையத்தில் ஐந்து சுரங்க ரயில் தடங்கள் குறுக்கு மறுக்காக ஓடுகின்றன. ஷெர்லக் ஹோம்ஸின் காலத்தில் இத்தனை தடங்கள் இல்லை. இப்போது ஐந்து தடங்களுக்குமாக 10 நடைமேடைகள்; அதன் வளைந்த சுவர்களில் ஷெர்லக் ஹோம்ஸின் சித்திரங்கள். வட்டத் தொப்பியும் மழை அங்கியும் புகையிலைக் குழாயுமாக உலகப் புகழ்பெற்ற துப்பறிவாளர் நம்மை வரவேற்கிறார்.

நடைமேடையிலிருந்து மேலேறித் தெருவிற்கு வந்ததும், ஷெர்லக் ஹோம்ஸ் 'வாழ்ந்த' வீட்டைக் கண்டுபிடிப்பதற்கு நான் யாரிடமும் வழி விசாரிக்கவில்லை. திறன்பேசியின் கூகுள் வரைபடங்களிலும் தேடவில்லை. 221B, பேக்கர் தெரு என்கிற முகவரி ரயில் நிலையத்திலிருந்து நடை தூரம்தான் என்பது எனக்கு தெரியும். 125 ஆண்டுகளுக்கு முன் வங்கி அலுவலர் ஹோல்டர் ரயில் நிலையத்திலிருந்து நடந்துதானே அந்த வீட்டை அடைந்தார்? *Beryl Coroner* கதையில் அப்படித்தானே வருகிறது? என் நம்பிக்கை பொய்க்கவில்லை.

இத்தனைக்கும் ஷெர்லக் ஹோம்ஸ் கதைகள் நிகழ்ந்த காலத்தில் (1881–1904) பேக்கர் தெருவின் கதவு இலக்கங்கள் 100வரைதான் இருந்தன. கதாசிரியர் ஆர்தர் கானன் டாயில் அவரே சூட்டிக்கொண்ட

இலக்கம்தான் 221B. அப்போதைய பேக்கர் தெருவின் வடபுற மிருந்த ஒரு சிறிய மூன்று மாடிக் கட்டிடத்தை ஆசிரியர் கதைக்களனாக வரித்துக்கொண்டார். 1932இல் தெருக்கள் சீரமைக்கப்பட்டபோது இந்தக் கட்டிடமும் பேக்கர் தெருவுக்குள் வந்தது. 1990இல் இலக்கம் 237க்கும் 241க்கும் இடையில் இருந்த இந்தக் கட்டிடத்திற்கு 221B என்கிற இலக்கத்தை வழங்கியது லண்டன் மாநகராட்சி. 1815இல் கட்டப்பட்ட, 1860முதல் 1934வரை நகராட்சிக் குறிப்பேடுகளில் லாட்ஜிங் ஹவுஸாக இருந்த இந்தக் கட்டிடம், இப்போது பாரம்பரியச் சிறப்புள்ள கட்டிடமாக அறிவிக்கப்பட்டு, ஷெர்லக் ஹோம்ஸ் அருங்காட்சியமாக விளங்குகிறது.

இந்த வீட்டைக் களனாக வைத்துத்தான் கானன் டாயில், 56 சிறுகதைகளும், 4 நெடுங்கதைகளுமாக 60 கதைகள் எழுதினார். அவர் இவற்றை இரும்புத் தகட்டில் பொறித்து வைத்திருப்பார் போல. இந்தக் கதைகள் பதிப்புகள் பல கண்டன. வானொலி–மேடை நாடகங்களாயின. பின்னாளில் திரைப்படங்களும் தொலைக்காட்சித் தொடர்களுமாயின. பல மொழிகளில் பெயர்க்கப்பட்டன.

221B இலக்கமிட்ட கதவைத் திறந்து உள்ளே நுழைகிறோம். வழவழப்பான கைப்பிடியைப் பிடித்துக்கொண்டு 17 படிகளேறி முதல் தளத்திற்குச் செல்ல வேண்டும். நேராக உள்ள கதவைத் திறந்தால் வரவேற்பறை. வலது புறம் பெரிய கணப்பு, மெத்தை வைத்த நாற்காலிகள், டீப்பாய், தொப்பி, புகையிலைக் குழாய், வயலின், சோதனைக் குடுவைகள், புத்தக அலமாரி…

இந்த வீட்டில் ஹோம்ஸுடன் தங்கியிருந்தவர் டாக்டர் ஜான் வாட்ஸன். ராணுவத்தில் பணியாற்றியவர். ஆப்கானிஸ்தான் யுத்தத்தில் தோளில் காயம் பட்டதால், பணி ஓய்வு பெற்று, லண்டனுக்குத் திரும்பியவர். ஹோம்ஸின் சாகசங்கள் அனைத்தும் வாட்ஸனின் கூற்றாகத்தான் சொல்லப்படுகின்றன. ஹோம்ஸும் வாட்ஸனும் சந்திக்கும் முதல் கதை – *A Study in Scarlet*. இருவரும் வாடகைக்கு வீடு தேடிக்கொண்டிருப்பார்கள். இந்த வீட்டைப் பார்ப்பார்கள். பிடித்துப்போகும், வாட்ஸன் சொல்லுவார்: “வீட்டில் வசதியான படுக்கையறைகள் இருந்தன. ஒரு விசாலமான காற்றோட்டமான வரவேற்பறை இருந்தது. அதில் இரண்டு அகலமான ஜன்னல்களும் இருந்தன”.

அதில் ஒரு ஜன்னல் வழியாகத் தெருவை எட்டிப் பார்த்தேன். ஹோம்ஸ் இந்த ஜன்னல் வழியாக அடிக்கடி வெளியே பார்ப்பார். ஒருமுறை எதிர்வரிசையில் ஒருவர் கையில் கடிதத்துடன் முகவரியைத் தேடிக்கொண்டிருப்பார். ஹோம்ஸ் அந்த நபர்

கடற்படையிலிருந்து ஓய்வுபெற்ற சார்ஜென்ட் என்பார். எப்படி? அவரது புறங்கையில் நங்கூரம் பச்சை குத்தியிருக்கும். நிமிர்ந்த நடையிலும் கைத்தடியைச் சுழற்றுவதிலும் ராணுவ மிடுக்கு இருக்கும். கிருதா கடற்படைச் சட்டத்துக்குட்பட்ட நீளத்தில் இருக்கும். அவருக்கு நடுவயது. அது சார்ஜெண்டுகள் ஓய்வு பெறும் வயது. ஹோம்ஸ் அடுக்கிக்கொண்டே போவார். வாட்ஸனும் வாசகர்களும் வாய் திறந்தபடி கேட்டுக்கொண்டிருப்பார்கள். ஹோம்ஸ் தர்க்க அறிவும் படைப்பாற்றலும் மிக்கவர். அதைப் போலவே தடயவியல் அறிவும் நினைவாற்றலும் நிரம்பப் பெற்றவர். ஒவ்வொரு முறையும் தான் எப்படித் துப்புத் துலக்கினேன் என்று கதையின் முடிவில் வாட்ஸனுக்கு விளக்குவார். 'அட, இது ஏன் நமக்குத் தோன்றாமல் போயிற்று' என்று நினைப்போம்.

தெருவிலிருந்து பார்வையை அறையை நோக்கித் திருப்பினேன். வாட்ஸன் சொல்வதுபோல் இந்த அறை அப்படியொன்றும் விசாலமானதல்ல. அது எனக்கு முன்பே தெரியும். வீட்டை வாடகைக்கு அமர்த்திக்கொள்ள வேண்டும் என்னும் ஆர்வத்தில் வாட்ஸன் அப்படிச் சொல்லியிருக்க வேண்டும். His Last Bow கதையில் ஹோம்ஸ் சொல்லுவார்: "நாங்கள் வேதியியல் சோதனைகள் நடத்திக்கொண்டிருந்தோம். அதனால் அந்தச் சிறிய அறையில் புதிய விருந்தினருக்கு சொற்ப இடமே இருந்தது".

அடுத்து ஹோம்ஸின் படுக்கையறை. வரவேற்பறையிலிருந்து போகலாம். மாடிப் படிக்கட்டிலிருந்து நேராகவும் போகலாம். கதவையொட்டிய மேசையில் ஹோம்ஸ் 'பயன்படுத்திய' பொருட்கள் – பாக்கெட் கடிகாரம், பூதக்கண்ணாடி, அளக்கும் டேப், குறிப்புப் புத்தகம், புகைப்படத்துடன் பர்ஸ், தொட்டெழுதும் பேனா, புகைக்குழாய், தீப்பெட்டி, புகையிலை நிறைக்கும் தாமிரக்குச்சி, பாதி எழுதிய பழுப்பேறிய கடிதம், தராசு, தொலைநோக்கி... சுவரில் படங்களும், மெடல்களும், பல தரத்திலான துப்பாக்கிகளும் குத்துச் சண்டைக் கையுறைகளும்.

இரண்டாம் தளத்தில் வாட்ஸனின் படுக்கயறை. சீராக அடுக்கி வைக்கப்பட்ட மருத்துவப் புத்தகங்களும், உபகரணங்களும் இருந்தன. சுவரெங்கும் படங்கள். வீட்டின் சொந்தக்காரர் திருமதி ஹட்சனின் அறையும் இதே தளத்தில்தான் இருக்கிறது. வீட்டைப் பராமரிப்பதும் உணவு தயாரிப்பதும் இவர்தான்.

மூன்றாவது தளத்திலும் இரண்டு அறைகள். இந்தத் தளம் கதைகளில் வருவதில்லை. அப்படித்தான் நினைக்கிறேன். கதைகளில் இடம்பெறும் முக்கியமான பாத்திரங்களின் மெழுகு பொம்மைகள் காட்சிக்கு வைக்கப்பட்டிருக்கின்றன.

ஷெர்லக் ஹோம்ஸ் வாழ்ந்த வீடு

The Disappearance of Lady கதையில் ஒரு சவப்பெட்டியிலிருந்து முதிய பெண்மணியை ஹோம்ஸும் வாட்ஸனும் உயிருடன் மீட்பார்கள். இங்கே மூன்று பேரும் ஜீவனோடு மெழுகில் உறைந்திருந்தார்கள். பல கதைகளில் வில்லனாக வரும் பேராசிரியர் மோரியார்ட்டி, கடத்தல்காரன் சார்லஸ் அகஸ்டஸும் அவனைக் கொல்ல கறுப்பு அங்கியில் வரும் சீமாட்டியும், இன்னும் உணர்ச்சியுடன் வடிக்கப்பட்டிருக்கும் பல மெழுகுக் கதாபாத்திரங்களை மூன்றாம் தளத்திலேயே விட்டுவிட்டு படிப்படியாக இறங்கி வாசலுக்கு வருகிறோம்.

வாசலில் ஓர் ஐரோப்பியச் சிறுவன், 12 வயதிருக்கும், ஹோம்ஸின் தொப்பியை அணிந்திருந்தான். அருகில் அவனது தங்கை வாட்ஸனின் தொப்பியுடன். அவளிடம் நாடகபாணியில் ஏதோ சொல்லிக்கொண்டிருந்தான். என்னவென்று கேட்டேன். அவன் பேசியது ஸ்பானிய மொழி. நிறுத்தி நிறுத்தி ஆங்கிலத்தில் சொன்னான்: "நீங்கள் ஆப்கானிஸ்தானில் இருந்திருக்கிறீர்கள் என்று நினைக்கிறேன்." ஹோம்ஸும் வாட்ஸனும் முதன்முதலாகச் சந்தித்து ஹலோ சொல்லிக்கொண்டதும் ஹோம்ஸ் பேசுகிற வசனமது. நான் நிறுத்தி நிறுத்திச் சொன்னேன். "ஆகா, அதை எப்படிக் கண்டுபிடித்தீர்கள்?" அதுதான் வாட்ஸனின் மறுமொழி. பையன் உற்சாகமானான். என்னுடன் படம் எடுத்துக்கொள்ள வேண்டும் என்றான். எனக்கும் அவனுக்கும் வயது, மொழி, இனம், நிறம், தேசம், கலாச்சாரம் என்று நிறைய இடைவெளிகள் இருந்தன. ஆனாலும் இரண்டு பேரும் 221B என்று இலக்கமிட்ட கதவின் முன்பாக நெருங்கி நின்றோம்.

***இந்து தமிழ் திசை* 2.8.2015**

2

எத்தனை காலந்தான் ஏடு தேடுவார் தமிழ்நாட்டிலே?

ஏடு தேடுதல் என்கிற சொற்றொடர் உடனடியாக நினைவூட்டுகிற ஆளுமை உ.வே.சா. ஏட்டுச் சுவடிகளில் முடங்கிக் கிடந்த பழந்தமிழ் இலக்கியங்களை அலைந்து திரிந்து, தேடி எடுத்து, பரிசோதித்து, அரும்பதவுரை எழுதி, அச்சிட்டு வழங்கியவர் உ.வே. சாமிநாதையர் (1855–1942). இப்போதெல்லாம் முன்னைப் போலில்லை. பிரதி எடுப்பதும், நூல்களை அச்சிடுவதும், சேகரித்து வைப்பதும் எளிதாகிவிட்டன. எனில், தமிழ்ப் படைப்புகளைத் தேடித்தான் கண்டடைய வேண்டும் என்கிற நிலைமை மாறியிருக்கிறதா?

அன்று பழந்தமிழ் இலக்கியங்கள் புலவர் இல்லங்களிலும் மடாலயங்களிலும் சிதறிக் கிடந்தன. அவற்றின் மேன்மையை அறிந்திருந்தவர் குறைவு. உ.வே.சா ஏடுகள் இருக்கும் இடங்களை விசாரித்தறிந்து ஊர் ஊராகப் போனார். பல இடங்களில் ஏமாற்றமே மிஞ்சியது.

ஒரு புலவரின் மகன், ஆங்கிலம் படித்து குமாஸ்தாவாக உத்தியோகம் பார்ப்பவர், பழைய ஏடுகள் வீட்டில் இடத்தை அடைத்துக் கொண்டிருந்ததால் கேட்டவர்களுக்கெல்லாம் கொடுத்து விட்டேன் என்கிறார். ஒரு கோயிலில் 'வைக்கோற் கூளம் மாதிரி இருந்த பழைய ஏடுகளை அக்கினி வளர்த்து ஆகுதி செய்துவிட்டோம்' என்கிறார்கள். இன்னொரு வீட்டில் உள்ளவர்

‘இந்தக் குப்பையைச் சுமந்துகொண்டிருப்பதில் என்ன பயன்? ஒரு ஆடி மாதம் பதினெனட்டாம் தேதி வாய்க்காலில் விட்டு விட்டேன்’ என்கிறார். சில இடங்களில் உ.வே.சா.விற்குக் கிடைத்த சுவடிகளை அவருக்கு முன்பாகவே எலிகளும் பூச்சிகளும் ஆய்வுசெய்திருந்தன.

இவற்றாலெல்லாம் ஊக்கம் இழக்காமல் உ.வே.சா. தேடலைத் தொடர்ந்தார். அவருக்கு ஏடுகள் கிடைக்கவே செய்தன. 23 ஏட்டுச்சுவடிகளை ஒப்புநோக்கி 1887இல் சீவகசிந்தாமணியைப் பதிப்பித்தார். சிலப்பதிகாரச் சுவடிகளைத் தேடி 50 ஊர்களுக்கு மேல் பயணம் செய்தார். மணிமேகலைக்குத் தனியே ஆராய்ச்சிக் குறிப்பு எழுதினார்; அதில் 59 தமிழ் நூல்களிலிருந்தும் 29 வடமொழி நூல்களிலிருந்தும் மேற்கோள்கள் இடம்பெறு கின்றன. சங்க இலக்கியங்களில் புறநானூறு உட்பட பத்துப்பாட்டு முழுவதையும், எட்டுத்தொகையில் ஐந்து நூல்களையும் பதிப்பித்தார். இலக்கியம், இலக்கணம், தலபுராணம் எல்லாமாக உ.வே.சா. பதிப்பித்தவை 79 நூல்கள் என்று பட்டியலிடுகிறார் ஆய்வாளர் ப. சரவணன்.

உ.வே.சா ஏட்டுச் சுவடிகளிலிருந்த பழந்தமிழ் இலக்கியங் களைக் காகித வாகனமேற்றினார். உ.வே.சா காலத்திலேயே வாழ்ந்து மறைந்த பாரதியார் (1882–1921) காகிதங்களில்தான் எழுதினார். அவர் மறைந்தபோது அவரது படைப்புகள் பலவும் நூலாக்கம் பெறவில்லை. அவர் மறைந்த சில ஆண்டுகளிலேயே அவரது மேதமை உணரப்பட்டது.

பாரதியின் கவிதைகளை அவரது தம்பி விஸ்வநாத ஐயர் பதிப்பிக்கத் தொடங்கினார். பாரதியின் கையெழுத்துப் படிகள், பத்திரிகை எழுத்துக்கள், படங்கள், கடிதங்கள் என்று 50 ஆண்டு காலம் தேடித் தேடிப் பதிப்பித்தார் ‘பாரதி அறிஞர்’ ரா.அ. பத்மநாபன். பாரதியின் படைப்புகளைக் கண்டெடுத்துக் காலவரிசைப்படுத்தி 12 தொகுதிகளாக வெளியிட்டார் சீனி. விசுவநாதன். பெ. தூரன், இளசை மணியன், ஏ.கே. செட்டியார். பெ.சு. மணி, பா. இறையரசன் முதலானோரும் பாரதி தேடலில் ஈடுபட்டவர்கள். தேடல் முடிந்ததா?

பாரதி புதுச்சேரியிலிருந்து வெளியிட்ட ‘விஜயா’ நாளிதழ் சிலகாலம் முன்புவரை கிடைக்கவில்லை. வரலாற்றாய்வாளர் ஆ.இரா. வேங்கடாசலபதி ‘விஜயா’ இதழ்கள் சிலவற்றைப் பாரீசில் கண்டுபிடித்து 2004இல் பதிப்பித்தார். தொடர்ந்து அவரே 2008இல் பாரதி இந்து நாளிதழில் ‘ஆசிரியருக்குக் கடிதங்கள்’ பகுதிக்கு எழுதியவற்றை கேம்பிரிட்ஜ் பல்கலைக்கழகத்தில் கண்டுபிடித்துப் பதிப்பித்திருக்கிறார். பாரதியின் இறுதிக் காலப்

படைப்புகளுள் ஒன்றான 'கோவில் யானை' என்கிற நாடகத்தைச் சில ஆண்டுகளுக்கு முன்பு கண்டுபிடித்தவர் பேராசிரியர் ய. மணிகண்டன். பாரதி தேடல் தொடர்கிறது. சரி, பாரதியின் அடுத்த தலைமுறை எழுத்தாளர்களின் நிலை என்ன?

புதுமைப்பித்தன் (1906–1948), கு. அழகிரிசாமி (1903–1976), கு.ப. ராஜகோபாலன் (1902–1944), தி. ஜானகிராமன் (1921–1982) முதலான தமிழின் தலைசிறந்த படைப்பாளிகள் பலரின் கதைகள் நேர்த்தியாகத் தொகுக்கப்பட்டு அண்மைக் காலங்களில் வெளியாயின. இந்த எழுத்தாளர்கள் மறைந்து 30இலிருந்து 60 ஆண்டுகளுக்குப் பிறகு இப்படியான தொகுப்புகள் வருகின்றன. வரலாற்றில் இஃதொன்றும் நீண்ட காலமில்லைதான். ஆனால் இதன் பதிப்பாசிரியர்கள் இந்தக் கதைகள் வெளியான நூற்பதிப்புகள், இதழ்கள், அச்சில் வெளிவராத படைப்புகள் போன்றவற்றை அரும்பாடுபட்டே கண்டுபிடித்திருக்கிறார்கள்.

எழுத்தாளர்கள் மறைந்த பிற்பாடுதான் என்றில்லை, வாழ்கிற காலத்திலேயே தங்கள் எழுத்தைத் தாங்களே தேடுகிற சூழல்தான் இங்கே இருக்கிறது.

ஜெயகாந்தன் 1960இல் ஒரு பத்திரிகை கேட்டுக்கொண்டதன் பேரில் ஒரு குறுநாவல் எழுதினார்.'கை விலங்கு'. அது பத்திரிகையில் வெட்டிக் குறைக்கப்பட்டு பாதியளவே வெளியானது. இதில் ஜெயகாந்தனுக்கு வருத்தம்தான். என்றாலும், பிற்பாடு அவர் எழுதியது முழுமையாக நூல் வடிவம் பெற்றபோது அவர் அந்தப் பத்திரிகைக்கு நன்றி செலுத்தினார். ஏன்? 'இப்போது நான் எழுதியது முழுக்கவும் புத்தகமாக வெளிவருவதே அவர்கள் பழுதுபடாமல் பாதுகாத்துக் கையெழுத்துப் பிரதியைக் கொடுத்ததனால்தானே' என்கிறார். அதாவது, பத்திரிகைக்குக் கொடுத்தபோது அவர் பிரதி எடுத்து வைத்துக்கொள்ளவில்லை!

இது அச்சேறுவதற்கு முன்புள்ள கதை. அச்சில் வெளியான தனது நூல்களையே கைவசம் வைத்துக்கொள்ளாத எழுத்தாளர்களும் தமிழில் உண்டு. வண்ணநிலவன் எழுதிய 'ரெயினீஸ் ஐயர் தெரு' தமிழின் முக்கியமான நாவல்களுள் ஒன்று. 1981இல் வெளியானது. 20 ஆண்டுகளுக்குப் பிறகு நாவல் இரண்டாம் பதிப்பைக் கண்டபோது அதன் முன்னுரையில் வண்ணநிலவன், சைதை முரளி என்கிற நண்பருக்கு நன்றி செலுத்துகிறார். ஏன்? அவர்தான் முதல் பதிப்பின் பிரதியை 'மிகுந்த சிரமத்திற்குப் பிறகு தேடிக் கண்டுபிடித்தவர்'.

இப்போது பிரதி எடுப்பதும் பாதுகாத்து வைப்பதும் நவீனமாகிவிட்டது. கணினியும் வந்துவிட்டது. என்றாலும் தமிழ் எழுத்தாளர்கள் தங்கள் படைப்புகளைத் கை தவறவிடுவது

தொடர்கிறது. சில ஆண்டுகளுக்கு முன் அ. முத்துலிங்கத்திற்கு ஒரு கடிதம் வருகிறது. எழுதியவர் ஒரு மருத்துவர். முத்துலிங்கம் 20 ஆண்டுகளுக்கு முன்பு எழுதிய 'கூந்தலழகி' என்கிற கதையை சிலாகித்திருந்தார் மருத்துவர். முத்துலிங்கம் அப்பொழுதுதான் தேடிப் பார்க்கிறார். அவருடைய தொகுப்பு ஒன்றிலும் அந்தக் கதை சேர்க்கப்படவில்லை. அவரது கணினியின் அலகுகள் ஒன்றிலும் சேமித்து வைக்கப்படவுமில்லை. பிறகு ஒருவாறாகத் தேடிக் கண்டுபிடிக்கிறார்.

இந்தச் சம்பவங்கள் சுட்டுவதென்ன? ஜெயகாந்தனும் வண்ணநிலவனும் முத்துலிங்கமும் கவனக் குறைவானவர்கள் என்றா? இல்லை. எழுத்தைக் கவுரவிக்காத சமூகத்தில் அவர்கள் அப்படி இருப்பதில் வியப்பதற்கு ஒன்றுமில்லை. நல்ல எழுத்துக்களைப் போற்றி பாதுகாப்பது ஓர் அறிவுலகத்தின் சமூகக் கடமையல்லவா? அறிவார்ந்த பிறமொழிச் சமூகங்களில் நூலகங்களும், பல்கலைக்கழகங்களும், ஆய்வு மையங்களும், கல்விசார் அறக்கட்டளைகளும் இந்தப் பணியைச் செய்கின்றன. இது தமிழ்ச் சூழலில் நடப்பதில்லை. என்றாலும் தமிழின் தலைசிறந்த படைப்பாளிகள் காலந்தோறும் எழுதிக்கொண்டுதான் இருக்கிறார்கள். அவை தொலைந்துபோய்க் கொண்டுமிருக்கின்றன. ஆய்வாளர்கள் சோர்வின்றி அவற்றைத் தேடிய வண்ணமிருக்கிறார்கள். ஏன்?

உ.வே.சா சீவக சிந்தாமணியைப் பதிப்பித்தபோது 'ஏக்கழூத்தம்' (இறுமாப்பு) என்ற ஒரு சொல் வருகிறது. ஒவ்வொரு வார்த்தைக்கும் பாடபேதம் பார்த்து அரும்பதங்களுக்கு உரையெழுதிப் பதிப்பித்தவர் உ.வே.சா. அந்தச் சொல்லிற்குப் பொருள் தெரியவில்லை; தமிழ் நெடும்பரப்பில் தேடுகிறார். இறுதியாக சிறுபஞ்சமூலத்திலும் நீதிநெறி விளக்கத்திலும் கண்டடைகிறார். 'ஒரு பதத்தின் உண்மையான உருவத்தைக் கண்டுபிடித்த' அவரது மனநிலை எப்படி இருந்தது? "புதிய தேசத்தைக் கண்டுபிடித்தாற்கூட இவ்வளவு சந்தோஷமிராது" என்கிறார் உ.வே.சா. இதனால்தான் இங்கே ஆய்வாளர்கள் தமிழ் அறிவுலகத்தின் பாராமுகத்தைப் பொருட்படுத்தாமல் தங்களது தேடலைத் தொடருகிறார்கள். ஏட்டுச்சுவடிகளிலும், காகிதங்களிலும், கணினிகளிலும் புதிய புதிய தேசங்களைக் கண்டடைகிறார்கள். அவற்றைக் கொண்டு தமிழ் இலக்கிய உலகத்தை நிர்மாணிக்கிறார்கள்.

***இந்து தமிழ் திசை* 27.10.2015**

3

தமிழன் அறிவியல் முன்னோடியா?

நண்பர் அனுப்பிய வாட்ஸப் தகவலைப் படித்ததும் வியந்து போனேன். நண்பர் பலருக்கும் தெரிந்த ஒரு குறளைத்தான் அனுப்பியிருந்தார். "அமிழ்தினும் ஆற்ற இனிதேதம் மக்கள் சிறுகை அளாவிய கூழ்". தம்முடைய குழந்தைகளின் பிஞ்சுக் கரத்தால் அளாவப்பட்ட கூழ் அமிர்தத்தைவிட இனிதானதாக மாறிவிடுகிறது. இது பொருள். எனது வியப்புக்குக் காரணம் குறளோ அதன் பொருளோ அல்ல. இயற்பியல் விரிவுரையாளரான நண்பர் குறளுக்கு அளித்திருந்த விளக்கம்.

சிறுகை என்பதை நானோ தொழில்நுட்பம் என்று எடுத்துக்கொள்ளலாம் என்கிறார் நண்பர். எழுபதுகளின் மத்தியில்தான் நானோ தொழில்நுட்பம் அறிமுகமானது. ஒரு மீட்டரில் ஆயிரத்தில் ஒரு பங்கு மில்லி மீட்டர். ஒரு மில்லி மீட்டரில் ஆயிரத்தில் ஒரு பங்கு மைக்ரோ மீட்டர். ஒரு மைக்ரோ மீட்டரில் ஆயிரத்தில் ஒரு பங்கு நானோ மீட்டர். மரபணுக்களின், தனிமங்களின் தோற்றத்தை நானோ அளவுகளில் ஆராய்ந்து, அவற்றின் வேற்றுமைகளைக் கண்டுணர்ந்து அவற்றை மாற்றியமைக்க முடியுமா என்று அறிவியலாளர்கள் ஆய்வு செய்கிறார்கள். இந்த நானோ தொழில்நுட்பத்தைத்தான் குறளோடு கொண்டுவந்து பொருத்துகிறார் நண்பர்.

மந்தார மலையைக் கொண்டு பாற்கடலைக் கடைந்து எடுக்கப்பட்டது அமிர்தம் என்றும், இந்த அமிர்தம் அழியாத அமரத்துவம் தரவல்லது என்றும் சொல்கின்றன புராணங்கள். நாம் கேட்டிருக்கிறோம்.

வருங்காலத்தில் நானோ தொழில்நுட்பத்தால் டி.என்.ஏ.வின் குறைபாடுகளை நீக்க முடியுமென்றும் அதன் வாயிலாக முதுமை தடுக்கப்படும் சாத்தியம் உள்ளது என்றும் இறவா நிலையையே எட்ட முடியும் என்றும் கூறுகிறார் நண்பர். ஆகவே வருங்காலத்தில் அறிவியலாளர்கள் நானோ தொழில்நுட்பம் என்கிற சிறுகை மூலம் சாவா மருந்தாகிய அமிர்தத்தை மக்களுக்கு வழங்குவர் என்று போகிறது நண்பரின் பொழிப்புரை.

இந்த விளக்கவுரை தந்த வியப்பிலிருந்து விடுபட்டதும் பத்தாம் வகுப்பில் எங்களுக்குப் பாடமாக வைக்கப்பட்டிருந்த ஒரு கட்டுரை என் நினைவிற்கு வந்தது. 'தமிழன் அறிவியல் முன்னோடி' என்பது கட்டுரையின் தலைப்பு. பழந்தமிழ்ப் பாடல்கள் சிலவற்றை எடுத்துக்காட்டி, அதில் பொதிந்துள்ள அறிவியல் கருத்துகளை விளக்கியிருந்தார் கட்டுரையாசிரியர்.

ஔவையார்தான் முதலில் வந்தார். "ஆழ அமுக்கி முகக்கினும் ஆழ்கடல்நீர் நாழி முகவாது நால்நாழி" என்று தொடங்கும் மூதுரைப் பாடல். கடல் நீரை எவ்வளவு அழுத்தி முகர்ந்தாலும் ஒரு படியானது (நாழி) நான்கு படி (நால்நாழி) நீரை மொள்ளாது என்பது பொருள். இந்தப் பாடலிலிருந்து திரவத்தை அழுத்த முடியாது என்று பின்னாளில் கண்டறியப்பட்ட இயற்பியல் தத்துவம் ஔவையாருக்குத் தெரிந்திருந்தது என்பது கட்டுரை யாசிரியரின் வாதம்.

17ஆம் நூற்றாண்டில் வாழ்ந்த பிரெஞ்சுக் கணித மேதையும் இயற்பியல் அறிஞருமான பிளாசி பாஸ்கல் திரவங்களை அழுத்த முடியாது என்பதிலிருந்து தனது புகழ் பெற்ற பாஸ்கல் விதியை உருவாக்கினார். "அசைவற்று இருக்கும் ஒரு நீர்மத்தில் ஒரு புள்ளியில் கொடுக்கப்படும் அழுத்தம், அதன் ஏனைய புள்ளிகளுக்கும் சமமாகப் பரவும்" என்பது பலருக்கும் பள்ளிப் பாடம். பாஸ்கல் விதி நீரியல் துறையில் பல கருவிகளின் கண்டுபிடிப்பிற்கு வழி கோலியது.

எங்கள் தமிழாசிரியர் நாகலிங்க ஐயா சொன்னார்: "இந்த அறிவியல்–முன்னோடிப் பாடத்தை நன்றாகப் படித்துக் கொள்ளுங்கள். இது தமிழ்ப் பண்டிதர்களுக்கு மிகவும் பிடிக்கும். ஆகவே தேர்வில் நிச்சயம் கேள்விகள் வரும். தேர்வு எழுதியதும் மறந்துவிடுங்கள். தமிழ்ப் பண்டிதர்களை விட்டுவிடுங்கள். அவர்களுக்கு அறிவியல் தெரியாது."

ஆனால் இப்போது தமிழ்ப் பண்டிதர்கள் மட்டுமில்லை, என்னுடைய நண்பரைப் போன்ற அறிவியலாளர்களும் இந்த 'அறிவியல்–முன்னோடி' என்கிற கருத்தை உயர்த்திப் பிடிக்கத் தொடங்கியிருக்கிறார்கள்.

“மகாபாரதக் காலத்திலேயே நம்மவர்களுக்கு சாட்டிலைட் தொழில்நுட்பம் தெரிந்திருந்தது. இராமாயணக் காலத்திலேயே விமானத் தொழில்நுட்பம் தெரிந்திருந்தது” என்கிற ரீதியில் பேசுவோர் அதிகரித்துவிட்டார்கள். இப்படியான கருத்துகள் அறிவியல் மாநாடுகளிலேயே பேசப்படுகின்றன.

இவையெல்லாம் இதிகாசங்கள், இலக்கியங்கள். இவை அறிவியல் ஆகுமா? அறிவியல் உண்மைகளையோ கணிப்புகளையோ கண்டடைவதற்கு ஒழுங்கமைவுடன் கூடிய வழிமுறைகள் பின்பற்றியிருக்கப்பட வேண்டும். பரிசோதனைகள் நிகழ்த்தப்பட்டிருக்க வேண்டும். கருதுகோள்கள் நிரூபிக்கப் பட்டிருக்க வேண்டும். தர்க்கரீதியான விவாதங்களும் விளக்கங் களும் முன்வைக்கப்பட்டிருக்க வேண்டும். அப்போதே அது அறிவியலாகும்.

நாகலிங்க ஐயாவிற்கு இந்தத் தெளிவு இருந்தது. இதே தெளிவு தமிழில் ஓர் எழுத்தாளருக்கும் இருந்தது. புதுமைப்பித்தன். அறிவியலுக்கும் இலக்கியத்திற்குமான வேறுபாட்டை 1934லேயே குறிப்பிட்டுச் சொல்லுகிறார் புதுமைப்பித்தன்.

“ஸயன்ஸ் அறிவை விசாலப்படுத்துகிறது... கலையில் உணர்ச்சி விசாலப்படுத்துகிறது... ஸயன்ஸ் இல்லாவிட்டால் அசட்டுத்தனம் மலியும். இலக்கியம் இல்லாவிட்டால் நாம் உணர்ச்சியற்ற யந்திரங்களாகிவிடுவோம்” என்கிறார் புதுமைப்பித்தன். தொடர்ந்து அறிவியலுக்குத் தர்க்க சாஸ்திரப் படிக்கட்டு வேண்டும் என்றும் சொல்கிறார். விஞ்ஞானிக்கும் இலக்கியகர்த்தாவிற்கும் உள்ள வேறுபாட்டையும் கோடிட்டுக் காட்டுகிறார். “ஒருவன் அறிவைக் கொண்டு துருவித்துருவி, பிரித்துப் பார்த்து உலகத்தைக் கவனிக்கிறான். இன்னொருவன் சிருஷ்டியின் உண்மைகளை அப்படியே கனவாகப் பார்த்துக் களிக்கிறான்”

வள்ளுவரும் ஔவையாரும் இன்ன பிற தமிழ்ப் புலவர்களும் கனவு கண்டு களித்ததன் பலனாக, அவர்கள் தமிழ் இலக்கியத்திற்கு வழங்கியிருக்கும் கொடை மிகப் பெரிது. அதற்காக நாம் பெருமைப்படலாம். ஆனால் இல்லாத அறிவியல் பெருமைகளை அவர்கள் தலை மீது ஏற்றி வைப்பது அவர்களுக்கோ நமக்கோ பெருமை தராது. தமிழர்கள் அறிவியல் துறையில் சாதிக்க வேண்டும். அப்படிச் சாதித்தால் நாம் பெருமைப்படலாம். அதுவரை மறைவாக நமக்குள்ளே பழம்பெருமை பேசுவதை நிறுத்த வேண்டும்.

இந்து தமிழ் திசை 7.8.2018

4

எழுத்து ஒரு சொத்தா?

என் வீட்டின் வாசிப்பறையில் அமர்ந்தபடி இந்தக் கட்டுரையைத் தட்டச்சு செய்கிறேன். இந்த வீடு, இன்னும் வங்கிக் கடன் கட்டி முடிக்க வில்லை என்றாலும், என் பெயரில்தான் இருக்கிறது. ஆகவே என்னுடைய சொத்து. யாரும் மறுக்க மாட்டார்கள். இந்த மேசை நாற்காலி கணினி போன்றவையும், ஹாங்காங்கில் பழைய சாமான் களை யாரும் வாங்க மாட்டார்கள் என்றாலும், என் சொத்துக்கள்தாம். யாரும் அபகரித்தால் புகார் கொடுக்கலாம். ஆனால் இப்போது நான் கணினியில் உள்ளிடுகிற இந்த எழுத்துகள் என்னுடைய சொத்தா?

இப்படியொரு கேள்வி எழக் காரணம் நான் படித்த ஒரு கட்டுரை. 2014ஆம் ஆண்டு ஜூலை மாதம் மொரிஷியஸில் வெளிநாட்டுத் தமிழர்களுக்காக ஒரு மாநாடு நடத்தி, அவ்வமயம் ஒரு மலரையும் வெளியிட்டார்கள். அது எனக்கு வாசிக்கக் கிடைத்தது. அயலில் வசிக்கிற தமிழர்கள் எழுதி யிருந்தார்கள். ஓர் அமெரிக்க அன்பர் அமெரிக்கத் தமிழர்களை மட்டுமல்லாமல் உலகெங்கும் வாழ்கிற தமிழர்களை உள்ளடக்கி ஒரு கட்டுரை எழுதி யிருந்தார். அதில் ஹாங்காங்கைக் குறித்த பகுதி எனக்கு மிகவும் பரிச்சயமாக இருந்தது. அது ஹாங்காங்கைப் பற்றியது என்பதனால் அல்ல; அதில் இரண்டு பத்திகள் நான் 2004ஆம் ஆண்டில் இணையப் பத்திரிகை ஒன்றில் எழுதிய கட்டுரை யிலிருந்து எடுக்கப்பட்டிருந்தன. அன்பர் ஒன்றிரண்டு

மு. இராமனாதன்

மாற்றங்களைச் செய்திருந்தார். 'ஹாங்காங்' என்பதை 'ஆங்காங்' என்றும், '70 இலட்சம் மக்கள்தொகை' என்று நான் எழுதி யிருந்ததை '72, 35, 043 மக்கள்தொகை' என்றும் மாற்றியிருந்தார். மற்றபடி நான் எழுதியிருந்த இரண்டு பத்திகள் கிட்டத்தட்ட அப்படியே இடம்பெற்றிருந்தன.

இப்படியான சம்பவத்தை இதற்கு முன்னரும் எதிர் கொண்டிருக்கிறேன். எண்பதுகளில், நான் மாணவனாக இருந்தபோது, ஒரே சமயத்தில் இரண்டு படங்கள் வந்தன— நிழல்கள், வறுமையின் நிறம் சிவப்பு. இரண்டு படங்களுக்கும் சில ஒற்றுமைகள் இருந்தன. அப்படி நினைத்தேன். அதை நல்லுலகத்திற்கு உடனடியாகச் சொல்ல வேண்டுமே! ஒரு கட்டுரை எழுதி, சென்னையிலிருந்து வெளியான ஒரு மாணவர் இதழுக்கு அனுப்பிவைத்தேன். அடுத்த இதழிலேயே பிரசுர மாகியது. ஆனால் என் பெயரிலல்ல. பத்திரிகையின் மாணவ ஆசிரியரின் பெயரில். அப்போது நான் செய்யக்கூடியது ஒன்றுதானிருந்தது. எழுதுவதை ஏறக்கட்டிவிட்டுப் பாடங்களைப் படிப்பது.

முப்பதாண்டுகளுக்குப் பிறகு மீண்டும் அப்படியான இன்னொரு சம்பவம். இதை இப்படியே விட்டுவிடலாகாது. யாரோ சொல்லியிருக்கிறார்கள். எதையும் வீட்டிலிருந்து தொடங்க வேண்டும். நான் மனைவியிடம் ஆலோசனை கேட்டேன். அவர் அந்தப் பென்னம் பெரிய மலரை இரண்டு கைகளாலும் ஏந்தி, பிரஸ்தாபக் கட்டுரையை நிதானமாகப் புரட்டினார். மொத்தம் 20 பக்கங்கள். கூண்டில் நிற்கும் என்னைப் பார்த்து, 'இவ்வளவு பெரிய கட்டுரையில் இரண்டு பத்திகள்தானே, போகட்டும், விட்டுவிடலாம்' என்று தீர்ப்பு வழங்கினார்.

நீதிபதி சிலவற்றைக் கருத்தில் கொள்ளவில்லை. ஒரு படைப்பாளிக்குத் தனது படைப்பின்மீது இரண்டு உரிமைகள் உள்ளன. முதலாவது சந்தை மதிப்பு அல்லது சன்மானம். இரண்டாவது சமூக மதிப்பு அல்லது தார்மீக உரிமை.

எனது கட்டுரையை இணையத்தில் வெளியிட்ட பத்திரிகை லாப நோக்கமற்றது. வாசகர்களிடம் சந்தா வசூலிப்பதில்லை. அதன் ஆசிரியர்கள் வாரந்தோறும் புதிய படைப்புகளை இணையத்தில் ஏற்றிவைக்கிறார்கள். இதற்காகத் தங்கள் நேரத்தையும் கைக்காசையும் செலவழிக்கிறார்கள். படைப்புகளுக்கு அவர்கள் சன்மானம் தருவதில்லை. எனது இரண்டு பத்திகளை எடுத்தாண்ட அன்பருக்கும் மாநாட்டு அமைப்பாளர்கள் சன்மானம் வழங்கியிருக்க வாய்ப்பில்லை. ஆக, விலையில்லாத ஒரு பொருளை ஓரிடத்திலிருந்து எடுத்து

இன்னொரு இடத்தில் பரிமாறியிருக்கிறார். இதில் பொருளாதர ரீதியில் எனக்கு இழப்புமில்லை, அன்பருக்கு லாபமுமில்லை.

ஆனால் தார்மீக உரிமை இருக்கிறதே. என்னுடைய கட்டுரைக்குக் காப்புரிமை இருக்கிறது. வழக்குப் போடலாம். ஆனால் அதற்கு நேரமும் பணமும் வேண்டும். தவிர, ஒரு படைப்பின் மீதுள்ள உரிமையை நீதிமன்றமல்ல, சமூகத்தில் நிலவும் சட்டத்தின் மாட்சிமை பெற்றுத்தர வேண்டும், எழுத்தை மதிக்கும் சமூகங்களில் அப்படித்தான் நடக்கிறது.

பரீத் சக்காரியா இந்திய அமெரிக்கர், நியூஸ்வீக்கின் ஆசிரியராக இருந்தவர், டைம் இதழில் தொடர்ந்து எழுதி வந்தார். 2012இல் துப்பாக்கிக் கட்டுப்பாட்டைப் பற்றி இவர் எழுதிய கட்டுரையின் ஒரு பத்தி, அதற்குச் சிலகாலம் முன்பு ஜில் லேப்போர் என்பவர் எழுதிய கட்டுரையிலிருந்து எடுக்கப் பட்டது என்பதைச் சில வலைஞர்கள் கண்டுபிடித்தார்கள். சக்காரியா மன்னிப்புக் கேட்டார். டைம் இதழ் அவரைப் பணியிலிருந்து இடைநீக்கம் செய்தது.

காவியா விசுவநாதன் இன்னொரு இந்திய அமெரிக்கர், ஹார்வார்டு மாணவி. 2006இல் ஒரு நாவல் எழுதினார். லிட்டில் பிரவுன் பதிப்பகம் வெளியிட்டது. காவியா எழுதிய நாவலின் பல பத்திகளுக்கும் மெகன் மெக்காபர்டி என்பவர் முன்னதாக எழுதியிருந்த இரண்டு நாவல்களின் பத்திகளுக்கும் நெருங்கிய ஒற்றுமை இருந்ததை மெக்காபர்டியின் வாசகர் ஒருவர் கண்டுபிடித்தார். லிட்டில் பிரவுன் சந்தையிலிருந்த காவியாவின் புத்தகப் பிரதிகள் அனைத்தையும் திரும்பப் பெற்று அழித்துவிட்டது. மேலும் பதிப்பகம் காவியாவின் அடுத்த புத்தகத்திற்கும் ஒப்பந்தம் செய்திருந்தது. இரண்டு புத்தகங்களுக்குமாகச் சேர்த்து ஐந்து லட்சம் டாலர், அதாவது மூன்று கோடி ரூபாய், இந்த ஒப்பந்தத்தையும் பதிப்பகம் ரத்து செய்தது. இவையெல்லாம் அங்கே எழுத்திற்கு உள்ள சந்தை மதிப்பையும் எழுத்துத் திருட்டு அறிவுலகத்தில் உண்டாக்குகிற அதிர்வுகளையும் புலப்படுத்துகிறது.

தமிழ் எழுத்தாளர்களின் சந்தை மதிப்பு எப்படி உள்ளது? கடந்த 25 ஆண்டுகளில் தமிழின் முழுநேர எழுத்தாளர்கள் என்று ஒரு பட்டியல் தயாரித்தால் பத்துப் பேராவது தேறுவார்காளா என்று தெரியவில்லை. தி. ஜானகிராமன் வானொலியில் வேலை பார்த்தார். அசோகமித்திரன் ஜெமினி ஸ்டுடியோவில் பணியாற்றினார். இந்திரா பார்த்தசாரதி தில்லி பல்கலைக்கழகத்திலும் ஜி.நாகராஜன் மதுரைத் தனிப்பயிற்சிக் கல்லூரிகளிலும் பயிற்றுவித்தார்கள். வண்ணநிலவனுக்குப்

பத்திரிகைத் தொழில், வண்ணதாசனுக்கு வங்கிப் பணி. தியோடர் பாஸ்கரன் அரசுப் பணியிலிருந்து ஓய்வு பெற்ற பின்னர்தான் தீவிரமாக எழுதலானார். எழுத்து இங்கே ஒரு தொழில் இல்லை.

சமூக மதிப்பு எப்படி? சுந்தர ராமசாமி ஒரு முறை சொன்னார். ஒரு பெட்டிக் கடைக்காரன் எழுத்தாளனாகவும் இருக்கிறான் என்று வைத்துக்கொள்வோம். நாலு பேர் சந்திக்கிற இடத்தில் யாரேனும் 'நீங்கள் என்ன செய்கிறீர்கள்?' என்று கேட்டால், அவன் ஒருபோதும் 'நான் ஒரு எழுத்தாளன்' என்று சொல்ல மாட்டான். அது சமூகத்தில் அவனுக்கு மரியாதையை ஈட்டித் தருவதில்லை.

2006இல் என்று நினைக்கிறேன். அ. முத்துலிங்கத்தின் கதை ஒன்றைப் படித்துப் பிரமித்துப்போய் அவருக்கு ஒரு மின்னஞ்சல் அனுப்பினேன். உடன் பதில் எழுதினார். அதுவே ஓர் இலக்கியப் படைப்பைப் போல இருந்தது. அன்றிரவே சாப்பாட்டு மேசையில் அதைக் குடும்பத்தினருடன் பகிர்ந்து கொண்டேன். ஹாங்காங்கில் வளர்ந்த என் மகனுக்கு அவரது மறுமொழியின் உள்ளடக்கத்தைவிட, ஓர் எழுத்தாளர் தனது விசிறிகளுக்குப் பதில் எழுதுகிறார் என்பதுதான் வியப்பாக இருந்தது. எழுத்தை மதிக்கும் சமூகங்களில் எழுத்தாளர்களை எளிதில் தொடர்பு கொண்டுவிட முடியாது. இங்கே நாஞ்சில் நாடன் தனது செல்பேசி, இல்பேசி எல்லாவற்றையும் அவரது இணையதளத்தில் போட்டு வைத்திருக்கிறார். ஒரு தமிழ் வாசகன் எழுத்தாளனைத் தொலைபேசியில் அழைப்பதற்கு எங்கே மெனக்கெடப் போகிறான் என்கிற தைரியம்தான் காரணமாக இருக்க வேண்டும்.

முப்பது ஆண்டுகளுக்கு முன்பு எனது எழுத்துக்களை யாரோ எடுத்துக்கொண்டபோது ஒன்றும் செய்ய முடிய வில்லை. இப்போது ஆவலாதியை எழுத முடிகிறது. இன்னும் 30 ஆண்டுகளில் தமிழ் எழுத்துக்களின் சந்தை மதிப்பும் சமூக மதிப்பும் உயரும் என்று நம்புவோம். அப்போது எழுத்தும் ஒரு சொத்தாகும். எழுத்தும் ஒரு தொழிலாகும். அப்போது 'இரண்டு பத்திகள்தானே, போகட்டும்' என்று யாரும் சொல்ல மாட்டார்கள். அப்படி நம்ப விரும்புகிறேன்.

இந்து தமிழ் திசை 28.11.2014

5

சீனக் கிண்ணத்திலிருந்து தமிழ்த் தட்டிற்கு

மும்பையிலிருந்து இயங்கி வரும் ஸ்பாரோ அமைப்பு இலக்கியத்திற்கான விருதுகளை வழங்கி வருகிறது. 2016ஆம் ஆண்டு, ஆங்கிலமல்லாத மொழிகளிலிருந்து தமிழுக்குக் குறிப்பிடத்தகுந்த மொழிபெயர்ப்புகளைச் செய்துவரும் மூவர் தெரிவு செய்யப்பட்டனர். மலையாளம், தெலுங்கு, சீனம் ஆகிய மொழிகளிலிருந்து சீரிய படைப்புகளைக் கொணர்ந்திங்கு சேர்க்கும் (முறையே) குளச்சல் யூசுஃப், கௌரி கிருபானந்தன், எம். ஸ்ரீதரன் ஆகியோர் விருது பெற்றனர். இதில் முதலிருவரும் பிற இந்திய மொழிகளிலிருந்து மொழியாக்கம் செய்து வருபவர்கள். தமிழிலக்கிய வாசகர்களின் பரவலான கவனிப்பைப் பெற்றவர்கள். மூன்றாமவர் இதுவரை ஒன்றுக்கொன்று மொழிபெயர்ப்புகள் நிகழாத அயல் மொழிகளுக்கிடையே தமது தமிழாக்கத்தால் பாலம் அமைத்துவருபவர். அவரது நூல்கள் அவற்றுக்குத் தகுதியான கவனத்தை இன்னும் பெறவில்லை என்றுதான் நினைக்கிறேன். இது போன்ற விருதுகள் அவரது படைப்புகள்மீது வாசகர்களின் கவனத்தைத் திருப்பும் என்று எதிர்பார்க்கலாம்.

சீனமும் தமிழும் செம்மொழிகள். தொன்மையும் தொடர்ச்சியும் கொண்டவை. காலத்தின் சோர்வு தழுவாத இளமையுடன் துலங்குபவை.

மு. இராமனாதன்

உலகின் ஒரே பகுதியில் வழங்கிவருபவை. எனில் இவ்விரு மொழிகளுக்கிடையேயான உறவு அரிதாகவே இருந்து வருகிறது. இந்தச் சூழலில் ஸ்ரீதரனின் நேரடித் தமிழாக்கங்கள் கூடுதல் முக்கியத்துவம் பெறுகின்றன.

'பயணி' என்னும் புனைபெயர் கொண்ட எம். ஸ்ரீதரன் இந்திய வெளியுறவுத் துறையில் பணியாற்றுகிறார். ஐ.எப்.எஸ். அலுவலர்கள் வெளிநாட்டு மொழியொன்றைக் கற்க வேண்டு மென்பது விதி. பயணி சீன மொழியைத் தேர்ந்தெடுத்தார். சீன மொழி கடினமானது. சீனமொழியின் வரிவடிவம் ஓவியத்தைப் போல இருக்கும் என்பது நமக்குத் தெரியும். எனில் பலருக்கும் தெரியாதது, சீனமொழியில் எழுத்துக்களே இல்லை என்பதாகும். எல்லாமே சொற்கள்தான். சீனமொழியை எழுத்துக்கூட்டிப் படிக்க முடியாது. சீனமொழியின் ஆயிரக்கணக்கான சொற்களைத் தனித்தனியே எழுதவும் ஒலிக்கவும் கற்றுக்கொள்ள வேண்டும். இது மொழி பற்றிய நமது அடிப்படைப் புரிதல்களைக் கேள்விக்குள்ளாக்கக் கூடியது. சீன மொழியைக் கற்கத் திறந்த மனமும் வியப்பின் சுவையும் உழைப்பின் வலிவும் தேவை. இவை எல்லாம் பயணிக்கு இருந்தன. அவர் சீன மொழியைக் கற்றுத் தேர்ந்தார். தான் பெற்ற கல்வியை மற்றவர்களோடு பகிர்ந்துகொள்ள வேண்டும் என்று விழைந்தார். அதன் விளைவுதான் அவரது முதல் நூல்–'சீன மொழி–ஓர் அறிமுகம்' (காலச்சுவடு பதிப்பகம், 2004).

சீனமொழியைக் கற்பதற்கும் வேறு வரிவடிவங்களில் எழுதுவதற்கும் ரோம எழுத்துக்களைக் கொண்டுச் சீனச்சொற் களை ஒலிக்கும் பின்யின் என்னும் முறை கடந்த 50 ஆண்டு களாகப் பரவலாகப் பயன்படுத்தப்படுகிறது. இதற்கு மாற்றாகத் தமிழின் வரிவடிங்களைக் கொண்டு சீன மொழியின் சொற்களை ஒலிக்கும் புதிய முறையைப் பயணி அறிமுகப்படுத்துகிறார். தமிழிலிருந்து நேரடியாகச் சீன மொழியைக் கற்பது எளிதானது என்றும் இந்த நூலில் நிறுவுகிறார்.

பயணியின் அடுத்த நூல் 'வாரிச் சூடினும் பார்ப்பவரில்லை' (காலச்சுவடு, 2012). சீன நூல்களில் மிகத் தொன்மையான 'ஷிழ் சிங்' (Shi Jing) சீனாவின் முதல் நூல். சுமார் 3000 ஆண்டுகளுக்கு முற்பட்டது. 'ஷிழ் சிங்' என்பதற்குப் 'பாடல்களின் தொகுப்பு' எனப் பொருள் சொல்லலாம். இதையே கவித்தொகை என்று தமிழாக்கியிருக்கிறார் பயணி.

கவித்தொகைப் பாடல்கள் பலவகையில் தமிழின் சங்க இலக்கியங்களுக்கு ஒப்பானவை. சங்கப் பாடல்களைப் போலவே இவையும் எப்போது எழுதப்பட்டன, எப்போது தொகுக்கப்பட்டன என்பதற்கான ஆதாரங்கள் இல்லை. சங்க இலக்கியத்திற்கு திணை,

துறை இருப்பதைப் போலவே கவித்தொகையின் பாடல்களிலும் பல வரைமுறைகள் பின்பற்றப்பட்டிருக்கின்றன. கவித்தொகையும் அகமும் புறமும் கலந்த ஒரு வாழ்க்கையைக் காட்டுகிறது.

இந்த நூலில் தேர்ந்தெடுக்கப்பட்ட சீனப் பாடல்களின் நேரடி மொழிபெயர்ப்புடன் கூடவே பின்னணி விவரங்களையும் பாடல்களின் கருப் பொருளையும் விவரிக்கும் பயணி, கவித்தொகையின் வரலாறு, அதன் உள்ளடக்கம், மொழிபெயர்த்த விதம் ஆகியவற்றைக் குறித்தும் எழுதியிருக்கிறார்.

கவித்தொகையின் ஆங்கில மொழிபெயர்ப்புகளைவிடப் பயணியின் தமிழாக்கமே சிறப்பாக இருக்கிறது என்கிறார் இருமொழி நாவலாசிரியர் பி.ஏ. கிருஷ்ணன். "ஈங் ஈங் எனும் சாணி வண்டுகள்/ வேலிப்படல்களின் மீது" எனத் தொடங்கும் பாடலை அவர் எடுத்துக் காட்டுகிறார். நாட்டின் நலம் நாடும் ஒருவரைப் பற்றி, மன்னனிடம் பழிகூறுகிறார்கள் நிந்தனையாளர்கள். ஆங்கில மொழிபெயர்ப்புகளில் *blue-flies* (மாட்டு ஈக்கள்) பறந்துவருகின்றன. எனில் பயணியின் மொழியாக்கத்தில் வரும் சாணி வண்டுகளே *(dung beetles)* இங்கு பொருத்தமாக அமைகின்றன. ஏனெனில் சாணிவண்டுகள் எங்கும் நுழைய முயல்வன. சூரிய ஒளி படாத இடங்கள் அவற்றுக்கு உகந்தவை. ஆதலால் அரசவை அல்ல, சாணக் குவியலே நிந்தனையாளர்களுக்குப் பொருத்தமான இடமென்பது பாடலில் பொதிந்திருக்கும் பொருள். வேலிப்படல் அரசவைக்கு உருவகமாக அமைந்தது.

பயணியின் மூன்றாவது நூல் 'மாற்றம்' (காலச்சுவடு, 2015). 2012இல் நோபல் பரிசு பெற்ற சீன எழுத்தாளர் மே யான் எழுதிய நாவலின் தமிழாக்கம். 'மாற்றம்' நாவல் வடிவத்தில் அமைந்த சுயசரிதை. 1969இன் இலையுதிர்காலத்தில் 'துருப்பிடித்த இரும்புமணி தொங்கிக்கொண்டிருக்கும்' ஒரு கிராமத்துப் பள்ளிக்கூடத்தில் துவங்கும் நாவல், 2009இல் ஒரு நவீனமயமான நகரொன்றின் பாரில் பள்ளி நண்பர்கள் இருவர் வைன் அருந்துகிற காட்சியோடு முடிகிறது. இடைப்பட்ட நாற்பதாண்டு காலத்தில் சீனாவில் நிகழ்ந்த மாற்றங்கள் பாரதூரமானவை. உலக வரலாற்றில் முன்னுதாரணம் இல்லாதவை. இதைச் சொல்வதற்கு மே யான் அரசியல், சித்தாந்த ரீதியிலான மாற்றங்களைப் பட்டியலிடவில்லை. மாறாக, இதை மூன்று பள்ளிக்கூட மாணவர்களின் வாழ்வில் நிகழ்ந்த மாற்றங்களின் வாயிலாக மே யானால் சொல்ல முடிகிறது. அதைச் சீன வாழ்வின் ஈரப்பசையுடன் பயணியால் தமிழில் கடத்திவிட முடிகிறது. மொழிபெயர்ப்பு என்பது வார்த்தைக்கு வார்த்தை

இணையான சொல்லைக் கண்டுபிடிப்பதில்லை என்பதும் புரிகிறது.

கவித்தொகை நூலின் முன்னுரையில் பயணி, நூலில் இருக்கக்கூடிய குறைகளுக்கு 'எனது ஓட்டைத் தமிழ்த் தட்டும் உடைந்த சீனக் கிண்ணமும் காரணங்கள்' என்று எழுதி யிருக்கிறார். அவையடக்கம் ஒரு பண்பாக வேர்விட்டிருக்கும் தமிழ் மரபிலிருந்து கிளைத்தவர் பயணி. அவர் அப்படித்தான் சொல்வார். இந்தத் தமிழ் மரபுடன் சீனப் பயிற்சியும் இலக்கியத் தேர்ச்சியும் பயணியை தேர்ந்த மொழிபெயர்ப்பாளர் ஆக்குகின்றன. ஸ்பாரோ விருது தக்கதாய ஒருவருக்கு வழங்கப்பட்டிருக்கிறது.

தமிழ்த் தட்டில் நிறைய இடம் இருக்கிறது. சீனக் கிண்ணம் நிரம்பி வழிகிறது. பயணி தொடர்ந்து பரிமாற வேண்டும்.

['சீனமொழி – ஓர் அறிமுகம்' (2004); 'கவித்தொகை: வாரிச் சூடினும் பார்ப்பவரில்லை – சீனாவின் சங்க இலக்கியம்' (2012); 'மாற்றம்' (2015).]

இந்து தமிழ் திசை 17.1.2017

6

காந்தி படம் கண்ட தமிழர்

காந்தி ஆவணப்படம் 1940இல் வெளியானது. பத்து நிமிடச் செய்திப் படங்களே மக்கள் மத்தியில் பிரபலமாயிராத காலத்தில், காந்தியின் வாழ்க்கை வரலாற்றை இரண்டு மணிநேரம் ஓடக்கூடிய முழு நீள ஆவணப்படமாக – அதுவும் தமிழில் – தயாரித்து வெளியிட்டவர் ஏ.கே. செட்டியார். படம் வெளியாகி 38 ஆண்டுகளுக்குப் பிறகு 1978–79இல், படம் தயாரித்த அனுபவங்களைத் தான் நடத்தி வந்த 'குமரி மலர்' பத்திரிக்கையின் 10 இதழ்களில் தொடராக எழுதியிருக்கிறார். அதுவே 'அண்ணல் அடிச்சுவட்டில்' என்கிற நூலாக வெளியாகியிருக்கிறது. எனில், நூல் அந்தத் தொடரை மட்டும் உள்ளடக்கியதன்று. நூலின் பதிப்பாசிரியர் ஆ.இரா. வேங்கடாசலபதி, படம் வெளியான காலத்தில் வ.ரா., கல்கி, சங்கு சுப்பிரமணியன் முதலான பிரபலங்கள் எழுதிய மதிப்புரைகளையும், படப் பாடல்களையும், படத்திற்குச் செய்யப்பட்ட விளம்பரங்களையும் பின்னிணைப்பாகக் கொடுத்திருக்கிறார். வெவ்வேறு காலங்களில் படம் குறித்து ஏ.கே.செட்டியார் எழுதிய கட்டுரைகளைத் தேடிக் கண்டடைந்து பொருத்தமாக முன்னுரையாகவும், பின்னுரையாகவும் சேர்ந்திருக்கிறார். 'உலகம் சுற்றும் தமிழர்' என்று அவர் எழுதிய நூலொன்றின் பெயராலேயே குறுகிய தமிழ் ஆர்வலர்கள் வட்டத்தில் அறியப்பட்ட, ஏ.கே.செட்டியாரைப் பற்றி ஒரு விரிவான முன்னுரையும் எழுதியிருக்கிறார் பதிப்பாசிரியர்.

மு. இராமநாதன்

"குடத்திலிட்ட விளக்குகளுக்குத் தமிழுலகில் பஞ்சமில்லை. அவர்களுள் ஒருவர் அ.ராம.அண்ணாமலை கருப்பன் செட்டியார் என்ற ஏ.கே. செட்டியார் (04.11.1911–10.09.1983)" என்று துவங்குகிற முன்னுரையில், விடுதலைப் போர், சமூகச் சீர்திருத்தம், இதழியல், பயணம் முதலான துறைகளில் ஏ.கே. செட்டியாரின் பங்களிப்பை விவரிக்கிறார். பாரதியியலுக்கு ஏ.கே. செட்டியார் வழங்கிய கொடையையும் அறியத் தருகிறார். 'காந்தி' படத்தைப் பற்றிய முக்கியச் செய்திகளையும் முன்னுரையில் பேசுகிறார் சலபதி.

1938இல் 50 பங்குதாரர்களைக் கொண்ட 'டாக்குமெண்டரி பிலிம்ஸ் லிமிடெட்' என்ற நிறுவனத்தை ஏற்படுத்திய ஏ.கே. செட்டியார், தொடர்ந்து காந்தி தொடர்பான படச்சுருளைகளைத் தேடி இந்தியாவில் உள்ள பல ஸ்டுடியோக்களின் படிகளில் ஏறி இறங்கினார். ஆவணப்படம் என்ற கருத்தாக்கமே இல்லாத காலம். பலரும் "இந்தக் குப்பைகளை என்ன செய்யப் போகிறாய்?" என்று கேட்டனர். ஆனால், அவற்றின் அருமையை உணர்ந்த ஏ.கே. செட்டியார் ஓராண்டு முழுவதும் சேகரித்தார். அந்தச் சேகரம் போதுமானதாக இல்லை. அமெரிக்காவிலும், ஐரோப்பாவிலும் முப்பதுக்கும் மேற்பட்ட செய்திப்பட நிறுவனங்களை நாடினார். ரோம், பாரீஸ், லண்டன், ஜெனிவா, நியூயார்க், வாஷிங்டன், ஜோகன்ஸ்பர்க் என்று உலகையே வலம் வந்தார். அவரது மெய் வருத்தத்திற்குக் கூலி கிடைத்தது. இந்தியாவில் கிடைக்காத பல பொக்கிஷங்களை அவர் வெளிநாடுகளில் கண்டடைந்தார்.

படம் எடுக்கும் தொழில்நுட்பத்தில் முறையான பயிற்சியை நியூயார்க்கிலும், டோக்கியோவிலும் பெற்றிருந்தபோதும், 'காந்தி' படத்திற்குத் துறை சார்ந்த வல்லுநர்களையே பணிக்கு அமர்த்தினார் ஏ.கே. செட்டியார்.

நேரு, சர்வபள்ளி ராதாகிருஷ்ணன், பண்டித மதன்மோகன் மாளவியா, ஆசார்யா கிருபளானி, சர் சி.வி. ராமன், கல்வியாளர் மாண்டிசோரி அம்மையார், பிரெஞ்சு எழுத்தாளர் ரொமெய்ன் ரொலந்து முதலான பலரையும் நேர்கண்டு படம்பிடித்தார். நூற்றுக்கணக்கான பெண்கள் வரிசையாக அமர்ந்து ராட்டையில் நூல் நூற்கும் காட்சியைப் படம்பிடித்தார். அதற்குப் பின்னணி யாக நாமக்கல் கவிஞர் ராமலிங்கம் பிள்ளையின் 'ஆடு ராட்டே' பாடலை டி.கே. பட்டம்மாளைப் பாடவைத்தார். 1923 முதல் நடந்த பல்வேறு காங்கிரஸ் மாநாடுகளும் படத்தில் இடம் பெற்றன. எல்லா மாநாடுகளிலும், "கதாநாயகராகத் திகழ்ந்தவர் காந்தியடிகள்" என்கிறார் ஏ.கே. செட்டியார்.

இந்தப் படம் எடுத்த மூன்றாண்டு காலமும் ஏ.கே. செட்டியார் காந்தியடிகளைச் சந்திக்கவோ உரையாடவோ

இல்லை. தென்னாப்பிரிக்கா சென்றபோது பி.கே. நாயுடு, தம்பி நாயுடு ஆகியோரின் மனைவிமார்களைச் சந்தித்தார். இவர்களும், காலஞ்சென்ற இவர்களது கணவன்மார்களும் காந்தியடிகளின் போராட்டங்களில் பங்கெடுத்தவர்கள். இந்தப் பெண்மணிகள் காந்தியடிகளுக்குச் தனித்தனியே கடிதம் எழுதி ஏ.கே.செட்டியாரிடம் கொடுத்தனர். காந்தி பக்தரான ஏ.கே.செட்டியார், காந்தியடிகளைச் சந்திக்க ஏற்பட்ட இந்த அரிய வாய்ப்பைப் பயன்படுத்திக்கொள்ளாமல், இரண்டு கடிதங்களையும் வார்தாவில் அஞ்சலில் சேர்த்தார். ஏன்? அவரே சொல்கிறார்: "காந்தியடிகளை நான் சந்தித்துப் பேசும் வாய்ப்புக் கிடைத்தால், 'நீ என்ன செய்கிறாய்?' என்று காந்தியடிகள் ஒரு வேளை கேட்கலாம். 'பாபுஜி! உங்கள் படம் தயாரித்துக்கொண்டிருக்கிறேன்' என்று கூற நேரிடும். 'படம் எடுக்க வேண்டாம்' என்று காந்தியடிகள் கூறிவிட்டால், அதுவே கடைசி வார்த்தை! எந்தக் காரணத்தைக் கொண்டும் அந்த நிலை ஏற்படக் கூடாது என்று ஆண்டவனைப் பிரார்த்தித்தேன். பிரார்த்தனை பலித்தது!"

அந்நியர் ஆட்சியில் 'காந்தி' படம் தணிக்கையாகுமா என்ற அச்சம் படக்குழுவினருக்கு இருந்தது. நல்லூழாக இந்து ஆசிரியர் கே. சீனிவாசனும், டாக்டர் யு. கிருஷ்ண ராவ் என்பாரும் தணிக்கைக் குழுவில் இடம் பெற்றார்கள். படத்தை அனுமதிக்க வும் செய்தார்கள். "அந்நியர் ஆட்சியில் தங்களுக்கு எதிராக இத்தகைய ஒரு படத்தை அனுமதித்தது உலக சரித்திரத்திலேயே இதுதான் முதல்முறை என்று கூறலாம்" என்று குறிப்பிடும் ஏ.கே. செட்டியார், இரண்டு உறுப்பினர்களின் 'ராஜதுரோக'த்தை யும் அரசு மறக்கவில்லை என்றும் அவர்களின் பதவிக்காலம் நீட்டிக்கப்படவில்லை என்றும் குறிக்கிறார்.

1940, ஆகஸ்டு 23 அன்று 'காந்தி' படம் சென்னை ராக்ஸி, மதுரை சிந்தாமணி, கோவை நியூகர்னாடிக், காரைக்குடி நடராஜா, திருநெல்வேலி ராயல் திரையரங்குகளில் அரங்கேறியது. நாளிதழ்கள் படத்தைக் குறித்துச் சிறப்பாக எழுதின. சென்னையில் காமராஜரும், ஓமந்தூர் ராமசாமி ரெட்டியாரும் இரண்டாம் வகுப்பு நுழைவுச் சீட்டு வாங்கிப் படம் பார்த்தனர். ராஜாஜி படத்தைப் பார்த்துவிட்டு மனந்திறந்து பாராட்டினார். காரைக்குடியில் 'தமிழ்க்கடல்' ராய.சொக்கலிங்கம், வள்ளல் அழகப்பச் செட்டியார் முதலியோர் படம் பார்த்தனர். இளைஞர்களும், பெரியவர்களும், கிராமத்தினரும், நகரத்தினரும் ஒருங்கே படத்தால் கவரப்பட்டனர். படம் வெற்றி பெற்றது.

படத்தின் தொகுப்பு வேலைகள் மும்பையில் நடைபெற்ற போது ஏற்பட்ட 'எதிர்பாராத பேராபத்து' ஒன்றையும் ஏ.கே. செட்டியார் விவரிக்கிறார். ஆங்கிலேய அரசு தயாராகி வரும்

படத்தின் பிரதிகளைப் பறிமுதல் செய்யத் திட்டமிடுகிறது என்கிற செய்தி படக்குழுவினருக்குக் கிடைக்கிறது. படத்தின் ஆறு பிரதிகளை உருவாக்கி அவற்றைச் சென்னையில் உள்ள நண்பரிடம் கொடுத்து அதை வெவ்வேறு இடங்களில் மறைத்து வைக்க ஏற்பாடு செய்கிறார் ஏ.கே. செட்டியார். "... ஆனால், எங்கு மறைத்து வைத்திருக்கிறார் என்ற விவரம் எங்களுக்குச் சொல்லக் கூடாது" என்றும் சொல்லிவிடுகிறார். அப்படிப் போற்றிப் பாதுகாத்த படப்பிரதிகள் ஒன்றும் இப்போது கிடைக்கவில்லை. ஆவணப்படுத்தலின் அவசியத்தை உணர்ந்தவர் ஏ.கே. செட்டியார். எனில் அவர் அரும்பாடுபட்டு உருவாக்கிய 'காந்தி' படத்தையே தொலைத்துவிட்டு நிற்கிறது தமிழ்ச் சமூகம். தமிழ்ப் படம் வெளியானவுடனேயே தெலுங்கிலும், 1950இல் இந்தியிலும் 'காந்தி' படத்தை தயாரித்தார் ஏ.கே. செட்டியார். அந்தப் பிரதிகளும் கிடைக்கவில்லை. மூலப்படிவத்தின் அடிப்படையில் 1953இல் ஹாலிவுட்டில் *Mahatma Gandhi: Twentieth Century Prophet* ஆங்கிலப் படம் தயாரிக்கப்பட்டது. 81 நிமிட நீளமுள்ள படம். 2005இல் கண்டெடுக்கப்பட்டது. சென்னையில் சிலமுறை திரையிடப்பட்டுமுள்ளது.

'அண்ணல் அடிச்சுவட்டில்' நூலின் முன்னுரையில் பதிப்பாசிரியர் ஆ.இரா.வேங்கடாசலபதி இப்படிச் சொல்கிறார்: "... இரண்டரை ஆண்டுகளில் இதற்கான ('காந்தி' படம்பிடிப்பதற்கான) முயற்சிகளில் ஈடுபட்டு ஏறத்தாழ நூறு காமிராக்காரர்கள் முப்பது ஆண்டுகளில் படம் பிடித்த 50,000 அடி நீளமுள்ள படங்களை, உலகம் முழுவதும் ஒரு லட்சம் மைல் பயணம் செய்து தேடியெடுத்து, 12,000 அடி நீளமுள்ள படமாகத் தொகுத்து 1940இல் அதை வெளியிட்டார். அப்போது அவருக்கு வயது 29. இதை ஒரு சாதனை என்று சொல்வது குறைவு நவிற்சியாகவே இருக்க முடியும். இதனைத் தமிழரல்லாதவர் ஒருவர் செய்திருந்தால் இந்தியாவே கொண்டாடியிருக்கும் என்ற எண்ணத்தைத் தவிர்க்க முடியவில்லை". இந்தியர்கள் கொண்டாடுவது இருக்கட்டும். தமிழர்களில் எத்தனை பேருக்கு இந்தச் சாதனையாளரைத் தெரியும்? அந்தக் குறையை இந்த நூல் ஓரளவிற்கு நீக்கும்.

["அண்ணல் அடிச்சுவட்டில் – மகாத்மா காந்தியின் ஆவணப்படம் உருவான கதை", ஏ.கே. செட்டியார், பதிப்பாசிரியர்: ஆ.இரா. வேங்கடாசலபதி, விரிவாக்கப்பட்ட இரண்டாம் பதிப்பு, 2016]

அந்திமழை-zhkarat இணைந்து 2018இல் நடத்திய நூல் விமர்சனப் போட்டியில் பரிசு பெற்றது

அகத்தில் புழுங்கும் வெப்பம் – நூல் விமர்சனக் கட்டுரைகளின் தொகுப்பு (அந்திமழை, 2019), புக்டே.இன் 11.9.2020

7

தமிழுக்கு ஓர் அணிகலன்

மார்கிரெட் மியெட் ஒரு மானிடவியலாளர். அமெரிக்கர். அறிவுத்திறனும் அர்ப்பணிப்பும் மிக்க ஒரு சிறிய குழு மாற்றங்களை உருவாக்கிவிடும் என்று கூறியவர். அவர் தமிழகத்தைப் பற்றி அறிந்திருக்க வாய்ப்பில்லை. ஆனால் அவரது கூற்றுக்குத் தமிழ்ச் சூழலில் எடுத்துக்காட்டுகள் ஏராளம். அரசுத் துறைகளும் பல்கலைக்கழகங்களும் செய்ய வேண்டிய பெரும் பணிகளைத் தனிநபர்களும் சிறு குழுவினருமே இங்கே சாதித்திருக்கின்றனர். சங்க இலக்கியங்கள், காப்பியங்கள், இலக்கண நூல்கள் என்று தேடித் தேடி பதிப்பித்தவர் உ.வே. சாமிநாதயைர். அவருக்கு முன்பே தனியனாகப் பழந்தமிழ் நூல்களின் பதிப்புப் பணியைத் தொடங்கியவர் சி.வை. தாமோதரம் பிள்ளை. 1991இல் வெளியான க்ரியாவின் தற்காலத் தமிழ் அகராதி, தமிழ் மொழியின் பொதுப் பயன்பாட்டிலுள்ள சொற்களுக்கான அகராதி; இதை ஒரு சிறிய குழுவே வெளிக்கொணர்ந்தது. இந்தப் பட்டியலில் தமிழுக்கு ஓர் அணிகலனாக விளங்கும் தமிழ்க் கலைக்களஞ்சியத்தை அவசியம் சேர்த்துக் கொள்ள வேண்டும்.

ஆங்கிலத்தில் வெளியான என்சைக்ளோபீடியா பிரிட்டானிகாவை முன்மாதிரியாகக் கொண்டு தமிழிலும் ஒரு கலைக்களஞ்சியம் உருவாக்க வேண்டுமென்பது தமிழ் அறிவாளர்களின் கனவாக இருந்தது. 7500 பக்கங்கள், பத்துத் தொகுதிகளில் 1953–1968இல் தமிழ்க் கலைக்களஞ்சியத்தை வெளியிட்டு, அக்கனவை நனவாக்கியது ஒரு சிறிய

குழுதான். இதற்காகத் தமிழ் வளர்ச்சிக் கழகம் என்ற அமைப்பு ஏற்படுத்தப்பட்டது. இதன் தலைவர் தி.சு. அவினாசிலிங்கம் செட்டியார். களஞ்சியங்களின் தலைமை ஆசிரியர் ம.ப. பெரியசாமித்தூரன். இவர்களின் சாதனைக் கதையை எழுதி யிருப்பவர் ஆ.இரா. வேங்கடாசலபதி.

சலபதி வரலாற்றாய்வாளர், பேராசிரியர், முனைவர். இந்த நூலை அவர் ஆய்வு நெறிகளுக்கு உட்பட்டுத்தான் எழுதி யிருக்கிறார். ஏராளமான தகவல்களைத் திரட்டியிருக்கிறார். அடிக்குறிப்புகளும் பிற்சேர்க்கைகளும் சான்றுப் பட்டியல்களும் நிறைந்துதான் இந்த நூல். ஆனால் இது பண்டிதர்களுக்கான தல்ல. எளிய வாசகர்களுக்கானது. கையில் எடுத்தால் கீழே வைக்க முடியாத ஒரு துப்பறியும் நாவலின் சுவாரஸ்யத்துடன் எழுதப்பட்டிருக்கிறது இச்சிறு நூல்.

எண்ணித் துணிபவர் அவினாசிலிங்கனார். களஞ்சியத் திற்கான திட்டமும் மதிப்பீடும் உருவாகின்றன. புரவலர்களின் நன்கொடை பெறப்படுகிறது. அரசின் நல்கை கோரப்படுகிறது. அலுவலகம் அமைக்கப்படுகிறது. தலைமை ஆசிரியரின் கீழ் துணை ஆசிரியர்களும் எழுத்தர்களும் பிழை திருத்துநர்களும் ஓவியர்களும் கணக்காளரும் நியமிக்கப்படுகிறார்கள்.

15,000 தலைச்சொற்கள் கொண்ட கலைக்களஞ்சியத்தில் ஏறத்தாழ 1200 கட்டுரையாளர்கள் பங்களித்திருக்கிறார்கள். யேல், கார்னல், நியூஜிலாந்து பல்கலைக்கழகப் பேராசிரியர்களைக் கட்டுரை எழுதவைத்திருக்கிறார் தூரன். உயிரியல், இயற்பியல், வேதியியல், மருத்துவம், வேளாண்மை, பொருளியில், நுண்கலை முதலான ஒவ்வொரு அறிவுத் துறைக்கும் தனித்தனிக் குழுக்கள் அமைக்கப்பட்டு, அவை கலைக்களஞ்சியத்தில் இடம்பெற வேண்டிய தலைச் சொற்களைப் பரிந்துரைத்திருக்கின்றன. இந்தக் குழுக்களின் உறுப்பினர்களாக அக்காலத் தமிழகத்தின் அறிவாளர்கள் ஏறத்தாழ எந்த விலக்குமின்றி இடம் பெற்றிருக்கிறார்கள்.

ஊழியர்களுக்கு ஊதியம் வழங்கப்பட்டிருக்கிறது. ஆனால் அன்று நிலவிய ஒரு பள்ளி ஆசிரியரின் சம்பளத்தைவிட இந்த மதிப்புறு பணியில் ஈடுபட்டிருந்த ஆசிரியர்களின் சம்பளம் குறைவாகவே இருந்திருக்கிறது. பலரும் ஊதியம் கருதி உழைத்தவர்கள் அல்லர். தூரனுக்குக் கூடுதல் சம்பளத்தில் அகில இந்திய வானொலியில் வேலை கிடைத்திருக்கிறது. ஆனால் களஞ்சியப் பணிக்குத் தன்னை ஒப்புக்கொடுத்திருந்த தூரன் வானொலிப் பணியை ஏற்கவில்லை.

அறிவியல் செய்திகளைத் தமிழ் மொழியில் பெயர்க்கும்போது கலைச் சொற்கள் தமிழில் ஆக்கப்பட்டிருக்கின்றன. இதற்காகவே எந்தப் பிரதிபலனும் கருதாமல் அறிஞர்களின் குழு ஒன்று உழைத்திருக்கிறது. இவர்கள் ஏறத்தாழ 25,000 கலைச்சொற்களைத் தமிழுக்குக் கொடையாக வழங்கியிருக்கிறார்கள். என்சைக்ளோபீடியா என்பதற்கீடான கலைக்களஞ்சியம் என்கிற சொல்லே இந்தக் குழு உருவாக்கியதுதான்.

பணத் தட்டுப்பாடு களஞ்சியப் பணி நெடுகிலும் நீடித்திருக்கிறது. ஒன்றிய அரசின் நல்கைகளைப் பெறுவது முயற்கொம்பாய் இருந்திருக்கிறது. ஊழியர்கள் இடை நின்றிருக்கிறார்கள். அறிஞர்களிடம் கட்டுரை பெறுவதில் தாமதம் நேர்ந்திருக்கிறது. ஆனால் இவை எதுவும் களஞ்சியத்தின் தரத்தைப் பாதிக்கவில்லை. உள்ளடக்கத்திலும் செய்நேர்த்தியிலும் இன்றளவும் ஒரு சாதனையாக விளங்குகிறது தமிழ்க் கலைக்களஞ்சியம். இந்த நூலில் சேர்க்கப்பட்டிருக்கும் களஞ்சியத்தின் மாதிரிப் பக்கங்கள் அதற்குச் சான்று பகர்கின்றன.

களஞ்சியத்தின் இரண்டாம் பதிப்பு முயற்சிகளையும் அவை நிறைவேறாமற்போன கதையையும் சொல்லி நூலை முடிக்கிறார் சலபதி. இப்போது காலம் கடந்துவிட்டது. என்சைக்ளோபீடியா பிரிட்டானிகாவே 2010ஆம் ஆண்டோடு அச்சுப் பதிப்பை நிறுத்திக் கொண்டுவிட்டது. இது இணையத்தின் காலம். விக்கிப்பீடியாவின் காலம். அதுதான் இணையத்தின் கட்டற்ற கலைக்களஞ்சியம். ஆங்கில விக்கிப்பீடியாவில் 60 லட்சம் கட்டுரைகள் உள்ளன. தமிழிலும் விக்கிப்பீடியா இருக்கிறது. தமிழில் ஒரு லட்சம் கட்டுரைகள். தமிழ்க் கட்டுரைகள் எண்ணிக்கையில் குறைவு என்பது மட்டுமில்லை, பல கட்டுரைகளின் உள்ளடக்கமும் ஆங்கிலத்திற்கு நிகரானதில்லை. சலபதியின் நூலைக் கீழே வைக்கும்போது இன்னுமொரு அவினாசிலிங்கனாரும் இன்னுமொரு தூரனும் தோன்றி, சிறு குழுவொன்று நிறுவி, தரமான விக்கிப்பீடியாக் கட்டுரைகளைத் தமிழில் வலையேற்ற மாட்டார்களா என்கிற ஏக்கம் எழுகிறது.

['தமிழ்க் கலைக்களஞ்சியத்தின் கதை', ஆ.இரா. வேங்கடாசலபதி]

***இந்து தமிழ் திசை* 1.4.2021**

மு. இராமனாதன்

8

திராவிடத்தால் வீழ்ந்தோமா, வாழ்ந்தோமா?

2021இல் நடந்த தமிழகச் சட்டப்பேரவைத் தேர்தலுக்கு முன்புவரை 'திராவிடத்தால் வீழ்ந்தோம்' என்றொரு குரல் ஒலித்து வந்தது. இப்போது அது சற்று மட்டுப்பட்டிருக்கிறது. ஆனால் எப்போது வேண்டுமானாலும் மேலெழும்பும். கடந்த அரை நூற்றாண்டு காலமாகத் தமிழகத்தை ஆண்டுவரும் இரண்டு திராவிடக் கட்சிகளால் தமிழகம் வீழ்ச்சியடைந்துவிட்டது என்பதுதான் 'வீழ்ந்தோம்' என்பாரின் குற்றச்சாட்டு. திராவிட இயக்கத்தின் அரசியலர்களும் அறிவாளர்களும் இதை மறுக்கின்றனர். இயக்கத்தின் அடிப்படைக் கோட்பாடுகளான சுயமரியாதையும் சமூகநீதியும் தமிழகத்தை உயர்த்தியிருக்கின்றன என்று அவர்கள் வாதிடுகின்றனர். பல வளர்ச்சிக் குறியீடு களில் தமிழகம், இந்திய அளவில் முன்வரிசையில் நிற்கிறது என்றும் சுட்டிக்காட்டுகின்றனர். திராவிடத் தால் வீழ்ந்தோமா என்கிற கேள்விக்கான விடை கோட்பாட்டிலும் இருக்கிறது; குறியீடுகளிலும் இருக்கிறது; முக்கியமாக அடியாழத்தில் படிப்படி யாய் நடந்தேறிய மாற்றங்களில் இருக்கிறது. இவை அனைத்தையும் ஒன்றிணைத்து இந்தக் குற்றச்சாட்டை எதிர்கொள்கிறது "திராவிட ஆட்சி: மாற்றமும் வளர்ச்சியும்" என்கிற நூல். இதில் 12

கட்டுரைகள் உள்ளன. இவை வெவ்வேறு காலகட்டத்தில் எழுதப்பட்டவை. எனில், எல்லாக் கட்டுரைகளும் தமிழகத்தின் வளர்ச்சியைப் பல்வேறு தளங்களில் அலசுபவை. தரவுகளோடும் மேற்கோள்களோடும் சான்றாதாரங்களோடும் எழுதப்பட்டவை. ஆய்வுப்புலம் சார்ந்த ஆங்கில சஞ்சிகைகளிலும் நூல்களிலும் வெளியானவை. தமிழில் இந்தப் பொருளில் வெளியாகிற ஆய்வுப்புலம் சார்ந்த முதல் நூல் அநேகமாக இதுவாகவே இருக்கக்கூடும்.

இதில் மூன்று கட்டுரைகளை நூலின் பதிப்பாசிரியர் ஜெ. ஜெயரஞ்சனும் அவரது சக ஆய்வாளர்களும் எழுதியுள்ளனர். மீதமுள்ள கட்டுரைகளை ம. விஜயபாஸ்கர், ஆ. கலையரசன் ஆகிய இரு பேராசிரியர்களும் அவர்களது சக ஆய்வாளர்களும் எழுதியுள்ளனர்.

வளர்ச்சியில் இரண்டு வகை

1990களில் ஆய்வுத்தளங்களில் கேரளமும் புத்தாயிரமாண்டு களில் பொதுத்தளங்களில் குஜராத்தும் 'வகைமாதிரி'யான மாநிலங்களாக முன்நிறுத்தப்பட்டன. மனித வளர்ச்சிக் குறியீட்டில் முன்னணி மாநிலங்களில் ஒன்று கேரளம். உள்நாட்டு உற்பத்தி வளர்ச்சியில் முன்னணியில் இருக்கிறது குஜராத். ஆனால் இரண்டு குறியீடுகளிலும் ஒரே நேரத்தில் முன் வரிசையில் நிற்கும் தமிழகம் இந்தக் கவனிப்பைப் பெறவில்லை. 'கேரள மாதிரிக்கு இருந்த கொடுப்பினையோ, குஜராத் மாதிரிக்குக் கிடைத்த பகட்டான பயனோ தமிழக மாதிரிக்குக் கிடைக்கவில்லை' என்று நூலின் முன்னுரையில் ஆதங்கப்படுகிறார் ஜெயரஞ்சன். இதற்கு அறிவுலகத்தில் இயங்கியவர்களுக்குத் திராவிடத்தின் மீதிருந்த ஒவ்வாமைதான் காரணம் என்றும் துணிகிறார்.

இரண்டு மாநிலங்கள்

குஜராத்தையும் தமிழகத்தையும் ஒப்பியல் நோக்கில் ஆய்வு செய்யும் கலையரசனின் நீண்ட கட்டுரை இதைத் தெளிவுபடுத்துகிறது. இரண்டு மாநிலங்களும் 1990களில் ஒன்றிய அரசு கொண்டுவந்த தாராளமயமாக்கலையும் சந்தை சார்பான கொள்கைகளையும் தழுவிக்கொண்டன. 1991–2012 காலகட்டத்தில் இரு மாநிலங்களின் பொருளாதார வளர்ச்சி வீதம் ஒரே அளவில் இருப்பதையும், அது ஒட்டுமொத்த இந்தியாவின் வீதத்தைவிட அதிகமென்பதையும் புள்ளிவிவரங்கள் காட்டுகின்றன. ஆனால் இதே கால கட்டத்தில் வறுமை ஒழிப்பில் குஜராத்தைக் காட்டிலும் தமிழகம் 12 விழுக்காட்டுப்

புள்ளிகள் முன்னால் நிற்கிறது. இதற்கான காரணங்கள் சமூகநலத் திட்டங்களில் இருக்கிறது. நான்கு திட்டங்களைக் கட்டுரை ஆராய்கிறது. அவை: 1. பிள்ளைகளுக்கு மதிய உணவு; 2. பொது மருத்துவச் சேவை; 3. உணவுப்பொருள் பொது விநியோகம்; 4. மகாத்மா காந்தி ஊரக வேலைவாய்ப்பு. இந்த நான்கு திட்டங்களும் இரண்டு மாநிலங்களிலும் செயல்படுத்தப்பட்டாலும் அதிலுள்ள வேறுபாடுளைக் கலையரசன் வெளிக்கொணர்கிறார்.

தமிழகத்தில் கிராமப்புற ஏழைக் குழந்தைகளில் 44% மதிய உணவு பெறுகிறார்கள் இது குஜராத்தில் 7% மட்டுமே. இரண்டாவதாக, குடிமக்களின் ஆயுள், பிள்ளைகளுக்கான தடுப்பூசி, பேறுகாலக் கவனிப்பு முதலானவற்றில் தமிழகம் முன்னால் நிற்கிறது; அதே வேளையில் கருவள விகிதம் *(fertility rate)*, பச்சிளங் குழந்தைகளின் மரணம், ஊட்டச்சத்துக் குறைபாடு முதலானவற்றில் பின்னால் நிற்கிறது. இதற்கான சமூகக் காரணிகளில் ஒன்றாகக் கலையரசன் இட ஒதுக்கீட்டைச் சுட்டுகிறார். இடைநிலைச் சாதியினர் கல்வி பெற்றனர்; அவர்கள் எந்த மனத்தடையுமின்றிச் சிறு நகரங்களின் ஆரம்ப சுகாதார நிலையங்களில் பணிபுரிகின்றனர். (நீட் பற்றிய பிறிதொரு கட்டுரையில் இந்தக் கட்டுமானங்கள் நீட் தேர்வுகளால் நீர்த்துப்போகும் என்றும் வாதிடுகிறார்).

மூன்றாவதாக, பொது விநியோகத் திட்டம் தமிழகத்தில் எல்லோருக்குமானது, குஜராத்தில் இது இலக்கு சார்ந்தது. இந்தத் திட்டம் தமிழகத்தில் அரசியல் பொறுப்புடனும் மக்கள்திரளின் கண்காணிப்போடும் அமல்படுத்தப்படுகிறது. இறுதியாக நூறு நாள் வேலைத் திட்டத்தில் தமிழகம், மற்ற பல மாநிலங்களைவிடச் சிறப்பாகச் செயல்படுவதற்கு உள்ளூர் மட்டத்தில் மக்கள் மேற்கொள்ளும் இடையீடுகளே காரணம் என்கிறார்.

நிலப்பிரபுத்துவம் வீழ்ந்த கதை

காவிரிப் படுகையில் நில உரிமையும் அரசியல் பொருளாதாரமும் எப்படி மாற்றத்துக்கு உள்ளாகியது என்று ஒரு கட்டுரையில் ஜெயரஞ்சன் விளக்குகிறார். 1960களில் நிலச்சுவான்தார் கைகளில் இருந்த நிலங்கள் பலவும் இப்போது குத்தகைதாரர் கைகளுக்கு மாறியிருப்பதைத் தனது களப்பணிகளின் வாயிலாகப் பதிவு செய்கிறார். 1967இல் அமலுக்கு வந்த குத்தகைதாரர் பாதுகாப்புச் சட்டம் இதன் தொடக்கப்புள்ளி என்கிறார். குத்தகைதாரர்களும் தொழிலாளர்களும் முன்னெடுத்த போராட்டங்களும், திராவிடக் கட்சிகளின் அரசு அதிகாரமும்,

அவை இயற்றிய சட்டங்களும், கிராம அதிகாரக் கட்டமைப்பில் ஏற்பட்ட மாற்றங்களும் பிற காரணிகள் என்கிறார். ‘சட்டம் மட்டுமே சாதிக்க முடியாத ஒன்றைக் களப்பணியும் சமுதாய மாற்றமும் அதிகாரப் பரவலாக்கலும் சாத்தியப்படுத்தி யுள்ள’தைச் சொல்லிக் கட்டுரையை முடிக்கிறார்.

வேறு கட்டுரைகளில், இதே நில உரிமையையும் மாறி வரும் கிராமப் பொருளாதாரத்தையும் தமிழகம் முழுமைக்கும் விரிவாக்குகிறார் விஜயபாஸ்கர். தமிழகத்தில் 92% நிலங்கள் சிறு (1 ஏக்கர் வரை) – குறு (1–2 ஏக்கர்) உடமையாளர்களிடமே இருக்கின்றன. நிலங்கள் மேல்தட்டில் உள்ள சாதியினரிடமிருந்து இடைநிலைச் சாதியினருக்கும், குறைந்த அளவு தலித்துகளுக்கும் கைமாறியுள்ளன. இது கூலி விவசாயிகளின் மீது நிலச்சுவான்தார் களுக்கு இருந்த ஆதிக்கத்தைக் குறைத்திருக்கிறது.

அடுத்து, வேளாண்மை லாபகரமான தொழிலாக இல்லை. விளை நிலங்கள் ரியல் எஸ்டேட் பயன்பாட்டுக்கு விற்கப்படுகின்றன. சாகுபடியாளர்களின் எண்ணிக்கையும் குறைந்துவருகிறது. வேளாண்மையிலிருந்து வெளியேறும் விவசாயத் தொழிலாளர்கள் அனைவரையும் உற்பத்தித் தொழிலால் ஈர்த்துக்கொள்ள முடியவில்லை. அன்றாடக் கூலித் தொழிலாளர்களின் எண்ணிக்கை அதிகமாக இருக்கிறது. போதிய வேலை வாய்ப்பு, திறன் மேம்பாடு, பணிப் பாதுகாப்பு முதலான பரிந்துரைகளையும் விஜயபாஸ்கர் முன்வைக்கிறார்.

வாழ்ந்தோமா வீழ்ந்தோமா?

இந்த நூல் திராவிடத்தால் வீழ்ந்தோம் என்கிற குற்றச்சாட்டை மறுக்கிறது; திராவிடத்தால் வளர்ந்தோம் என்று வாதிடுகிறது; அதே வேளையில் திராவிடத்தால் வாழ்ந்தோம் என்று முற்றுப்புள்ளி வைத்து விடுவதுமில்லை. ஏனெனில், இது ஒரு தொடர் பயணம் என்கிறார் ஜெயரஞ்சன். அதில் நமது குறைகளைக் களைந்தபடி புதிய அடிகளை வைத்து முன்னேறியபடி இருக்க வேண்டும்.

பல்வேறு கலைச்சொற்கள் நிறைந்த இந்தக் கட்டுரைகளை பா.பிரவீன்ராஜ் மொழி பெயர்த்திருக்கிறார். மொழிபெயர்க்கும் போது சில நீண்ட வாக்கியங்களை உடைத்திருக்கலாம். எழுத்துப் பிழைகளையும் இலக்கணப் பிழைகளையும் களைந்திருக்கலாம். இரண்டு கட்டுரைகள் ஆங்கிலத்திலேயே தரப்பட்டிருக்கின்றன. அவற்றையும் தமிழ்ப்படுத்தியிருக்கலாம். இந்தக் குறைகளை அடுத்த பதிப்பில் நேர்செய்ய வேண்டும்.

இந்த நூல் வாசகர்களிடையே மாற்றம் – வளர்ச்சி பற்றிய புரிதலை மேம்படுத்தும். பொது வெளியில் இந்த நூல் தொடர்பான விவாதங்கள் நடைபெற வேண்டும். அறிவுலகத்தில் இந்தப் பொருள் சார்ந்த புதிய ஆய்வுக் கட்டுரைகள் அரங்கேற வேண்டும். அப்போது 'தமிழக வகைமாதிரி' அதற்குரிய அங்கீகாரத்தைப் பெறும்.

['திராவிட ஆட்சி: மாற்றமும் வளர்ச்சியும்', பதிப்பாசிரியர்: ஜெ. ஜெயரஞ்சன், தமிழில்: பா. பிரவீன்ராஜ், கயல் கவின் புக்ஸ், 2021]

புத்தகம் பேசுது, செப்டம்பர், 2021

9

மகிழ் ஆதன் சொன்ன கவிதைகள்

கவிதைக்கு எது வேண்டும்? உருவம் வேண்டும். உள்ளடக்கம் வேண்டும். கவிதை மொழி பயின்றுவர வேண்டும். இந்த மூன்றுமிருந்தால் அது கவிதையாகும். இதிலிருந்து பெறப்படுவது, கவிதை எழுதுவதற்குக் கல்வியறிவு வேண்டும் என்பதில்லை. 'ஆரடிச்சார் சொல்லியழு/ அடிச்சாரைச் சொல்லியழு' என்கிற தாலாட்டை யாத்தவருக்கு ஏட்டறிவு இருந்திருக்க வாய்ப்பில்லை. ஆனால் அப்படியான தாலாட்டுகளிலும், ஒப்பாரி களிலும், நாட்டார் பாடல்களிலும் பட்டறிவு மிகுந்திருக்கும். வார்த்தைகளை ஓசை ஒழுங்கோடு அடுக்கும் வன்மை இருக்கும். மகிழ் ஆதனுக்கு இவை இரண்டும் இனிமேல்தான் வாய்க்கப்பெற வேண்டும். அவனுக்கு வாழ்வனுபம் குறைவு. ஏனெனில், அவனுக்கு இப்போது வயது ஒன்பது. அ. முத்துலிங்கம் எழுதிய கதையொன்றில் வரும் குழந்தை, ஒரு புத்தகத்தை எடுத்துவைத்து மணிக்கணக்காகப் பார்த்துக்கொண்டே இருக்கும். பிறகு, 'இன்னும் வாசிக்கப் பழகாத சொற் களுக்கு மேல் தலையை வைத்தபடி உறங்கிவிடும்'. மகிழ் ஆதனும் இனிமேல்தான் பல சொற்களை வாசிக்கப் பழக வேண்டும்.

ஆனால் இவை எதுவும் கவிதை சொல்வதற்கு அவனுக்குத் தடையாக இல்லை. நான்கு வயதி லிருந்தே அவனுக்குக் கவிதை பழக்கமாகிவிட்டது.

மு. இரமனாதன்

அவன் கவிதை எழுதுவதில்லை. கவிதை சொல்கிறான். மலையாளத்தில் இப்போதும் 'கவிதை சொல்வார்கள்'. உரக்க வாசிப்பதும் ஓசை நயம் இருப்பதும் கவிதையின் லட்சணங் களாகக் கருதப்படுவதே காரணம். மலையாளக் கவிஞர்கள் கவிதை எழுதுவார்கள்; பிறகு சொல்வார்கள். மகிழ் ஆதனால் இன்னும் வாசிக்கவே பழகாத சொற்களை எப்படி எழுத முடியும்? ஆகவே அவன் நேரடியாகச் சொல்லுகிறான். அதை அவனது அப்பா கவிஞர் ஆசையும் அம்மா சிந்துவும் நோட்டுப் புத்தகத்தில் எழுதி வந்திருக்கிறார்கள். அதில் தேர்ந்தெடுத்த 75 கவிதைகளை 'நான் உலகத்தை வரைந்தேன்' என்கிற தலைப்பில் இப்போது நூலாகவும் வெளியிட்டிருக்கிறார்கள்.

மகிழ் ஆதனுக்கு ஒரு தம்பியும் இருக்கிறான். பெயர் நீரன். மகிழ் ஆதனின் சின்ன உலகில் நீரனுக்கு நிறைய இடம் இருப்பதில் வியப்பில்லை.

'நீரன் சிரிக்கும் சிரிப்பு
என் கண்ணில் பட்டு
மழையாகும்'

என்பது தொகுப்பிலுள்ள கவிதைகளில் ஒன்று. நீரனின் சிரிப்பு மகிழிடம் வந்து சேரும்போது அது மழையாகிறது, கவிதையுமாகிறது.

மகிழின் சொல் வங்கியில் இருப்புக் குறைவு. அந்த வயதுக்கான சொற்கள்தான் அவனது கையிருப்பு. ஆனால் அதற்குள் அவனால் கவிதை சொல்லிவிட முடிகிறது. மகிழின் கவிதையொன்று எனக்கு கண்ணதாசனை நினைவூட்டியது. 'வண்டாய் எழுந்து மலர்களில் அமர்வேன்/வாய்ப்புறத் தேனை ஊர்ப்புறந் தருவேன்' என்கிற வரிகளில் கண்ணதாசன் வண்டாக மாறுகிறார். அவரது கவிதை தேனாக மாறுகிறது.

மகிழ் ஆதனுக்கு வண்டும் பறவையும் மலர் மேல் அமர்வது தெரிகிறது. ஆனால் அது தேனை உறிஞ்சுவதற்காக என்பது தெரியவில்லை. அவனது சொல்வங்கியில் பூ இருக்கிறது, பறவையும் இருக்கிறது. அவன் இரண்டையும் இணைத்து ஒரு புதிய சொல்லைப் படைக்கிறான். அதன் மூலம் ஒரு கவிதையை யும் படைக்கிறான்.

'பூக்குத்தும் பறவை
என் கண்களைப் பூவாக மிதக்க வைக்கும்
பூக்குத்தும் பறவை
மீனைப் பூவாக நடக்க வைக்கும்'

இதில் கவிதைக்கான உருவம் இருக்கிறது. உள்ளடக்கம் இருக்கிறது. பிரத்யேக மொழி இருக்கிறது. சொற்சிக்கனம்

இருக்கிறது. முக்கியமாகக் கவிதையும் இருக்கிறது. அப்படியான இன்னொரு கவிதை:

‘என் பட்டத்தில் நான் பறப்பேன்
நான் பறக்குறதை
அந்தக் காற்று கண்டுபிடித்து
என்னைக் கட்டிப் பிடிக்கும்’.

இது மகிழ் ஆறு வயதில் சொன்ன கவிதை. ஆனால் அந்த வயதைக் காரணம் காட்டி எந்தச் சலுகையையும் கோராத கவிதை. தனது வலுவாலேயே நிற்கக்கூடிய கவிதை.

‘மந்திரம் கொண்ட அம்மா
மந்திரம் போட்டு
என் கவிதைகளை
நடக்கவைப்பாள்’

இப்படியான கவிதைகள் தாமாகவே நடக்கும். யாரும் எந்த மந்திரமும் போட வேண்டாம்.

குழந்தை மேதைகளை ‘ஆசீர்வதிக்கப்பட்ட குழந்தைகள்’ என்று சொல்வார்கள். ஆனால் ஒரு குழந்தை, மேதையாய் இருப்பது சுலபமில்லை. அந்தக் குழந்தைக்குத் தனது மேதமையை ஒதுக்கி வைத்துவிட்டு சக குழந்தைகளோடு சமதையாய்ப் பழகத் தெரிந்திருக்க வேண்டும். அது மகிழனால் முடிகிறது. பெற்றோர், ‘ஆன்டிக்கு ஒரு கவிதை சொல்லு’ என்று கேட்காதவர்களாக இருக்க வேண்டும். மகிழுக்கு அதுவும் வாய்த்திருக்கிறது. இரண்டுக்கும் இந்தத் தொகுப்பே சாட்சியமாய் அமைகிறது.

இந்த நூல் சிறியது. நல்ல அச்சிலும் அமைப்பிலும் வெளியாகி யிருக்கிறது. கவிதைப் பக்கங்கள் பிள்ளைகளின் கோடு போட்ட நோட்டுப் புத்தகங்களைப் போல வடிவமைக்கப்பட்டிருக்கின்றன. கவிதை உருவான நாளும் குறிக்கப்பட்டிருக்கிறது. இப்படியான சிறார் கவிதை நூல், ஒரு வாய்மொழி இலக்கியம், இதற்கு முன்பு தமிழில் வந்திருக்கிறதா என்று தெரியவில்லை. மகிழ் ஆதன் இன்னும் பல கவிதைகள் சொல்லட்டும். விரைவில் அவன் கவிதையை அவனே எழுதட்டும்.

[‘நான்தான் உலகத்தை வரைந்தேன்’, மகிழ் ஆதன்,
சிறார் கவிதை, 2021, வானம் பதிப்பகம்]

புக்டே.இன் 27.4.2021

☙ 52 ☙ மு. இராமனாதன்

10

எளிமையின் புனைவும் புனைவில் எளிமையும்

'லியொங்'கை எனக்குப் பிடித்துக்கொண்டது.

லியொங் ஹாங்காங்கிலிருந்து ஆஸ்திரேலியா விற்குப் புலம் பெயர்ந்தவர். ஆசி. கந்தராஜாவின் மொழியில் ஹொங்ஹொங்கிலிருந்து புலம் பெயர்ந்தவர். லியொங்கை எனக்குப் பிடித்துப் போனதற்கு எனது ஹாங்காங் பாசம் காரணமல்ல. அவர் ஒரு பட்டயக் கணக்காளர். நல்ல தொழில்தான். ஆனால் அந்தத் தொழில்மீது எனக்குப் பக்தியோ பயமோ இல்லை. ஆகவே அதுவும் காரணமல்ல. 'அவருக்கு உடம்பு முழுவதும் கணக்கு மூளை'. இருந்துவிட்டுப் போகட்டும். அடுத்த வரிதான் முக்கியமானது. 'அதற்கு அப்பால் அவருக்கு அனைத்தும் பூச்சியமே. இதனால் வீட்டு வேலை, தோட்ட வேலை, சமூக வேலை என அனைத்தையும் அவரது மனைவியே செய்வார்.' இந்த இடத்திலேயே லியொங் என்னை நெருங்கிவிட்டார். லியொங்கின் மகாத்மியம் இன்னும் இருக்கிறது. 'இடையிடையே அத்தி பூத்தாற்போல் வீட்டில் சில விஷயங்களைச் செய்து சிக்கலில் மாட்டிக்கொள்வது அவரது சுபாவம்.' பிரஸ்தாப தினத்தன்றும் அப்படி மாட்டிக்கொள்கிறார்.

லியொங்கின் வீட்டிற்கு முன்னால் சீனக் கலாச்சாரத்தைப் பிரதிபலிக்கும் வகையில் புல்தரையைப் பராமரிக்கிறார் லியொங்கின் மனைவி. அவை உயர் சாதிப் புல் வகைகள். அதன் இலைகள்

அகலமாகவும் அடர்த்தியாகவும் கடும் பச்சை நிறமாகவும் இருக்கும். அதனால் புல்தரை மிக அழகாக இருக்கும். புற்களிடையே களைகளும் முளைக்கின்றன. மனைவிக்கு உதவ விழையும் லியொங் களைக்கொல்லி தெளிக்கிறார். ஆனால் அவர் களைக்குத் தெளித்த மருந்து புல்லையும் கொன்றுவிடுகிறது. அகன்ற இலைத் தாவரங்களை மாத்திரம் கொல்லுகின்ற களைகொல்லிக்குப் பதிலாக அகன்ற இலை, ஒடுங்கிய இலை என எல்லா வகைத் தாவரங்களையும் கொல்லும் களைநாசினியைத் தெளித்து மனைவி ஆசையாய் வளர்த்த புல்தரையைப் பாழாக்கிவிடுகிறார் லியொங்.

பார்த்த மாத்திரத்தில் கந்தராஜாவுக்கு லியொங் செய்த பிழை விளங்கிவிடுகிறது. கந்தராஜா வேளாண் பல்கலைக்கழகப் பேராசிரியர். என்ன நேர்ந்தது என்பதைத் தாவரவியல், வேதியியல் கூறுகளைச் சொல்லித் தம்பதிகளுக்கு விளக்குகிறார். லியொங்கின் மனைவிக்கு அவரது விளக்கம் புரிகிறது. அதில் வியப்பில்லை. ஏனெனில், திருமதி லியொங் தோட்டக்கலையில் பெருவிருப்பு உள்ளவர். ஆனால் கணக்கன்றி வேறொன்றறியாத லியொங்கிற்கும் அது புரிகிறது. உயிரியல், தாவரவியல் பாடங்களை முறையே கிரேக்கமும் லத்தீனுமாகக் கருதி அவற்றிலிருந்து போதிய சமூக இடைவெளியைப் பேணிவரும் எனக்கும் புரிகிறது. அப்படியான எளிய மொழியில்தான் கந்தராஜா இந்த நூல் நெடுகிலும் பேசுகிறார்.

இந்த நூலின் சிறப்பு அதன் எளிமை மட்டுமல்ல. இன்னும் சில அம்சங்களும் இருக்கின்றன. அதில் ஒன்று சொல்லும் முறை. 'மரங்களும் நண்பர்களே!' என்றொரு கட்டுரை. தலைப்பே கட்டுரை எதைப் பற்றியது என்பதைச் சொல்லிவிடுகிறது. கட்டுரையில் நிறைய மரங்கள் வருகின்றன. மாமரங்களை எப்படி வரிசையாக நட வேண்டும் என்பதையும் அவற்றை எப்படிக் கவாத்துப் பண்ண வேண்டும் என்கிற செய்முறையையும் ஒன்பதாம் வகுப்புச் சிறுவனான கந்தராஜாவுக்கு விளக்குகிறார் ஆச்சி. கவாத்து என்பது கண்டபடி கிளைகளை வெட்டி எறிவதில்லை, அது அந்தத் தாவரத்தின் உடல் தொழிற்பாட்டுக்கும் கால நிலைக்கும் இயைந்ததாக இருக்கவேண்டும். அடுத்து வருவது வாழை. வாழையில் மகரந்தச் சேர்க்கை இல்லாமலேயே வாழைக் காய்கள் எப்படி உருவாகின்றன என்று விளக்குகிறார் வேதவல்லி அக்கா. அக்காதான் இந்தக் கதையின் மையச் சரடு. அக்கா, கந்தையா அம்மானின் ஒரே மகள். தோட்டம், துரவு, வயல், என அளவில்லாச் சொத்துக்களுக்குச் சொந்தக்காரி.

அடுத்து வருவது பலா. விதையில் முளைக்கும் பலாவைவிடப் பதியன்களில் வளரும் பலாதான் சிலாக்கியமானது. அதில்தான் தாய்மரத்தின் இயல்புகள் சகலமுமிருக்கும், அது விரைவில் காய்க்கவும் செய்யும். இதை கந்தராஜாவுக்கு விளக்குகிறார் மாமா.

இப்போது கதையில் முக்கனிகளும் தனித்தனியாக வந்துவிட்டன. அடுத்து அவற்றைச் சேர்ப்பதற்கு வைகாசி விசாகம் வருகிறது. அன்றுதான் வைரவருக்குப் படையல். கந்தையா அம்மானின் தோட்டத்தில் வெட்டிப் புகைபோட்டு, பழுக்கவைத்த, ஆமான கதலிக் குலை, கறுத்த கொழும்பான் மாம்பழம், அடிமரத்தில் காய்த்துப் பழுத்த செண்பகவரியன் பலாப்பழம் என முக்கனிகள் சகிதம் வைரவருக்குப் படையல் வைக்கிறார் அம்மா.

முக்கனி ஈனும் மரங்களின் விவரணை மட்டுமல்ல இந்தக் கட்டுரை. வேதவல்லி அக்கா படிப்பில் வலு கெட்டிக்காரி. அவர் டாக்டர் ஆவார் என்று ஊரே எதிர்பார்த்தது. ஆனால் அக்காவுக்கு விவசாயப் படிப்புக்கே இடம் கிடைத்தது. அதையிட்டு அக்கா கவலைப்படவில்லை. சந்தோஷம்தான். காரணம் சிறுவன் கந்தராஜாவுக்கு மட்டும்தான் தெரியும். டாக்டரானால் அந்தத் தகுதி காரணமாக தன் காதல் நிறைவேறாது என்பது அக்காவுக்குத் தெரியும். அக்காவுக்கு சுந்தரமூர்த்தி அண்ணையோடு காதல். முன்னுக்குப் பின்னான பல இழுபறிகளுக்குப் பின்னர் அக்காவின் கலியாணம் தடல்புடலாக நடந்தது. பத்துக் கூட்டம் மேளம் பின்னி எடுக்க, கண்ணன் கோஷ்டி, வாண வேடிக்கை சகிதம் அன்னச் சப்பறம் பூட்டிய காரில் வந்த சோடியின் பொருத்தத்தைப் பார்த்த ஊர்ச்சனம் நெட்டி முறித்தது. சம்பிரதாயமான கதைகளைப் போல் இதற்கு ஒரு உச்சக்கட்டமும் இருக்கிறது. குலையை ஈன்ற பின் தன்னைத்தானே மாய்த்துக்கொள்ளும் வாழையை அந்த முடிவு நினைவூட்டுகிறது. இது மரங்களைப் பற்றிய தாவரவியல் கட்டுரையா அல்லது வேதவல்லி அக்காவின் காதல் கதையா? இரண்டும்தான். முன்னதை இலகுவாகச் சொல்லப் பின்னது சேர்க்கப்பட்டிருக்கலாம். படைப்பில் இரண்டு வடிவங்களும் இயைந்து நிற்கின்றன.

ஆதியிலே வார்த்தை இருந்தது. அப்படித்தான் வேதகாமம் சொல்கிறது. அந்த வார்த்தை முதலில் கதைகளாகத்தான் வெளிப்பட்டிருக்க வேண்டும். மனிதனின் அறிவு செறிவடைந்ததும் தான் கட்டுரைகள் வந்திருக்க வேண்டும். கட்டுரைகளின் தாங்க முடியாத கனத்தில் சுவாரஸ்யம் நசுங்கிப் போனதை அறிந்த சிலர் கட்டுரைகளைப் புனைவு மொழியில் எழுதினார்கள். இந்தக் கூட்டணியில் கட்டுரையின் நம்பகத்தன்மை இருந்தது. கதைகளின் சுவாரஸ்யமும் இருந்தது. தமிழில் இவ்வகைப் புனைவுக் கட்டுரைகளை எழுதிவருபவர்களில் குறிப்பிடத்தக்கவர் அ.முத்துலிங்கம்.

இவையெல்லாம் இவ்வாறாக நடந்துகொண்டிருக்க, அறிவியலாளர்கள் தத்தமது துறையில் ஆய்வு நடத்திக் கொண்டிருந்தார்கள். அதை அறிவியல் கட்டுரைகளாக

எழுதினார்கள். அவை துறை சார்ந்தவர்களுக்கு மட்டுமானது. சிலர் சாமானியர்களை மனதில் கொண்டு எளிமையாகவும் எழுதினார்கள். இந்த முயற்சியில் சிலரது படைப்புகளில் அறிவியல் கூறுகளின் நீர்த்துப்போன வடிவம்தான் கிடைத்தது. செறிவை இழக்காமல் எளிமையாக எழுதியவர்களும் இருந்தார்கள். எனினும் இம்மாதிரியான முயற்சிகள் என்னைப் போன்றவர்களைப்பெரிதாகப்பாதிக்கவில்லை.தாவரவியலோடும் உயிரியலோடும் நாங்கள் பேணிப் பாதுகாத்துவந்த சமூக இடைவெளியை இப்படியான முயற்சிகளாலும் கடந்துவர முடியவில்லை.

இங்கேதான் கந்தராஜாவின் பிரவேசம் நிகழ்கிறது. அவர் ஓர் ஆய்வாளர். எல்லா ஆய்வாளர்களையும்போலத் தனது ஆய்வு முடிவுகளைக் கட்டுரைகளாக எழுதுபவர். மறுபக்கம் அவர் ஒரு கதாசிரியர். இப்போது இந்தக் கதாசிரியரும் ஆய்வாளரும் ஒன்றிணைகிறார்கள். முன்னவரின் மொழியில் பின்னவரின் அறிவியல் உருக்கொள்கிறது. இப்போது அது ஒரு புதிய வடிவத்தைப் பெறுகிறது. அதன் பெயர் அறிவியல் புனைவுக் கட்டுரை. கந்தராஜாவின் இந்த வடிவம் தமிழில் ஒரு முன்மாதிரியாக அமையலாம்.

கந்தராஜா புனைவு என்கிற வடிவத்தை அறிவியலைச் சொல்லும் வெறும் ஊடகமாக மட்டும் பயன்படுத்தவில்லை. அந்தப் புனைவில் நம்பகத்தன்மையும் இருக்கிறது. அதை அவர் ஈழ மண்ணிலிருந்தும் ஆஸ்திரேலிய மண்ணிலிருந்தும் பெறுகிறார். அந்த அனுபவத்தின் வெளிச்சத்தில் வெளிப்படும் பாத்திரங்களில் ஒருவர்தான் செல்லபாக்கியம் மாமி. அவர் மட்டுவில் என்னும் கிராமத்தில் பிறந்து, அங்கேயே பயிற்றப்பட்ட ஒரு தமிழாசிரியருக்கு வாழ்க்கைப்பட்டவர். கணவர் இறந்ததும் மகளுடன் வாழ சிட்னிக்கு வந்தவர். மாமிக்கு மிகவும் பிரியமானது மட்டுவில் முட்டிக் கத்தரிக்காய். இது பால் வெள்ளை நிறத்தில் உருண்டு திரண்டு முட்டி வடிவில் மினுமினுப்பாக இருக்கும். கந்தராஜாவுக்கு பால்யத்தில் உண்ட மட்டுவில் அம்மன் கோவில் பொங்கலை மறக்க மனம்கூடவில்லை. அந்த சிவத்தப் பச்சையரிசிப் பொங்கலுக்கு இசைவாக, மட்டுவில் தண்ணியில் அவிந்த முட்டிக் கத்தரிக்காய்க் கறியின் சுவை அமைந்திருக்கும் என்று சிலாகிக்கிறார் ஆசிரியர். செல்லபாக்கியம் மாமிக்கு முட்டிக் கத்திரிக்காயை சிட்னி மண்ணில் விளைவிக்க வேண்டும் என்பது பேரவா. ஆனால் ஆஸ்திரேலியாவில் அது சுலபமில்லை. வெளிநாடுகளிலிருந்து தாவரங்களின் விதைகள், கிழங்குகள், பதியன்களை உள்ளே கொண்டுவர அவர்கள் அனுமதிக்கமாட்டார்கள். என்றாலும் மாமி கத்திரி

விதைகளைக் கடத்திக்கொண்டு வருகிறார். முதல் வருடம் மாமியின் தோட்டத்தில் மட்டுவில் முட்டிக் கத்தரிக் காய்கள் காய்த்துக் குலுங்கின. ஆனால் மட்டுவில் கத்தரிக்கு இடையில், மாமி ஊதா நிறத்தில் நீளமாகக் காய்க்கும் 'லெபனீஸ்' கத்தரிச் செடிகளையும் வளர்த்தார். இரண்டாம் வருடம், முதல் வருடத்து மட்டுவில் கத்தரி விதைகளை விதைத்தார். இந்த முறை காய்கள் இளம்பச்சை நிறத்திலும் நீள்வட்ட வடிவிலும் காய்த்தன. காரணம் கத்தரி இனங்கள் மகரந்தச் சேர்க்கையினூடாக இலகுவில் கலப்படையும். அந்த விவரத்தை மாமி அறிந்திருக்கவில்லை. அந்தக் கலப்பில் வீரியமுள்ள லெபனீஸ் கத்திரியின் அம்சம் கூடுதலாகவும் பலவீனமான மட்டுவில் கத்திரியின் அம்சம் குறைவாகவும் அமையும். இதையும் மாமி அறிந்திருக்கவில்லை.

அடுத்து வந்த சமாதான காலத்தில் (2012) ஆஸ்திரேலியாவில் இருந்து இலங்கைக்குச் செல்லும் கந்தராஜா தம்பதிகளோடு மாமியும் சேர்ந்துகொள்கிறார். இப்போது கதை அல்லது கட்டுரை வேறு ஒரு தளத்தை எட்டுகிறது. ஓர் உயிரினத்தின் பாரம்பரிய இயல்புகளைச் சந்ததி சந்ததியாக கடத்தக்கூடிய மரபணுவை விளக்குகிறார் ஆசிரியர். தொடர்ந்து பாரம்பரிய விதைகளை பாதுகாக்க முன்னோர்கள் 'விதைக்கலசங்களை'ப் பாவித்ததைப் பற்றிப் பேசுகிறார். 'மண்ணாலான கலசங்கள் விதைகளை குறைந்த வெப்ப நிலையில், குளிர்ச்சியாக வைத்துக்கொள்ளும். குயவர்களின் உதவியுடன் உறுதியான, பல தடுப்புக்கள் கொண்ட மண் கலசங்கள் உருவாக்கப்படும். வேம்பு, நொச்சி மற்றும் தங்கள் பகுதியில் கிடைக்கும் மருத்துவ குணமுள்ள மூலிகைகளை, சிறிய துண்டுகளாக வெட்டி மஞ்சள் கலந்து மண்கலசங்களில் தூவுவார்கள். பின்னர் கலசங்களிலுள்ள தடுப்புகளில் விவசாயிகள் விதைகளை வைத்து நீண்ட காலத்துக்குப் பாதுகாப்பார்கள்...' என்று விளக்கிச் செல்கிறார். யாழ்ப்பாணத்துக்குப் பெருமை சேர்த்த கறுத்த கொழும்பான் மாம்பழமும், கொடிகாமத்து பலாப்பழமும், நீர்வேலி மண்ணில் விளைந்த இதரை வாழைப்பழமும் தங்களின் பரம்பரைச் சுவைகளை இழந்துவிடக் கூடாது என்கிற கருதலும் அவரிடத்தில் இருக்கிறது.

கந்தராஜா இலங்கையிலும், ஜெர்மெனியிலும், ஜப்பானிலும், ஆஸ்திரேலியாவிலும் படித்தவர். அந்தக் கல்வி பாரம்பரிய அறிவைப் புறக்கணிக்கும் அலட்சியத்தை அவருக்கு வழங்க வில்லை. மாறாகப் பாரம்பரிய முறைகளில் பொதிந்துள்ள அறிவியல் கூறுகளை நுணுகி அறிந்துகொள்ளவும் அவற்றை நமக்கு விளக்கிச் சொல்லவும் பயன்படுகிறது.

யாழ்ப்பாணத்திலுள்ள கைதடி எனும் கிராமத்தின் மண்ணளைந்தவர் கந்தராஜா. அந்த மண்ணின் பாடு அவரது குதி

காலில் தங்கியிருக்கிறது. அவரது கரங்கள் எங்கே துழாவினாலும் வேர்கள் ஈழத்து மண்ணில்தான் நிலை கொண்டிருக்கின்றன. இந்த வேர்ப்பற்றிலிருந்து கிளைத்தவைதாம் அவரது கதைகளும் கட்டுரைகளும். ஆகவே அவற்றில் ஈழ மண்ணின் பண்பாட்டுத் தடம் இருக்கிறது. அயல் மண்ணின் மணமும் நிறைந்திருக்கிறது. ஆஸ்திரேலியா அன்னியில் ஜெர்மெனி, ஆப்பிரிக்கா, ஜப்பான், லெபனான், அரேபியா என்று அவர் பயணம் போகும் இடங்களின் தாவரங்களும் மனிதர்களும் இந்த நூலுக்கு வளம் சேர்க்கிறார்கள்.

கந்தராஜாவின் அறிவியல் புனைவுக் கட்டுரைகளின் முக்கியமான கூறு அவற்றில் துலங்கும் எளிமை. அந்த எளிமை சொல்ல வந்த அறிவியல் கருத்துகளை ஒருபோதும் நீர்த்துப் போகச் செய்வதில்லை. அவரது கட்டுரைகள் புனைவின் மொழியில் எழுதப்பட்டவை. பல்வேறு பாத்திரங்கள் வழியாகச் சொல்லப்படுபவை. இவை வாசிப்பில் சுவாரஸ்யத்தை நல்குகின்றன. அவை மண்ணிலிருந்து முளைத்தவை. அதன் மணம் பரப்புபவை.

ஒரு கட்டுரையில் வரும் பெரியவர் 'மண் வேறு மனிதர்கள் வேறு அல்ல' என்பார் பூடகமாக. 'மரம் செடி கொடிகள் எல்லாம் மனிதனின் நண்பர்களே. அவற்றை எப்படி வழிப்படுத்துகிறோம் என்பதில்தான் நமது வெற்றி அடங்கி இருக்கிறது' என்பது ஆசிரியரின் கருத்து. மரங்கள் பற்றிய கட்டுரையில் சிறுவன் கந்தராஜாவின் ஆதங்கம் இப்படி வெளிப்படும்: 'மனிதர்களிலும் பார்க்க மரங்களில் எனக்கு அன்பும் பாசமும் அதிகம் என்பதை அம்மா ஏன் உணர மறுக்கிறார்?'. அம்மா பின்னாளில் உணர்ந்திருப்பார். இந்த நூலை வாசிக்கிற எல்லோரும் அந்தப் பாசத்தை உணர்வார்கள். நானும் உணர்ந்தேன்.

எனக்கு கந்தராஜாவைப் பிடித்துக்கொண்டது.

['மண் அளக்கும் சொல்', ஆசி. கந்தராஜா, 2022, காலச்சுவடு பதிப்பகம்]

11

அன்பாசிரியர் சொல்லும் சீனக் கதை

"வரலாறு மிக முக்கியம், அமைச்சரே!"– மன்னன் புலிகேசி தனது மங்குனி அமைச்சரிடம் பேசுகிற இந்த வசனம், ஆகிவந்த பழமொழியைப் போலத் தமிழர்களிடையே நின்று நிலை பெற்றுவிட்டது. ஏன் வரலாறு முக்கியம்? அண்ணல் அம்பேத்கார் பதில் சொல்கிறார்: 'வரலாற்றை மறந்தவர்களால் ஒரு போதும் வரலாற்றை உருவாக்க முடியாது.' அமெரிக்க நாவலாசிரியர் வில்லியம் ஃபாக்னர் இதையே வேறு வார்த்தைகளில் சொல்கிறார்: 'கடந்த காலம் ஒருபோதும் இறப்பதில்லை; அது நம்மைக் கடந்து போவதும் இல்லை'. இன்னொரு அறிஞர் சாபம் விடுகிறார்: 'வரலாற்றை மறந்தோர், கடந்த காலத்தில் செய்த பிழைகளையே மீண்டும் செய்யக் கடவர்'. இந்தத் தத்துவ விசாரமெல்லாம் நமக்கும் தெரிந்ததுதான். எனினும் நமது கல்விப் புலத்தில் வரலாறு முக்கியமான பாடமன்று.

நான் பள்ளியில் படித்த காலத்தில் பத்தாம் வகுப்பில் விருப்பப் பாடம் ஒன்றைத் தெரிவு செய்ய வேண்டும். எங்கள் பள்ளியில் மூன்று பாடங்கள் இருந்தன. கணிதம், உயிரியில், வரலாறு. வருங்காலப் பொறியாளர்களும், மருத்துவர்களும், விஞ்ஞானிகளும் முதலிரண்டில் ஒன்றைத் தேர்ந்தெடுப்பார்கள். கணக்காளர்களும் அப்படியே. இதில் எதற்கும் லாயக்கில்லாதவர்களின் புகலிடமாக வரலாறு கருதப்பட்டது. இப்போதும்

ஷெர்லக் ஹோம்ஸ் வாழ்ந்த வீடு

ஊருக்கு இளைத்த பிள்ளைகள்தான் வரலாறு படிக்கிறார்கள் என்று நினைக்கிறேன். புலிகேசியின் வசனத்தை நம் சமூகம் கொண்டாடுகிறது. எனில் அதில் உள்ளடங்கியிருக்கும் பாடத்தை நாம் புரிந்துகொண்டோமா? ஆவணப்படுத்தலின் அவசியத்தை நாம் உணர்ந்துகொண்டோமா?

சீனர்கள் இதற்கு மாறானவர்கள் என்கிறார் வெ. சாமிநாத சர்மா. 'ஆதிகாலத்திலிருந்து ஒழுங்கான சரித்திரங்கள் அங்கு எழுதப்பட்டுவந்திருக்கின்றன' என்று இந்த நூலைத் தொடங்கும் ஆசிரியர், நூலின் கடைசிப் பகுதியில் 'சீனாவைத் தவிர வேறெந்த நாட்டிலும் அதன் வரலாறு இவ்வளவு விரிவாக எழுதப்பட்டதில்லை' என்று வியந்து பாராட்டுகிறார். 'சீனாவின் வரலாற்று நிகழ்வுகள் கிழமைவாரியாக' ஆவணப்படுத்தப் பட்டிருந்தன என்று பிறிதோரிடத்தில் குறிப்பிடுகிறார்.

சீன வரலாறு எத்தனை விரிவாக எழுதப்பட்டிருந்தாலும் அது இமய மலையைத் தாண்டி வட இந்தியாவிற்கோ, தென்சீனக் கடலையும் வங்கக் கடலையும் தாண்டித் தமிழகத்திற்கோ வந்துசேரவில்லை. இந்தியர்களுக்கும் அதில் அக்கறை இருக்கவில்லை. இத்தனைக்கும் சீனாவிற்கும் இந்தியாவிற்கும் ஒற்றுமைகள் அதிகம். இரண்டு நாடுகளும் உலகின் அதிக மக்கள்தொகை கொண்டவை, மிகப் பழைய பாரம்பரியங் களுக்குச் சொந்தமானவை. கிராமப்புறங்களை மிகுதியாகக் கொண்ட விவாசய நாடுகளாக இருந்தவை, இப்போது வேகமாக நகர்மயமாகி வருபவை. உலகின் மொத்த உள்நாட்டு உற்பத்தியில் ஐந்தில் ஒரு பங்கைக் கூட்டாக அளிப்பவை. இரு தேசங்களுக்கிடையிலான கலாச்சார உறவுகள் ஈராயிரமாண்டுப் பழமைமிக்கவை. இந்தியாவிலிருந்து போன புத்த மதம், சீனக் கலாச்சாரத்துக்கு இசைவாக இருந்தது. குறிப்பாகத் தமிழகமும் சீனமும் நெருக்கமாக இருந்தன. கடாரம் கொண்ட ராஜேந்திர சோழன், வங்கக் கடலையும் தென் சீனக் கடலையும் தாண்டிச் சீனாவுடன் வணிகம் நடத்தியிருக்கிறான். சீனத் துறவியான போதி தர்மரின் பூர்வாசிரமக் கதைகளில் அவர் ஒரு பல்லவ இளவரசர் என்கிற கதைதான் பிரபலமானது. ஆறு, ஏழாம் நூற்றாண்டு களில் சீனப் பயணிகள் காஞ்சிக்கு வந்திருக்கிறார்கள். உலகம் முழுதும் சுற்றிய பயணி ஹூவான் சுவாங் பல்லவப் பேரரசைப் பற்றி எழுதிய குறிப்புகள் பிரபலமானவை. 2019இல் சீனத் தலைவர் ஷி ஜிங் பிங் இந்தியா வந்தபோது அவரும் இந்தியப் பிரதமர் நரேந்திர மோடியும் சந்திப்பதற்கான களமாக மாமல்லபுரம்தான் தெரிவு செய்யப்பட்டது.

மேலும், தமிழும் சீனமும் ஒப்பிடத்தக்க மொழிகள். இரண்டுமே தொன்மையானவை, தனித்து இயங்க வல்லவை,

இலக்கண– இலக்கியச் செழுமை மிக்கவை, ஆகவே இரண்டுமே உயர் தனிச் செம்மொழிகள். கூடுதலாகத் தமிழும் சீனமும் மட்டுமே இன்றளவும் பயன்பாட்டில் உள்ள செம்மொழிகள். எனினும் இந்தச் சீன–தமிழ் உறவுச் சங்கிலி இடையில் எங்கோ அறுபட்டுவிட்டது. பழங்காலத் தொடர்புகளோ பண்பாட்டு ஒற்றுமைகளோ தமிழர்களுக்குச் சீன வரலாற்றின் மீது ஆர்வத்தைக் கிளர்த்தவில்லை.

இதற்கு இரண்டு காரணங்கள் இருக்கலாம். முதலாவது, பொதுவாக வரலாற்றின் மேல் நம்மவர்களுக்கு இருக்கும் அக்கறையின்மை. இரண்டாவது, சீனாவின் மேல் இருக்கும் ஒவ்வாமை. எல்லைப் பிரச்சினைகள், 1962ஆம் ஆண்டுப் போர் உருவாக்கிய கசப்பான அனுபவங்கள், 2020இல் சீனத் துருப்புகள் எல்லை தாண்டி இந்திய ராணுவ வீரர்களைக் கொன்ற நிகழ்வு என்று இது தொடர்கிறது. எவ்வாறாயினும் சீனா நமது அண்டை நாடு. நமது அண்டை நாட்டை நாம் இடம் மாற்ற முடியாது. மேலும் சீனா இன்று பெரும் சக்தியாக உருவெடுத்திருக்கிறது. இந்தக் காரணங்கள் பற்றியே சீனாவைப் பற்றி நாம் கூடுதலாக அறிந்துகொள்ள வேண்டும். அதற்கு வரலாறுதான் முதற்படி. அதைத்தான் சாமிநாத சர்மா செய்கிறார்.

வெங்களத்தூர் சாமிநாத சர்மா (17.9.1895–7.1.1978), திருவண்ணாமலை மாவட்டம், செய்யாறு வட்டம், வெங்களத்தூரில் முத்துசுவாமி ஐயர்–பார்வதி அம்மாள் தம்பதிக்கு மகனாகப் பிறந்தார். தமிழைத் தவிர ஆங்கிலம், தெலுங்கு, சம்ஸ்கிருதம், கன்னடம், இந்தி ஆகிய மொழிகளும் அவருக்குத் தெரியும். தட்டச்சும் சுருக்கெழுத்தும் படித்தார். அலுவலகங்களில் எழுத்தராகப் பணியாற்றினார். ஆனால் தான் ஓர் எழுத்தர் அல்ல, எழுத்தாளர் என்பது அவருக்குத் தெரிந்திருந்தது. பத்திரிகை களில் கட்டுரை எழுதலானார். தொடர்ந்து திரு.வி.க. ஆசிரியராக இருந்த ‘தேசபக்தன்’ நாளிதழிலும், அடுத்து ‘நவசக்தி’ வார இதழிலும் துணையாசிரியராகப் பணியாற்றினார். ஆந்திர கேசரி டி. பிரகாசம் நடத்திய ‘ஸ்வராஜ்யா’விலும் பணியாற்றினார்.

1932இல் பர்மாவுக்குப் புலம் பெயர்ந்தார். ரங்கூனில் சுதேசியப் பொருட்களையும் நல்ல நூல்களையும் தனது ‘பாரத் பண்டார்’ என்ற கடையில் விற்பனை செய்தார். ரங்கூனிலிருந்து வெளியான ‘ஜோதி’ இதழின் ஆசிரியர் ஆனார். 1942 வரை ஜோதி வெளியானது. 1936இல் அரு. சொக்கலிங்கம் செட்டியார் என்பார் சாமிநாத சர்மாவின் நூல்களை வெளியிடுவதற்காகவே ரங்கூனில் ‘பிரபஞ்ச ஜோதி பிரசுராலய’த்தைத் தொடங்கினார்.

செ. முஹம்மது யூனூஸ் (1924–2015) அந்நாளில் பர்மாவில் வசித்தவர். அவர் பின்னாளில் ஹாங்காங்கிற்குப் புலம்பெயர்ந்தார்.

அவரது பர்மிய அனுபவங்களை 'எனது பர்மா குறிப்புகள்' (காலச்சுவடு, 2009) எனும் நூலாகத் தொகுக்கும் வாய்ப்பு எனக்குக் கிடைத்தது. அந்த நூலில் யூனூஸ் சொல்கிறார்:

"ஜோதி இதழில் பெரும்பகுதி வரலாற்றுக் கட்டுரைகளாக இருக்கும். சிறப்புமிக்க தலைவர்களுடைய வரலாறு, நாட்டு வரலாறு என்றிருக்கும். 'ஜோதி'யிலிருந்து மாதம் ஒன்றோ இரண்டோ நூல்களும் வெளிவரும். சின்னச் சின்ன நூல்களாக இருக்கும். தாமஸ் ஆல்வா எடிசன், ஐசக் நியூட்டன் போன்ற விஞ்ஞானிகள், ஹிட்லர், முஸோலினி போன்ற சர்வாதிகாரிகள், இங்கர்சால், பிளாட்டோ போன்ற அறிஞர்களின் வரலாறு இருக்கும். இன்னும் மாஜினி, ஸன் யாட் ஸன், காந்தியடிகள், திலகர் போன்ற தலைவர்களின் வரலாற்றையும் எளிய தமிழில் தந்துவிடுவார்."

சாமிநாத சர்மா எழுதிய நூல்கள் சுமார் 80. படைப்பிலக்கியத்திற்கும் கணிசமாகப் பங்களித்திருக்கிறார். எனினும் இவர் நினைவுகூரப்படுவது நாட்டு வரலாறுகளுக்கும், வாழ்க்கை வரலாறுகளுக்கும், அரசியல் ஆய்வுக் கட்டுரைகளுக்காகவும்தான்.

'பிரபஞ்ச ஜோதி பிரசுராலயம்' வெளியிட்ட முதல் இரு நூல்கள் சாமிநாத சர்மா எழுதிய, 'முசோலினி'யும் 'அபிசீனிய சக்ரவர்த்தி'யும். இவற்றைப் படித்துவிட்டு உ.வே.சாமிநாதையர் இவ்வாறு எழுதினார்: "...அங்கங்கே யுத்தம் நிகழ்ந்ததும், நிகழ்வதும், ஜனங்களிற் பெரும்பாலோர்க்குப் பொதுவாகத் தெரியுமேயல்லாது, தேசத்தின் அமைப்புகளும், இயல்புகளும் தெளிவாகவும், உண்மையாகவும் தெரிந்துகொள்ள, உள்ளதை உள்ளவாறு அறிந்துகொள்வதற்கு இந்நூல்கள் தக்க கருவிகளாகும்".

இரண்டாம் உலகப் போரின்போது பர்மாவை ஜப்பான் ஆக்கிரமித்தது. 1942இல் 'ஜோதி' நின்றுபோனது. அந்த ஆண்டு பிப்ரவரி 21 அன்று ரங்கூனிலிருந்து கால்நடையாக மனைவியுடன் புறப்பட்ட சாமிநாத சர்மா, ஏப்ரல் 24 அன்று கொல்கத்தா வந்தடைந்தார். அந்த இடர்மிகு பயணத்தைப் பின்னாளில் 'பர்மா வழி நடைப்பயணம்' என்னும் நூலாக ஆவணப்படுத்தினார்.

இந்தியா திரும்பியதும் வை. கோவிந்தனின் 'சக்தி', ஏ.கே. செட்டியாரின் 'குமரி மலர்' முதலிய இதழ்களில் பணியாற்றினார். 1947இல் 'பிரபஞ்ச ஜோதி பிரசுராலயம்' மீண்டும் தொடங்கப்பட்டது. சாமிநாத சர்மாவின் பல துறை நூல்கள் மீண்டும் வெளிவரத் தொடங்கின.

அந்த நூல்களால் பயன் பெற்றவர்கள் பலர். அவர்களில் ஒருவர் கண்ணதாசன். அவர் சொல்கிறார்: "உலகத்து

அறிவையெல்லாம் ஒன்று திரட்டித் தமிழனின் மூளையில் ஏற்றி, உன்னதமான தமிழர்களை உற்பத்தி செய்ய இதுவரை யாராவது முயன்றிருக்கிறார்களா? எனக்கு அன்றும் இன்றும் ஒரே பெயர்தான் ஞாபகத்தில் நிற்கிறது. அதுதான் திரு. வெ. சாமிநாத சர்மா. நான் பெற்ற பொது அறிவில் இருபது சதவீதம் திரு. சாமிநாத சர்மாவின் நூல்கள் தந்தவையே." அது உண்மை வெறும் புகழ்ச்சியில்லை என்பது அவரது நூலை வாசிக்கிற யாராலும் உணர முடியும்.

சாமிநாத சர்மாவின் நூல்களுள் குறிப்பிடத்தக்கது 'சீனாவின் வரலாறு'. ஏடறிந்த வரலாற்றுக்கு முந்தைய தொன்மங்களிலிருந்தே இந்த நூல் ஆரம்பமாகிவிடுகிறது. கிறிஸ்துவிற்கு 2200 ஆண்டுகளுக்கு முன்பு தொடங்குகிறது பரம்பரைப் பேரரசுகளின் காலம். அவற்றின் எழுச்சியையும் வீழ்ச்சியையும் பொற்காலங்களையும் இருண்ட காலங்களையும் காய்தல் உவத்தல் இன்றி சொல்லிச் செல்கிறது இந்த நூல். அந்நிய வல்லரசுகளின் ஆக்கிரமிப்பையும் அவர்தம் சமச்சீரற்ற வணிக ஒப்பந்தங்களையும் அபினியின் பேரால் நடந்த போர்களையும் சொல்லி, அழித்தும் அழிபடாத தேசமாக விளங்கியது சீனா என்கிறார் சாமிநாத சர்மா. 1912இல் முடியாட்சிகளின் முடிவில் குடியரசின் ஆட்சி துவங்கியது. 1921இல் கம்யூனிஸ்ட் கட்சி உதயமானது. 1937இல் துவங்கிய ஜப்பானிய ஆக்கிரமிப்பு, 1945இல் முடிவுக்குக் கொண்டுவரப்பட்டது. தொடர்ந்து நிகழ்ந்த உள்நாட்டுப் போரின் முடிவில் 1949இல் மக்கள் சீனக் குடியரசை நிறுவினார் மா சே துங். அத்துடன் இந்த நூலும் நிறைவுபெறுகிறது.

இந்த நூல் ஆண்டுகளின் எண்களையும் அரசியலர்களின் பெயர்களையும் அடுக்கிச் செல்லும் தகவல் வங்கி அல்ல. ஒரு நாட்டின் வரலாற்றை அறிந்துகொள்ள அதன் மண்ணை, மக்களை அறிந்திருக்க வேண்டும் என்பதில் ஆசிரியருக்கு எந்த ஐயமும் இல்லை. ஆதலால் நாட்டின் நிலவியலை, அதன் பரப்பை, மனித வளத்தை, நீர் நிலைகளை, வேளாண்மை சார்ந்த கலாச்சாரத்தை, கோயில்கள், அரண்மனைகள் முதலான பராம்பரியச் சின்னங்களை விளக்கிச் செல்கிறார். சீன மொழி சித்திர எழுத்துக்களாலானது. ஒவ்வொரு எழுத்தும் ஒரு சொல். இது மொழி குறித்த நம் புரிதலைப் புரட்டிப்போடக்கூடியது. எனில், ஒரு தேசத்தின் வரலாற்றைப் படிப்பதற்கு இந்தப் புரிதல் அவசியமானது. சீனாவின் மண்ணில் கிளைத்த மதங்களையும், அயலிலிருந்து வந்த மதங்களையும் அவை மக்களிடம் செலுத்திய செல்வாக்கையும் விளக்குகிறார். சீனர்கள் குடும்ப அமைப்பிற்கு முக்கியத்துவம் வழங்குபவர்கள். நீத்தார் வழிபாடும் மரணச் சடங்குகளும் அவர்தம் பண்பாட்டு விழுமியங்களில்

முக்கியமானவை. சீனர்களின் மணவிழாச் சடங்குகளும் வழிபாட்டு முறைகளும் அவரது விவரிப்பில் இடம்பெறுகின்றன. சீனர்களின் தத்துவ நெறிகளையும் இலக்கியச் செழுமையையும் விரிவாகப் பேசுகிறார். காகிதம், பீங்கான், வெடி மருந்து, தேநீர் முதலான சீனர்களின் கண்டுபிடிப்புகளும் அவரது விவரணையில் இடம் பெறுகின்றன. இந்தப் பின்புலத்தில் சீனர்களின் எழுச்சியையும் வீழ்ச்சியையும் வாசகரால் நெருங்கிப் புரிந்துகொள்ள முடிகிறது.

சாமிநாத சர்மா தனக்கெனத் தெரிந்துகொண்ட சொல்முறையும் பேசப்பட வேண்டியது. இது பாடப்புத்தகத்தின் தட்டையான தொனி அன்று. அதே வேளையில் ஒரு வரலாற்றுப் பாத்திரத்தைத் தனது 'நோக்கு நிலைக்கு இழுத்துக்கொண்டு வருவதில்' அவருக்கு உடன்பாடில்லை. அந்தப் பாத்திரத்தை 'அவரது நோக்குநிலையில் இருத்தி வைத்துக் காண்பதி'லேயே அவர் விருப்பு உடையவராக இருக்கிறார். அதே வேளையில் அவர் கரையோரம் நின்று கதை சொல்வதில்லை. மாறாகப் பாத்திரங்களுக்குள்ளும் சம்பவத்திற்குள்ளும் ஆழ்ந்து போகிறார். அப்படி உணர்ச்சியுடன் சொல்வதுதான் தனது பாணி என்பதில் அவர் தெளிவாக இருக்கிறார். பெய்ஜிங் அரண்மனைகளை விவரிக்கிறபோது ஒரு கவிஞராக மாறி 'எத்தனை நிலா முற்றங்கள்! எத்தனை எத்தனை வாவிகள்! எத்தனை எத்தனை மண்டபங்கள்!' என்று வர்ணிக்கிறார். ஜப்பானியர்களின் ஆக்கிரமிப்பை விவரிக்கிறபோது அவரது ஆதரவு யாருடைய பக்கம் இருந்திருக்கும் என்று ஊகிப்பது கடினமன்று. 'ஜப்பானியர்கள், தாங்கள் ஆக்கிரமித்துக்கொண்ட பிரதேசங்களில் உயிரழிவையும் பொருளழிவையும் உண்டுபண்ணியதுகூட அவ்வளவு கொடுமையில்லை; சீனர்களின் கலைப்பண்பையே, சீனர்களின் நாகரிக வாழ்க்கையையே அழித்துவிட முயற்சி செய்தார்களே அதுதான் கொடிதினும் கொடியது' என்று உணர்ச்சி வசப்படுகிறார். 'ஒரு நூலாசிரியனுக்கு உணர்ச்சி ஓரளவு இன்றியமையாததாகவே இருக்கிறது' என்பது அவர் கருத்து.

அவருக்குத் தனது வாசகரைக் குறித்துத் தெளிவான சித்திரம் இருந்தது. அரசியல், வரலாறு சார்பான நூல்கள் அதிகம் எழுதியதற்கு அந்தத் 'துறைகள் பற்றிய நூல்கள் தமிழில் அதிகம் இல்லை' என்பதும், 'இந்தக் குறையைத் தம்மால் இயன்றவரை தீர்ப்போம்' என்கிற அவாவும்தான் காரணம் என்று அக்டோபர் 1971இல் 'நூலகம்' எனும் இதழுக்கு அளித்த நேர்காணலில் அவர் தெரிவிக்கிறார். தனது வரலாற்று மாந்தர்களைப் போலவே தனது வாசகர்கள்மீதும் எல்லையற்ற கரிசனம் கொண்டவர் அவர்.

வாசகரின் தோள் மீது கைபோட்டுக்கொண்டு கதை சொல்லும் நண்பனல்ல அவர். வாசகரை மடியில் இருத்திச் செல்லங் கொஞ்சிக் கதை சொல்லும் மாமனுமல்ல அவர். மாறாக அவர் வாசகரை அகலாது அணுகாது தீக்காயும் தொலைவில் நிற்கிறார். ஒரு பள்ளி ஆசிரியரின் தொனி இந்த நூலில் தென்படலாம். ஆனால் அவர் வாசகருக்கு அச்சமூட்டுவதில்லை. வாசகரை மிகுந்த மதிப்போடும் பிரியத்தோடும் கதை கேட்க வைத்துவிடும் அன்பாசிரியர் அவர்.

இந்த நூலின் முந்தைய பதிப்பு, அநேகமாக 1987இல் கோவை 'விடியல் பதிப்பகம்' வெளியிட்ட பதிப்பாகவே இருக்கக்கூடும். அந்தப் பதிப்பில், இந்த நூலின் முதற்பதிப்பு 1974இல் புதுக்கோட்டை 'பிரபஞ்ச ஜோதி பிரசுரலாய'த்தால் வெளியிடப்பட்டதாக ஒரு குறிப்பு காணப்படுகிறது. ஆனால் இந்த நூல் 1952இல் வெளியானதாகப் பிறிதொரு குறிப்பை பெ.சு.மணி எழுதிய 'இந்திய இலக்கியச் சிற்பிகள் – வெ.சாமிநாத சர்மா' (சாகித்ய அக்காதெமி, 1998) எனும் நூலில் காண முடிகிறது. இரண்டாவது குறிப்பிற்கான அகச் சான்றுகளும் இந்த நூலில் காணக் கிடைக்கின்றன.

முதலாவதாக, இந்த நூல் 1949இல் முடிகிறது. இரண்டாவதாக, சீனாவின் மக்கள்தொகையைப் பற்றிப் பேசும்போது அது 60 கோடி என்கிறார் ஆசிரியர். 1974இல் சீனாவின் மக்கள்தொகை சுமார் 91 கோடி, 1952இல் 58 கோடி. மூன்றாவதாக, இந்த நூலில் அவர் கையாளும் மொழி நடை. ஸ்தானம், விஸ்தீரணம், சீதோஷ்ணம், ஸ்தாபனம், பாஷை முதலான பல வடசொற்கள் நூலில் பயின்றுவருகின்றன. சாமிநாத சர்மா வடசொற்களுக்கு எதிரானவர் அல்லர். ஆனால் திரு.வி.க.வின் செல்வாக்கால் இயன்றவரை தமிழ்ச் சொற்களைப் பயன்படுத்த வேண்டும் என்று கருதியவர். எழுபதுகளில் மேற்கூறிய வடசொற்களுக்கு ஈடான நல்ல தமிழ்ச் சொற்கள் புழக்கத்தில் வந்துவிட்டன. 1974இல் எழுதியிருந்தால் அந்தத் தமிழ்ச் சொற்களையே அவர் பயன்படுத்தியிருப்பார். எனவே, 1952இல்தான் இந்த நூலின் முதற் பதிப்பு வெளியாகியிருக்க வேண்டும் என்று துணியலாம். ஆக, நூல் வெளியாகி 70 ஆண்டுகளுக்குப் பிறகு இப்போது இந்தப் பதிப்பு வருகிறது. அதற்கு இந்த நூல் முற்றிலும் தகுதியானதுதான். கடந்த 70 ஆண்டுகளில் சீன வரலாற்றைப் பற்றி இந்தத் தரத்தில் மிகக் குறைவான நூல்களே தமிழில் வெளியாகி இருக்கின்றன. மேலும், இந்த நூல் 1949இல் முடிகிறது. அதற்குப் பிறகான சீனாவின் வரலாறும் முக்கியமானது. அதன் சுருக்கம் நூலின் முழுமைக்கு வேண்டி இந்த முன்னுரையில்

உட்படுத்தப்படுகிறது. கீழ்க்காணும் இந்தப் பகுதியை நூலின் பின்னுரையாகவும் படித்துக் கொள்ளலாம்.

பெரும் கனவுகளோடு 1949இல் தொடங்கியது கம்யூனிஸ்ட் கட்சியின் ஆட்சி. 'நூறு பூக்கள் மலரட்டும்' என்பது மாவோவின் புகழ்பெற்ற மேற்கோள்களில் ஒன்று. எல்லாக் கருத்துகளும் முட்டி மோதித் தெளியட்டும் என்பது பொருள். ஆனால், அவரது ஆட்சியில் விமர்சனங்கள் சகித்துக்கொள்ளப்படவில்லை.

பெரும் பாய்ச்சல் (1958–1962)

புதிய அரசு நிலங்களைப் படிப்படியாக அரசுடைமை யாக்கியது. கூட்டுப் பண்ணைகளை உருவாக்குவதும் நாட்டைத் தொழில்மயமாக்குவதுமே சீனாவை உய்விக்கும் என்று நம்பினார் மாவோ. 1958இல் முன்மொழிந்த தனது திட்டத்துக்கு 'பெரும் பாய்ச்சல்' என்று பெயரிட்டார். ஆனால், அப்படியான பாய்ச்சல் எதுவும் நிகழவில்லை. மாறாக, தொழில் துறை பின்தங்கியது. விளைச்சல் வெகுவாகக் குறைந்தது. பஞ்சமும் நோயும் சீனாவைப் பீடித்தன. இந்தக் காலகட்டத்தில் இரண்டு கோடி மக்கள் மாண்டிருப்பார்கள் என்று கருதப்படுகிறது. நான்காண்டுகளில் திட்டம் பின்வாங்கிக்கொள்ளப்பட்டது.

கலாச்சாரப் புரட்சி (1966–1976)

மக்கள் கசந்தனர். கட்சிக்குள் மாவோ விமர்சிக்கப்பட்டார். நாட்டில் புரட்சிகரச் சிந்தனை குறைந்துவருவதாகக் கருதினார் மாவோ. ரஷ்யாவின் போக்கிலும் அவர் அதிருப்தியுற்றார். இதற்குத் தீர்வாக 1966இல் அவர் கொண்டுவந்துதான் 'கலாச்சாரப் புரட்சி'. பழைய மதிப்பீடுகள் தகர்க்கப்பட வேண்டும் என்பதே முழக்கமானது. செம்படைக் காவலர் எனும் பெயரில் குழுக்கள் அமைக்கப்பட்டன. இளைஞர்கள் பள்ளிகளையும் கல்லூரிகளையும் தொழிற்சாலைகளையும் புறக்கணித்து செம்படையில் இணைந்தனர். பல இடங்களில் முதியவர்களும் அறிவுஜீவிகளும் தாக்கப்பட்டதாகவும், பழமையான கலாச்சாரச் சின்னங்கள் தகர்க்கப்பட்டதாகவும் பதிவுகள் கூறுகின்றன. இதற்கிடையில் செம்படைகளுக்குள்ளே அதிகாரப் போட்டி ஏற்பட்டது. அதை அடக்க ராணுவம் வந்தது. தேசத்தில் உற்பத்தி குறைந்தது. கலாச்சாரப் புரட்சியானது மாவோவின் மரணம் (1976) வரை நீடித்தது. கலாச்சாரப் புரட்சி ஒரு தவறான முன்னெடுப்பு என்று 1981இல் அறிவித்தது கம்யூனிஸ்ட் கட்சி. மாவோவின் நெருங்கிய சகாக்கள் சிறைவைக்கப்பட்டனர். எனினும், மாவோவே சீனாவின் திருவுருவாக நீடிக்கிறார். மாவோவின் காலத்தில்தான் சீனா ஒரு தேசமாகத் திரண்டது, மக்களின்

கல்வியறிவும் ஆரோக்கியமும் வளர்ந்தது. ஆகவே அவரது குணமும் குற்றமும் நாடியதில் குணமே மிகையானது என்றார் டெங் சியோ பிங். மாவோவுக்குப் பிறகு கட்சிக்கும் ஆட்சிக்கும் தலைமை ஏற்றார் டெங்.

தாராளமயத்தின் காலம் (1978-2013)

1978இல் அந்நிய முதலீடுகளுக்கு வாசல் திறந்தார் டெங் சியோ பிங். சீனாவின் அபரிமிதமான மனித வளத்தைப் பயன்படுத்தி நாட்டைத் தொழில்மயமாக்கினார். செல்வம் சேர்ந்தது. அந்த அதிவேக வளர்ச்சியின் காலத்தில் டெங் தனது சகாக்களைச் சர்வதேச அரங்கில் அடக்கிவாசிக்கச் சொன்னார். 'உன் சக்தியை வெளிக்காட்டிக்கொள்ளாதே' என்றார். தனது பாதைக்கு டெங் வைத்த பெயர் சீனா பாணியிலான சோஷலிஸம்.

அந்நிய முதலீடு சீனாவில் தொழிற்சாலைகளை உருவாக்கியது. சீனாவை நகரமயமாக்கியது. வேலைவாய்ப்பு பெருகியது. புதிய தொழில்நுட்பங்கள் புயலெனப் புகுந்தன. சீனா தனது உட்கட்டமைப்பைப் பன்மடங்கு மேம்படுத்திக்கொண்டது. புதிய சாலைகளும் ரயில் தடங்களும் துறைமுகங்களும் சர்வதேசத் தரத்தில் உருவாகின. முக்கியமாக, கல்வியறிவு பெற்ற சமூகத்துக்குத் தத்தமது ஆலைகளுக்குத் தேவையான தொழிற்கல்வி பயில்வது எளிதாக இருந்தது. அவர்கள் கிராமங்களிலிருந்து நகரங்களுக்குப் புலம்பெயர்ந்து தொழிற்சாலைகளின் உண்டு–உறைவிடக்கூடங்களில் தங்கிக்கொண்டனர். நேரங்காலம் பார்க்காமல் கடுமையாக உழைத்தனர். உலகம் முழுமைக்குமான உற்பத்திக்கூடமாகச் சீனா மாறியது. இப்படித்தான் கடந்த 40 ஆண்டுகளில் வறுமைக்கோட்டுக்குக் கீழே இருந்த 70 கோடிக்கும் மேற்பட்ட சீனர்கள் வறுமையின் பிடியிலிருந்து விடுவிக்கப்பட்டிருப்பதாகப் புள்ளிவிவரங்கள் தெரிவிக்கின்றன. உலக வரலாற்றில் முன்னுதாரணம் இல்லாதது இது.

பின்னடைவுகள்

இந்த வளர்ச்சியைப் பெறுவதற்குச் சீனா கொடுத்த விலையும் அதிகம்தான். சூழலுக்குக் கேடு விளைவிக்கும் வாயுக்களை வெளியேற்றுவதில் சீனாதான் உலகில் முதலிடத்தில் இருக்கிறது. அடுத்ததாக, சீனாதான் உலகில் மக்கள்தொகை அதிகமுள்ள நாடு. மக்கள்தொகை வளர்ச்சி பெரிதும் மட்டுப்படுத்தப்பட்டிருக்கிறது. இதற்காக அரசு 1980இல் ஒற்றைக் குழந்தைத் திட்டதைக் கொண்டுவந்தது. அது கடுமையாக அமல்படுத்தப்பட்டது. இதனால், ஆண் மோகமிக்க சமூகத்தில் பல பெண் சிசுக்கள் கருவிலேயே அழிக்கப்பட்டன. இன்று பாலியல் சமநிலை

இல்லாத நாடாக இருக்கிறது சீனா. 2015இல் அரசு ஒற்றைக் குழந்தைத் திட்டத்தை நிறுத்திக்கொண்டது. ஆனால் அதன் பாதிப்பு நீடிக்கிறது. இனி சீனாவின் மக்கள்தொகை குறையத் தொடங்கும். உழைக்கும் வயதினரும் குறைவார்கள்.

மூன்றாவதாக, கிராமங்களிலிருந்து நகரங்களுக்குப் புலம் பெயர்ந்து செல்லும் தொழிலாளர்கள் தங்கள் குடும்பத்தினரை அழைத்துச்செல்ல அனுமதிக்கப்படுவதில்லை. கடந்த சில ஆண்டுகளாக நகர நிர்வாகங்கள், புலம்பெயரும் தொழிலாளர்கள் தத்தமது குடும்பத்தினரையும் அழைத்துவருவதற்கு ஏற்ற விதமாக நகரங்களின் உட்கட்டமைப்பையும் கல்விச்சாலைகளையும் மருத்துவமனைகளையும் மேம்படுத்திவருகின்றன.

கடைசியாக, சீனா எதிர்கொள்ளும் பிரதான விமர்சனம் எதிர்க்குரல்களும் ஜனநாயகமும் அனுமதிக்கப்படுவதில்லை என்பது. 1989இல் தியானன்மென் சதுக்கத்தில் நிகழ்ந்த மாணவர் போராட்டம் வன்மையாக ஒடுக்கப்பட்டது. இப்போதும் வடிகட்டப்பட்ட பின்னரே இணையம் பயனர்களுக்குக் கிடைக்கிறது. ஹாங்காங்கின் ஜனநாயக உரிமைக் கோரிக்கைகள் ஏற்கப்படவில்லை. சீன ஆட்சி முறை மக்களை நேரடியாகப் பிரதிநிதித்துவப்படுத்துவதில்லை.

ஷி ஜின்பிங் காலம் (2013-)

ஷி ஜின்பிங் 2012இல் சீன கம்யூனிஸ்ட் கட்சியின் பொதுச் செயலரானார். பிறகு, அதே ஆண்டு முப்படைகளின் தலைவரானார். அடுத்து, 2013இல் நாட்டின் அதிபரானார். இந்த வரிசை யதேச்சையானதல்ல. சீனக் கம்யூனிஸ்ட் கட்சி 1921இல் நிறுவப்பட்டது. சீன ராணுவம் 1927இல் கட்டப்பட்டது. கம்யூனிஸ்ட் கட்சியின் ஆட்சி 1949இல் அமைக்கப்பட்டது. கட்சி, ராணுவம், ஆட்சி என்பதுதான் வரலாற்றின் வரிசை; முக்கியத்துவத்தின் வரிசையும் அதுதான். ராணுவமும் ஆட்சியும் கட்சிக்குக் கட்டுப்பட்டவை.

தனக்கு முந்தைய தலைவர்களிலிருந்து ஷி வேறுபட்டவர். ஷி–க்கு முன்பு அதிபராக இருந்த ஜியாங் ஜெமின் (1993–2003), ஹு ஜின்டாவ் (2003–2013) இருவரின் பதவிக் காலமும் பத்தாண்டுகள். இந்த விதியை ஷி மாற்றிவிட்டார். 2022இல் சீனக் கம்யூனிஸ்ட் கட்சியின் பேராயம் அவரது பதவிக் காலத்தை 2023ஐத் தாண்டியும் நீட்டித்துவிட்டது. இனி அடுத்து வரும் பத்தாண்டுகளுக்கேனும் ஷி பதவியில் நீடிப்பார். எந்தத் தடையுமில்லை. அடுத்து, சீனா அடக்கி வாசிக்க வேண்டும் என்று டெங் கருதினார். ஆனால், காத்திருப்பின் காலம் முடிந்து விட்டது என்பது ஷி–யின் கருத்து. தென்சீனக் கடலிலும்,

இந்திய எல்லையிலும், அமெரிக்க வணிகத்திலும் சீனா தனது ஆக்ரோஷமான முகத்தை வெளிப்படுத்துகிறது.

கால்வான் பிரச்சினை

2020 ஜூன் 15ஆம் நாள் இரவில்தான் பாரதியார் விதந்தோதிய வெள்ளிப் பனிமலையின் கால்வான் பள்ளத்தாக்கில் 14,000 அடி உயரத்தில், 20 இந்திய ராணுவ வீரர்கள் கொல்லப்பட்டனர். சீனத் தரப்பிலும் உயிரிழப்பு இருந்தது; ஆனால் முழு விவரத்தை அவர்கள் தெரிவிக்கவில்லை.

2020 ஏப்ரல் மாதம் கால்வான் பள்ளத்தாக்கில் இந்தியா தனது பகுதியில் சாலைகள் அமைக்க முற்பட்டதுதான் இப்போதைய பதற்றத்தின் தொடக்கப்புள்ளி. சில நோக்கர்கள் 2019இல் இந்தியா லடாக்கை ஒன்றியப் பிரதேசமாக மாற்றிய போதே சீனா தனது அதிருப்தியை வெளியிட்டதைச் சுட்டிக் காட்டுகிறார்கள்.

இமயத்தின் சிகரங்களை அடர்பனி மட்டுமில்லை, கடந்த இரண்டு ஆண்டுகளாக அவநம்பிக்கையும் போர்த்தியிருக்கிறது. அந்தக் கொடுங்குளிர்ப் பிரதேசம் இப்போது அரசியலின் வெப்ப அலைகளால் நிறைந்திருக்கிறது. தளபதிகள் மட்டத்தில் இரு தரப்பினரும் பல முறை சந்தித்துப் பேசியிருக்கிறார்கள். அதன் பலனாகச் சில இடங்களில் இரு தரப்பினரும் தத்தமது படைகளைப் பின்வலித்துக்கொண்டும் இருக்கிறார்கள். அதே வேளையில் வேறு சில இடங்களில் சமரசம் எட்டப்பட வில்லை. ராணுவம் பகலிரவாகக் காவல் காக்கிறது. ராஜீய உறவுகள் சீர்கெட்டுப் போயிருக்கின்றன. வணிக உறவுகள் பாதிக்கப்பட்டிருக்கின்றன. இந்தியாவின் மீது தொடர்ந்து அழுத்தத்தைத் தருவது சீனாவின் நோக்கமாகத் தெரிகிறது. இந்தச் சூழலுக்கு ஏற்றாற்போல் இந்தியா தன்னைத் தகவமைத்துக் கொள்ள வேண்டும்.

சீனா பொருளாதாரத்திலும் ராணுவ பலத்திலும் இன்று முன்வரிசையில் நிற்கிறது. யுத்தங்களையும் பஞ்சங்களையும் வறுமையையும் படுகொலைகளையும் சதிகளையும் கடந்துதான் சீனா இந்நிலையை எட்டியிருக்கிறது. சீனாவின் இந்த நெடிய வரலாற்றை உள்ளடக்கிய நூல்கள் தமிழில் குறைவு. ஆழி. செந்தில்நாதன் எழுதிய 'டிராகன் – புதிய வல்லரசு சீனா' (ஆழி பப்ளிஷர்ஸ், 2009), 1949 முதல் 2009 வரையிலான சீனாவின் வரலாற்றைச் சொல்கிறது. குறிப்பிடத்தகுந்த நூல்.

ஏடறிந்த காலத்திற்கு முன்பு தொடங்கி இன்று வரையிலான சீன வரலாற்றை எளிய தமிழில் சொல்கிற நூல்கள் பல வர

வேண்டும். 'சீனாவின் வரலாறு' நூலின் இந்தப் பதிப்பு வாசகர்களிடையே உண்டாக்கும் ஆர்வம் அதற்கு உதவ வேண்டும்.

இந்த நூலை நல்ல அச்சோடும் அமைப்போடும் கொண்டு வந்திருக்கிறது. மலர் புக்ஸ். இந்த நூலின் பதிப்பாளர் 'பரிசல்' சிவ. செந்தில்நாதன் புத்தகங்களையே சுவாசிக்கிறவர். ஒரு தனி நபர் இயக்கமாக இடையறாது இயங்கிவருபவர். தமிழ்ச் சமூகத்திற்குப் பல நல்ல நூல்களைத் தொடர்ந்து வழங்கிவருபவர். ஒரு முக்கியமான வரலாற்றுத் தருணத்தில் அவர் கொண்டுவரும் இந்தச் 'சீனாவின் வரலாறு' நூலைத் தமிழ்கூறு நல்லுலகம் ஆதரிக்கும் என்று நம்புகிறேன். இந்த முன்னுரையை என்னை எழுதச் சொல்லிக் கேட்டுக்கொண்டவரும் அவர்தான். அவருக்கு என்னுடைய நன்றிகள்.

['சீனாவின் வரலாறு', வெ. சாமிநாத சர்மா, புதிய பதிப்பு: 2022, வெளியீடு: மலர் புக்ஸ், பரிசல் புத்தக நிலையம்]

மின்னம்பலம்.காம் 6.5.2022

12

புக்கரும் 'பூக்குழி'யும்

"2015ஆம் ஆண்டில் பெருமாள் முருகன் தனக்குள் இருக்கும் படைப்பாளி இறந்துவிட்டதாக அறிவித்தார். அவரது 'மாதொருபாகன்' நாவலுக்கு எதிராகச் சாதியச் சங்கங்கள் போராடின, வழக்காடின, புத்தகப் பிரதிகளை எரித்தன. இதைத் தொடர்ந்து எழுத்துத் துறையிலிருந்து தாம் ஓய்வு பெறுவதாக அவர் அறிவித்தார். 2016இல் நாவலைக் குறித்து நடந்த வழக்கு முடிவிற்கு வந்தது. நீதிபதி இப்படித் தீர்ப்பெழுதினார்: "இந்த எழுத்தாளர் உயிர்த்தெழட்டும்! அவர் எதில் சிறந்து விளங்குகிறாரோ அதைச் செய்யட்டும்! அவர் எழுதட்டும்!" பெருமாள் முருகனுக்கு அந்தத் தீர்ப்பு ஆணையாகவும் ஆசியாகவும் வாழ்த்தாகவும் அமைந்தது. அவர் மீண்டும் எழுதத் தொடங்கினார்.

இந்தப் புத்துயிர்ப்பின் கதையை நாம் அறிவோம். சில இந்திய இலக்கிய வாசகர்களும் அறிவார்கள். இனி உலகெங்கிலும் உள்ள பல ஆங்கில இலக்கிய வாசகர்களையும் இந்தக் கதை சென்றடையும். மேற்குறிப்பிட்ட பத்தி மார்ச் 14 அன்று புக்கர் குழுமம் வெளியிட்ட அறிக்கையில் இடம்பெற்றது. பன்னாட்டு புக்கர் விருதுகளுக்கான 13 ஆங்கில மொழிபெயர்ப்பு நூல்களின் நெடும்பட்டியல் அன்றுதான் வெளியானது. அந்தப் பட்டியலில் பெருமாள் முருகனின் 'பூக்குழி' (காலச்சுவடு, 2013) நாவலின் ஆங்கில மொழிபெயர்ப்பான 'Pyre' (Pushkin Press, 2022) இடம்பிடித்தது. பூக்குழிதான் புக்கரில் பறக்கும் முதல் தமிழ்க்கொடி. புக்கர் குழுமத்தின்

நெடும் பட்டியல் நாவலாசிரியர்களை அறிமுகப்படுத்துகிறது. அந்தக் குறிப்பில்தான் மேற்குறிப்பிட்ட புத்துயிர்ப்பின் கதை இடம் பெறுகிறது.

புக்கர் விருதின் வரலாறு

ஆங்கில இலக்கிய உலகின் மதிப்பு வாய்ந்த விருதுகளில் ஒன்றாகக் கொண்டாடப்படும் புக்கர் விருது 1969ஆம் ஆண்டில் நிறுவப்பட்டது. தொடக்கத்தில் பொதுநல (Commonwealth) நாடுகளில் வெளியான ஆங்கிலப் புதினங்கள் மட்டுமே பரிசீலிக்கப்பட்டன. பிற்பாடு எல்லா நாடுகளிலும் வெளியான ஆங்கிலப் புதினங்கள் இணைத்துக்கொள்ளப்பட்டன. 2015ஆம் ஆண்டில் ஆங்கில மொழிபெயர்ப்புப் புதினங்களுக்குத் தனிப்பிரிவு உருவானது.

அதாவது, புக்கர் பரிசில் இப்போது மூன்று பிரிவுகள் உள்ளன. ஆங்கிலத்தில் எழுதப்பட்டு பிரிட்டனிலும் அயர்லாந்திலும் பதிப்பிக்கப்படும் நாவல்கள் முதல் பிரிவில் வரும். பரிசுத் தொகை 50,000 பவுண்டுகள் (ரூ. 50 லட்சம்). குறும்பட்டியலில் ஆறு நூல்கள் இடம்பெறும். அவை ஒவ்வொன்றும் 2,500 பவுண்டுகள் பரிசு பெறும். கடந்த ஆண்டு சிங்களவரான ஷெஹான் கருணாதிலக எழுதிய 'த செவன் மூன்ஸ் ஆஃப் மாலி அல்மெய்டா' (The Seven Moons of Maali Almeida) எனும் நாவல் பரிசு பெற்றது. இலங்கையை ரத்தச் சுவடுகளால் நிரப்பிய எண்பதுகளைக் கதைக் களமாகக் கொண்டது இந்த நாவல். வி.எஸ். நைபால் (In a Free State, 1971), சல்மான் ருஷ்டி (Midnight's Children, 1981), அருந்ததி ராய் (The God of Small Things, 1997), கிரண் தேசாய் (The Inheritence of Loss, 2006), அரவிந்த் அடிகா (The White Tiger, 2008) ஆகிய இந்திய எழுத்தாளர்கள் இந்தப் பிரிவில் பரிசு பெற்றிருக்கிறார்கள். யான் மார்ட்டெல் (Life of Pi, 2002), மார்கிரெட் அட்வுட் (The Testaments, 2019) முதலான விருதாளர்கள் தமிழ் வாசகர்களுக்கு நெருக்கமானவர்கள்.

இரண்டாவது பிரிவு பன்னாட்டு புக்கர் விருது. 2015ஆம் ஆண்டு முதல் வழங்கப்பட்டுவருகிறது. ஒரு நாவல் உலகின் எந்த மொழியில் வேண்டுமானாலும் எழுதப்பட்டிருக்கலாம். அது ஆங்கிலத்தில் மொழி பெயர்க்கப்பட்டு பிரிட்டனிலும் அயர்லாந்திலும் பதிப்பிக்கப்பட்டிருந்தால் இந்தப் பிரிவில் வரும். இதிலும் பரிசுத் தொகை 50,000 பவுண்டுகள். பரிசு பெற்ற படைப்பின் நூலாசிரியரும் மொழிபெயர்ப்பாளரும் பரிசுத் தொகையைச் சமமாகப் பங்கிட்டுக்கொள்வார்கள். இதிலும் குறும்பட்டியலில் இடம்பெறும் நூல் ஒவ்வொன்றும் 2,500 பவுண்டுகள் பரிசு பெறும். இந்தப் பரிசுத் தொகையிலும்

செம்பாகம் மொழிபெயர்ப்பாளருக்கு உரியது. மேன் ஏஷியன் இலக்கிய விருது என்னும் மூன்றாவது பிரிவு ஆசிய நாடுகளில் வெளியாகும் ஆங்கில அல்லது ஆங்கிலத்தில் மொழிபெயர்க்கப்படும் நாவல்களுக்கானது.

மொழிபெயர்ப்பாளர்கள் மேற்கொள்ளும் உழைப்பு மிகப்பெரிது. அந்த உழைப்பின் வழிதான் அன்னா கரீனாவும் டான் குவிக்சோடும் உலகெங்கும் பயணிக்க முடிந்தது. தஸ்தயேவ்ஸ்கியின் மேதைமையும் மார்க்கேஸின் மாய யதார்த்தமும் தேசப்படங்களின் எல்லைக் கோடுகளைத் தாண்ட முடிந்தது. ஆனால் மொழிபெயர்ப்பாளர்களின் உழைப்பு போதிய கவனம் பெறுவதில்லை. ஆனால் புக்கர் விருது அவர்தம் உழைப்புக்கு அங்கீகாரம் வழங்குகிறது. அதே வேளையில், இது மொழிபெயர்ப்புக்கான விருது அல்ல. மாறாக, ஆங்கிலத்தில் மொழிபெயர்க்கப்பட்ட சிறந்த புதினத்திற்கான விருது.

பூக்குழியை மொழிபெயர்த்தவர் அனிருத்தன் வாசுதேவன். மாதொருபாகன் நாவல் இவரது மொழிபெயர்ப்பில் *'One Part Woman'*ஆக வெளியாகிச் சர்வதேசக் கவனத்தைப் பெற்றது. அது பல பன்னாட்டு விருதுகளின் பரிந்துரைப் பட்டியலில் இடம்பெற்றது. சிறந்த மொழிபெயர்ப்புக்கான சாகித்திய அகாதெமி விருதையும் *(2016)* கனடா தமிழ் இலக்கியத் தோட்டத்தின் விருதையும் *(2013)* பெற்றது. அனிருத்தனுக்கு ஆய்வாளர், சமூகச் செயல்பாட்டாளர், பரத நாட்டியக் கலைஞர், மானுடவியலாளர் எனப் பல முகங்கள் உண்டு.

கடந்த ஆண்டு பன்னாட்டு புக்கர் விருதை வென்றவர் கீதாஞ்சலி ஸ்ரீ. அவரது 'ரேத் சமாதி' *(Ret Samadhi)* என்ற இந்தி நாவலின் ஆங்கில மொழிபெயர்ப்பான 'டூம் ஆஃப் சாண்ட்' *(Tomb of Sand)* விருது பெற்றது. இந்த விருதைப் பெற்ற முதல் இந்தியர் கீதாஞ்சலி. மொழிபெயர்ப்பாளர்: டெய்சி ராக்வெல். நாவல் இந்திய – பாகிஸ்தான் பிரிவினையை அடிப்படையாகக் கொண்டது. மதங்களும் அரசாங்கங்களும் உருவாக்கிய எல்லைகளை மனிதம் உடைத்துப் போடுவதை நாவல் கலாபூர்வ மாகச் சொல்கிறது.

புக்கர் விருதின் பெருமை

பன்னாட்டு புக்கர் விருது பல விதங்களிலும் முக்கிய மானது. முதற் பயன், இது உலகின் தலைசிறந்த நாவல்களை உலகெங்குமுள்ள ஆங்கில வாசகர்களிடம் கொண்டுசேர்க்கிறது. அடுத்ததாக, எழுத்தாளருக்கும் அவரது படைப்பிற்கும் உள்நாட்டில் புதிய கவனத்தை உருவாக்குகிறது. *2016*ஆம்

ஆண்டு விருது பெற்ற 'வெஜிடேரியன்' ஒரு கொரிய நாவல். அது வெளியான காலத்தில் கொரிய மொழியில் 2000 பிரதிகளே விற்பனை ஆகியிருந்தது. விருது பெற்றதும் அதன் ஆங்கில மொழிபெயர்ப்பும் மறுபதிப்புக் கண்ட கொரியப் பதிப்புமாக 5 லட்சம் பிரதிகள் விற்றுத் தீர்ந்தன. கீதாஞ்சலி ஸ்ரீயின் நாவல் விருது பெற்றதும் இந்தியாவில் மட்டும் இந்திப் பதிப்பு 35,000 பிரதிகளும் ஆங்கிலப் பதிப்பு 50,000 பிரதிகளும் விற்பனை ஆயின. மூன்றாவதாக, விருது பெறும் படைப்புகள் பல்வேறு மொழிகளில் மொழிபெயர்க்கப்படுகின்றன. 2020ஆம் ஆண்டு பன்னாட்டு புக்கர் விருது பெற்ற டச்சு நாவலான 'The Discomfort of the Evening' இதுவரை 40 மொழிகளைச் சென்றடைந்திருக்கிறது.

மே 2022 – ஏப்ரல் 2023 காலகட்டத்தில் ஆங்கிலத்தில் வெளியாகி, பதிப்பாளர்களால் போட்டிக்குச் சமர்ப்பிக்கப்பட்ட 134 மொழிபெயர்ப்பு நாவல்களில், முதற்கட்டமாகத் தேர்ந்தெடுக்கப்பட்ட 13 நாவல்கள் இவ்வாண்டுக்கான நெடும்பட்டியலில் இடம்பெறுகின்றன. இதிலிருந்து ஆறு நூல்கள் அடங்கிய குறும்பட்டியல் ஏப்ரல் 18 அன்று வெளியாகும். கிரீடம் பெறும் படைப்பு எதுவென்று மே 23 அன்று தெரியவரும்.

இந்த விருது உலகளாவிய மதிப்பை ஈட்டியிருப்பதற்கு அதன் வெளிப்படைத் தன்மை ஒரு முக்கியக் காரணம். எத்தனை நூல்கள் பரிசீலிக்கப்படுகின்றன, நெடும்பட்டியலை எட்டியவை எத்தனை, குறும்பட்டியலுக்கு வந்துசேர முடிந்தவை எவை, ஒவ்வொரு நூலும் தேர்வானதற்கான காரணங்கள், நடுவர் குழுவின் கருத்துகள் என அனைத்தும் பொதுவெளியில் வைக்கப்படுகின்றன.

இந்த ஆண்டு பன்னாட்டு புக்கர் விருதின் நடுவர் குழுவிற்குத் தலைமை ஏற்பவர் லெய்லா சில்மானி. நாவலாசிரியர். பிரெஞ்சு, மொராக்கோ மொழிகளில் எழுதிவருகிறார். பல பன்னாட்டு விருதுகளை ஈட்டியவர். குழுவில் இடம்பெற்றிருக்கும் உய்லெம் ப்ளாக்கர், உக்ரேனிய மொழியிலிருந்து பல படைப்புகளை ஆங்கிலத்தில் மொழிபெயர்த்து வருபவர்; டான் ட்வான் இங் மலேசியர், இவரது நாவலொன்று புக்கர் குறும்பட்டியலை எட்டியிருக்கிறது; பாருல் சேகல் இலக்கிய விமர்சகர், நியூயார்க் டைம்ஸில் பணியாற்றுகிறார்; பிரெடரிக் ஸ்டட்மென் பைனான்ஷியல் டைம்ஸ் நாளேட்டின் இலக்கியப் பிரிவு ஆசிரியர். விருதின் தரமும் பன்மைத்துவமும் நடுவர் குழுமத் தேர்விலும் பிரதிபலிக்கிறது.

புக்கர் பன்னாட்டு விருதுக்கான இவ்வாண்டு நெடும்பட்டியலில் பல சுவாரஸ்யங்கள் இருக்கின்றன. இந்தப் பட்டியலில்

மூன்று மொழிகள் முதல் முறையாக இடம்பெறுகின்றன. அவை: பல்கேரியா, கேட்டலான், தமிழ். இந்தப் பட்டியலில் மூன்று எழுத்தாளர்களின் படைப்புகள் முதல் முறையாக ஆங்கிலத்தில் மொழிபெயர்க்கப்பட்டவை. ஒரு எழுத்தாளரின் அகவை 89; அவரது நாவலை மொழிபெயர்த்தவர் அவரது கணவர். உக்ரேனிய எழுத்தாளர் எழுதிய ரஷ்யப் படைப்பு இடம்பெறுகிறது. இனி ரஷ்ய மொழியில் எழுத மாட்டேன் என்று அவர் உறுதி எடுத்திருக்கிறார். ஒரு திரை இயக்குநர், நான்கு கவிஞர்கள், ஒரு முன்னாள் செக்யூரிட்டி காவலர் என்று பலர் நெடும்பட்டியலில் இடம் பெறுகிறார்கள்.

நெடும்பட்டியலின் தரம்

நெடும் பட்டியலில் இடம் பிடித்திருக்கும் அனைத்து நாவல்கள், அவற்றின் ஆசிரியர்கள், மொழி பெயர்ப்பாளர்கள் பற்றியுமான குறிப்புகளை புக்கர் குழுமம் தனது தளத்தில் வெளியிட்டிருக்கிறது. அதிலிருந்து:

'Ninth Building' சீன நாவல். சீனாவின் கலாச்சாரப் புரட்சிக் காலத்தில் உள்ளிருந்து ஒலித்த குரல்கள் குறைவு. ஷோ ஜிங்ஜியின் இந்த நாவலில் அந்தக் குரலைக் கேட்கலாம்.

'A System So Magnificent It Is Blinding' ஒரு சுவீடிஷ் நாவல். 1989இல் ஒரே பிரசவத்தில் பிறந்த மூன்று குழந்தைகளைப் பற்றியது. 25 ஆண்டுகளுக்குப் பிறகு பிள்ளைகளின் தாய் சொல்லும் கதை, அவர்களின் வாழ்க்கைப் போக்கை மாற்றிவிடுகிறது. அமெண்டா ஸ்வென்சானின் இந்த நாவல் பல இருத்தலியல் தத்துவங்களைக் கேள்விக்கு உள்ளாக்குகிறது.

'Still Born' மெக்சிகன் நாவல். ஆசிரியர் காடல்ப் நெட்டல் மெக்சிக்கோவிலும் பிரான்சிலும் வளர்ந்தவர். தங்கள் பணியில் மிகுந்த ஈடுபாடு மிக்க, முப்பதுகளில் இருக்கும் இரண்டு பெண்கள் அந்தக் கேள்விக்கு முகங் கொடுக்கிறார்கள்– 'அவசியம் பிள்ளை பெற்றுக்கொள்ள வேண்டுமா?' நாவலின் போக்கில் அவர்களின் பதில்கள் மாறிய வண்ணம் இருக்கின்றன.

'While We Were Dreaming' ஜெர்மானிய நாவல். பெர்லின் சுவர் விழும்போது தொடங்குகிறது. இரண்டு ஜெர்மனிகளின் இணைப்பு உண்டாக்கும் எதிர்பார்ப்புகளைச் சுற்றி வளரும் இளைஞர்களின் பார்வையில் நாவல் விரிகிறது. ஆசிரியர்: கிளமண்ஸ் மெயர். மொ–ர்: கேட்டி டெர்பஷையர். இதே இணையரின் பிறிதொரு நாவல் 2017ஆம் ஆண்டு குறும்பட்டியல்வரை போனது.

'The Birthday Party'யின் ஆசிரியர் லாரண்ட் மாவிக்னர், சமகால பிரெஞ்சு எழுத்தாளர்களில் முக்கியமானவர். ஒரு அத்துவானக் குக்கிராமத்தில் ஒரே நாளில் நடக்கும் சம்பவங்களால் ஆனது இந்த நாவல்.

'Jimi Hendrix Live in Lviv' ஒரு மாய யதார்த்த நாவல். லெவிவ் ஒரு உக்ரேனிய நகரம். ஆசிரியர் ஆன்ரே குர்கோவ் அந்த நகரில்தான் வசிக்கிறார். ஆனால் நாவலை ரஷ்ய மொழியில் எழுதியிருக்கிறார். ஆன் ரே சிறை வார்டனாக, பத்திரிகையாளராக, ஒளிப்பதிவாளராக எனப் பல அவதாரங்கள் எடுத்து, இப்போது நாவலாசிரியராக மாறியிருப்பவர். அவர்கள் வசிக்கும் ஊரில் ஒருவர் நாவலாசிரியராக மட்டுமே வாழ முடியுமாம்.

'Is Mother Dead' விக்டிஸ் ஹஜ்ரோத் எழுதிய நோர்வேஜிய நாவல். ஒரு அம்மாவையும் குழந்தையையும் மையம் கொண்டது. ஆசிரியர் பல்வேறு விருதுகளைப் பெற்றவர்; பிரபலமானவர்.

'Standing Heavy' ஒரு ஐவோரியன் நாவல். கோட் டிவார் ஒரு சிறிய மேற்கு ஆப்பிரிக்க நாடு. அதன் மக்கள் ஐவோரியர்கள். அவர்கள் பேசும் மொழி ஐவோரியன். இரண்டு தலைமுறை ஐவோரியர்கள் ஆவணங்களும் அனுமதியும் இல்லாமல் பிரான்சில் வேலை பார்க்கிறார்கள். நூலாசிரியர் காஸ் பாரிசில் ஆவணங்களின்றி பிரான்சில் படித்தவர். அந்த அனுபவ வெளிச்சத்தில் எழுதப்பட்ட அங்கத நாவல் இது.

'Time Shelter' பல்கேரிய நாவல். மறதி நோயால் பாதிக்கப்பட்டவர்களுக்கு ஒரு கடந்த கால மருத்துவமனை உருவாக்கப்படுகிறது. ஒவ்வொரு தளமும் ஒரு தசாப்த காலத்தைப் பிரதிபலிக்கிறது. நோயாளிகளை மட்டுமல்ல, நோயற்றவர்களையும்கூட மருத்துவமனை காலத்தால் பின்னோக்கி இழுத்துச் செல்கிறது. ஆசிரியர் – கிரியார்கி கோஸ்போடினவ்.

'Boulder' நாவலின் ஆசிரியர் இவா பால்ட்சர். மொழி– கேட்டலான். அண்டோரா, பிரான்ஸ், இத்தாலி, ஸ்பெயின் ஆகிய நாடுகளில் ஒரு கோடிக்கும் குறைவான மக்கள் பேசுகிற இந்த மொழி முதல்முறையாக புக்கர் பட்டியலை எட்டியிருக்கிறது. இரண்டு பெண்களுக்கு இடையிலான காதலையும் காமத்தையும் உளவியல் சிக்கலையும் நாவல் பேசுகிறது.

'Whale' சிறுகதைத் தொகுப்பு. இந்தக் கதைகள் தென் கொரியாவின் ஒரு சிற்றூரில் நடக்கின்றன. ஆசிரியர் சியான் மியாங் க்வான் திரைக் கலைஞருங்கூட.

'The Gospel According to the New World' ஒரு கரீபிய நாவல். ஆசிரியர் மெர்ஸே கோண்டே (89). அவரது நரம்பு மண்டலம்

மு. இராமனாதன்

செயலிழந்து வருகிறது. அவரால் எழுத முடியாது. கோர்வையாகப் பேசவும் முடியாது. ஆனால் எழுத்து அவரைக் கைவிடவில்லை. அவர் சொல்லச் சொல்ல எழுதப்பட்ட நாவல் இது.

ஊரும் உலகமும் பாஸ்கலைக் கடவுளின் குழந்தை என்றழைக்கிறது. அந்த அதிசயக் குழந்தை தன் பிறப்பின் ரகசியத்தைத் தேடிப் புறப்படுகிறது. நாவலின் மொழிபெயர்ப்பாளர் ரிச்சர்ட் பில்கோஸ், மெர்ஸேயின் கணவர்.

புக்கரின் நெடும்பட்டியல் எந்தக் குறிப்பிட்ட வரிசையிலும் அமையவில்லை. பட்டியலில் பூக்குழி நான்காவதாக இடம்பெறுகிறது. ஒரு வசதிக்காக அது இந்தக் கட்டுரையின் கடைசியில் வருகிறது.

பூக்குழி பற்றி புக்கரின் பதிவு

Pyre நாவலை புக்கர் குழுமம் இப்படி அறிமுகப்படுத்துகிறது:

காதலுக்கும் சமூகப் பிரிவினைக்கும் இடையிலான மோதல் பெருமாள் முருகனின் சக்தி வாய்ந்த மொழியில் வெளிப்படுகிறது. களம்: தமிழ்நாட்டின் கிராமப்புறம், காலம்: எண்பதுகள்.

சரோஜாவும் குமரேசனும் காதலர்கள். அவர்கள் ஆபத்திலிருக்கிறார்கள். அவர்கள் தென்னிந்தியாவின் சிறு நகரமொன்றில் மணமுடித்ததும் குமரேசனின் கிராமத்திற்கு வருகிறார்கள். அவர்கள் ஒரு பெரிய ரகசியத்தை மூடி மறைக்கிறார்கள். அவர்கள் இருவரும் வெவ்வேறு சாதிகளைச் சேர்ந்தவர்கள். ஊர் இதை அறிந்தால் அவர்கள் பெரும் இன்னலுக்கு உள்ளாவார்கள்.

சரோஜாவின் மீது மாமியார் நஞ்சைப் பாய்ச்சுகிறார்; புதிய அயல்வாசிகள் கூர்மையான கேள்விகளால் துளைக்கிறார்கள்; இந்தப் புதிய சூழலில் தன்னைப் பொருத்திக்கொள்ள சரோஜா படாதபாடு படுகிறாள். குமரேசன் புதிய தொழில் தொடங்கும் யத்தனத்தில் இருக்கிறான். கொஞ்சம் பொருள் ஈட்டியதும் புதிய வாழ்க்கையைத் தொடங்கலாம் என்று நம்புகிறான். ஆனால் அவர்களைச் சுற்றிப் பகைமையும் அவதூறும் சுழல்கின்றன. அவர்கள் இருவரிடத்திலும் மாசற்ற காதல் மட்டுமே இருக்கிறது. அது அவர்களைக் காப்பாற்றுமா?

புக்கர் குழுமம் நாவலை இவ்வாறாக அறிமுகப்படுத்துகிறது. நாவலைக் குறித்து நடுவர் குழு சொல்வதும் முக்கியமானது.

"ஒரு கலப்பு மணத் தம்பதிகள் ஓடிப்போகிறார்கள். கதைப்போக்கு அச்சுறுத்தக்கூடியது, அது கதையின் முடிவை முன்னறிவிக்கிறது. பெருமாள் முருகன் ஆதிக்கத்தின் சக்தியைக்

கூறுபோட்டுக் கதை சொல்லும் ஆற்றல் மிக்கவர். அழுகலும் விகாரமும் மிக்க சாதிய வன்மமும் வன்முறையும் இந்தக் கதையில் பேசப்படுகின்றன. தொன்மங்கள் பல கதையில் பளிச்சிடு கின்றன. இந்தக் கதை ஓர் உலகளாவிய செய்தியை உணர்த்து கிறது. அச்சமும் அவநம்பிக்கையும் நெருப்பைப் போன்றவை, அவை எளிதில் பற்றிப் படரும்."

கூடவே புக்கர் எல்லா நாவலாசிரியர்களையும் மொழிபெயர்ப்பாளர்களையும் அறிமுகப்படுத்துகிறது.

பெருமாள் முருகனைக் குறித்த அறிமுகம், அவர் ஒரு தமிழ்ப் பேராசிரியர் என்று தொடங்குகிறது. இந்தியாவின் மதிப்பு மிகுந்த கதாசிரியர்களில் ஒருவர் என்று தொடர்கிறது. அவரது படைப்புகளாக 11 நாவல்களும், ஐந்து சிறுகதைத் தொகுதி களும், ஐந்து கவிதைத் தொகை நூல்களும் வந்துள்ளன என்றும் குறிக்கிறது. மொழிபெயர்ப்பு இலக்கியத்திற்கு வழங்கப்படும் தேசிய புத்தக விருதுக்காக *(National Book Award for Translated Literature)* இவரது படைப்புகள் இருமுறை நெடும்பட்டியலை எட்டிய விவரத்தைத் தெரிவிக்கிறது. அவை: *'One Part Woman'* (மாதொரு பாகன்), *'The Story of a Goat'* (பூனாச்சி – வெள்ளாட்டின் கதை). அறிமுகக் குறிப்பில் அடுத்து வரும் பத்திதான் இந்த கட்டுரையின் தொடக்கத்தில் இடம்பெறும் புத்துயிர்ப்பின் கதை.

தொடர்ந்து மொழிபெயர்ப்பாளர் அனிருத்தன் வாசுதேவனைக் குறித்தும் ஒரு காத்திரமான அறிமுகம் இடம்பெறு கிறது. அது வருமாறு:

அனிருத்தன் வாசுதேவன் மானுடவியலாளர், சமூகவியலாளர். தமிழிலும் ஆங்கிலத்திலும் எழுதியும் மொழிபெயர்த்தும் வருகிறார். இவரது மொழிபெயர்ப்பில் பெருமாள் முருகனின் பின்வரும் நாவல்கள் வெளியாகியிருக்கின்றன: *'One Part Woman'*, *'A Lonely Harvest'* (ஆலவாயன்), *'Trial by Silence'* (அர்த்த நாரி). அம்பையின் *'A Night with a Black Spider'* (கறுப்புச் சிலந்தி) நாவலையும் இவர் மொழிபெயர்த்திருக்கிறார். டெக்ஸாஸ் பல்கலைக்கழகத்தில் மானுடவியல் துறையில் முனைவர் பட்டம் பெற்றவர்.

படிமப் பாறை

பூக்குழி, ஒரு மங்கல வழக்கு. அந்தக் குழி பூக்களால் அல்ல, கனன்றுகொண்டிருக்கும் கங்குகளால் நிரம்பியது. குமரேசன்களும் சரோஜாக்களும் இந்தத் தீக்குழியைத் தாண்டித்தான் போக வேண்டியிருக்கிறது.

குமரேசனின் குடிசைக்கு அருகில் இருக்கும் ஒரு மொட்டைப் பாறை நாவலில் தொடர்ந்து இடம்பெறும்; அஃதோர் படிமம்.

அந்தப் பாறை பகல் முழுக்க வெயிலை உள்வாங்கி இரவில் வெம்மையை வெளிப்படுத்தும். கடுமையும் வெக்கையும் நிறைந்த கிராமத்து மனிதர்களுக்கான படிமமாக அந்தப் பாறை அமைகிறது. தமிழ்நாட்டின் அசலான ஒரு கதை மாருதங்களையும் சமுத்திரங்களையும் கடந்து புக்கர் நெடும்பட்டியலை எட்டிவிட்டது. அதன் வெற்றிப் பயணம் தொடரட்டும்!

மூன்று பேருக்கு நன்றி

பூக்குழி இந்த இடத்தை அடைந்ததற்கு மூன்று ஆளுமைகள் காரணமானவர்கள். முதலாமவர் நாவலாசிரியர், அடுத்தவர் மொழிபெயர்ப்பாளர், மூன்றாமவர் பதிப்பாளர் 'காலச்சுவடு' கண்ணன். இவர் பல்லாண்டு காலமாகப் பல தமிழ்ப் படைப்புகளைப் பன்னாட்டு வாசகர்களுக்குக் கொண்டுசேர்ப்பவர். பிறநாட்டு நல்லறிஞர் படைப்புகளைத் தமிழுக்குத் தருபவர்.

அனிருத்தனைப் போன்ற பல மொழிபெயர்ப்பாளர்களும் கண்ணனைப் போன்ற பல பதிப்பாளர்களும் தமிழுக்கு வாய்க்க வேண்டும். அவர்கள் தமிழின் தரமான படைப்புகளைப் பன்னாட்டரங்கிற்குக் கொண்டுசெல்ல வேண்டும்.

காலச்சுவடு, ஏப்ரல் 2023

13

பன்னிரண்டு சிறுகதைகளும் ஒரு வாசகனின் மதிப்புரையும்

2010ஆம் ஆண்டின் பன்னிரண்டு சிறுகதைகள்

பேராசிரியர் கா. சிவத்தம்பி ஒரு முறை சொன்னார்: 'தமிழின் மேன்மை, அதன் தொன்மையில் இல்லை, தொடர்ச்சியில் இருக்கிறது'. இது 'இலக்கியச் சிந்தனை' அமைப்பிற்கும் பொருந்தும். 1970இல் தொடங்கி ஆண்டுதோறும் தெரிவு செய்யப்பட்ட சிறுகதைகளின் தொகை நூலை வெளியிட்டுவருகிறது இலக்கியச் சிந்தனை. மழை, புயல், சூறைக்காற்று என்று எது வந்தாலும் மாதத்தின் கடைசி சனிக்கிழமை மாலையில் ஆழ்வார்பேட்டை சீனிவாச காந்தி மண்டபத்தில் இலக்கியச் சிந்தனையின் கூட்டம் நடைபெறும். தமிழ் வாசகர்கள் பலருக்கும் கிடைக்கக் கூடிய பருவ இதழ்களிலிருந்து அதற்கு முந்தைய மாதம் வெளியான சிறுகதைகளில் ஒன்றை ஒரு வாசக – விமர்சகர் தேர்ந்தெடுப்பார். ஆண்டிறுதியில் அவ்விதம் சேரும் பன்னிரண்டு சிறுகதைகளில் ஒன்றை ஆண்டின் சிறந்த சிறுகதையாகத் தேர்ந்தெடுப்பவர் ஒரு தேர்ந்த எழுத்தாளராகவோ திறனாய்வாளராகவோ இருப்பார் (இந்த ஆண்டு மட்டும் விதிவிலக்காக அமைந்துவிட்டது என்றறிக!). இந்தக் கதைகளின் தொகைநூல் சித்திரைத் திருநாளில் சென்னை ராஜேஸ்வரி திருமண மண்டபத்தில் வெளியிடப்படும். இவ்விழாவில் ஆண்டின் சிறந்த சிறுகதை ஆசிரியருக்குப்

மு. இராமனாதன்

பரிசளிக்கப்படும். 41 ஆண்டுகளாக இந்தத் தொடர் ஓட்டத்தில் யாதொரு முடக்கமும் இல்லை. இத்துடன் பல ஆண்டுகளாக ஆண்டின் சிறந்த நூல் ஒன்றைத் தேர்ந்தெடுத்துப் பரிசளித்து வருகிறது இலக்கியச் சிந்தனை. கூடவே ஒவ்வொரு ஆண்டும் மறைந்த எழுத்தாளர் ஒருவரைப் பற்றிய திறனாய்வு நூல் ஒன்றையும் வெளியிட்டு வருகிறது.

இதுகாறும் ஆண்டின் சிறந்த சிறுகதையைத் தெரிவு செய்தவர்கள் அறியப்பட்ட ஆளுமைகள். தி. ஜானகிராமன் (ஆண்டு–1978), அசோகமித்திரன்(1993), பி.எஸ். ராமையா(1979), எம்.வி. வெங்கட்ராம் (1984), நீல. பத்மனாபன்(1983), ஆ. மாதவன் (1986), சோ. சிவபாதசுந்தரம் (1987), சுஜாதா (1975), வல்லிக்கண்ணன் (1980), ராஜம் கிருஷ்ணன்(1975), தி.ச. ராஜூ (1972), பிரபஞ்சன், சரஸ்வதி ராம்னாத் (1982) என்று அந்தப் பட்டியல் நீள்கிறது.

இப்படியான பாரம்பரியமும் தொடர்ச்சியும் மிக்க அமைப்பு, 2010ஆம் ஆண்டில் வாசக விமர்சகர்கள் தெரிவு செய்த பன்னிரண்டு சிறுகதைகளில் ஒன்றைத் தெரிவு செய்யுமாறு என்னைக் கேட்டுக் கொண்டபோது நான் மிகவும் தயங்கினேன். இதற்குக் காரணம் இருக்கிறது.

ஹாங்காங்கில் இலக்கிய ஆர்வலர்களைத் திரட்டிக் கூட்டங்களை நடத்தியதும், அரசியல்–சமூக–இலக்கியம் தொடர்பான சிற்சில எண்ணங்களை அவ்வப்போது எழுதி வருவதுமல்லாமல் நான் வேறொன்றும் செய்ததில்லை. நான் விமர்சனக் கலையைக் கற்றுத் துறை போகியவனோ திறனாய்வாளனோ அல்லன். கடந்த முப்பதாண்டுகளுக்கும் மேலாக நல்லதும் அல்லதுமான எழுத்துக்களை வாசித்து வருகிறேன். இந்த வாசகத் தகுதியைப் பற்றிக்கொண்டே இம்முயற்சியில் ஈடுபடுகிறேன். இந்தத் தெரிவு எனது ரசனையின் அடிப்படையில் அமைகிறது. ஈழப் போரின் முன்னோடிகளில் ஒருவரான சி. புஸ்பராஜா, தான் எழுதிய நூலுக்கு வைத்த பெயர் ‘ஈழப் போராட்டத்தில் எனது சாட்சியம்’ (அடையாளம், 2003). இதில் இடம்பெறுவது புஸ்பராஜாவின் அனுபவங்களும் சாட்சியங்களும். வேறொரு போராளி எழுதும் நூல் வேறுவிதமான பார்வைக் கோணங்களைக் கொண்டிருக்கும்; அது இன்னொரு சாட்சியமாக அமையும். அதைப் போலவே இங்கே இடம்பெறும் மதிப்பீடும் தரம் பிரித்தலும் எனது சாட்சியங்களாகும். இது மற்றவர்களுக்கு ஏற்புடையதாக் இருக்க வேண்டுமென்பதில்லை.

இந்த மதிப்பிடலுக்கு முன்னால் அதற்கான அளவுகோல் களை நிர்ணயித்துக்கொள்ள வேண்டாமா? இந்தப் பூமியில் 690 கோடி மக்கள் வசிக்கிறார்கள். இதை 690 கோடி விதமான

மக்கள் வசிக்கிறார்கள் என்றும் சொல்லலாம். ஒருவரைப் போல் மற்றவர் இருப்பதில்லை. அதுவே வாழ்வின் ரகசியம்; எல்லா ரகசியங்களும் சுவாரஸ்யமானவைதாமே! படைப்பிலக்கியமும் இப்படித்தான். ஒன்றுபோல் மற்றொன்று இருப்பதில்லை, அது மொழிபெயர்ப்பே என்றாலுங்கூட. ஒவ்வொரு படைப்பும் தனித்தன்மை வாய்ந்தது. இங்கு இடம்பெறும் பன்னிரண்டு கதைகளும் வெவ்வேறு விதமானவைதாம். இவற்றை எங்ஙனம் வரிசைப்படுத்துவது? முன்னோர் பலர் நல்ல கதைகள் எழுதியிருக்கிறார்கள். அதன் மூலம் நல்ல கதை எப்படி இருக்க வேண்டும் என்று குறிப்புணர்த்தியிருக்கிறார்கள். சிலர் அதைத் தம் விமர்சனங்களில் சொல்லியுமிருக்கிறார்கள்.

1. ஒரு சிறுகதை எளிமையாக இருக்கலாம், கடினமாகவும் இருக்கலாம். ஆனால் நல்ல கதைக்குச் சிக்கனம் முக்கியம். இங்கு சிக்கனம் என்பது கதையின் அளவைக் குறிக்கவில்லை; அது சொற்சிக்கனத்தைக் குறிக்கிறது. தேவைக்கதிகமான சொற்கள் சேருகிறபோது அந்தப் படைப்பு வார்த்தைக் காடாகிவிடும்.

2. கட்டுரைகளினின்றும் உடனடியாக இனம் பிரிக்கக்கூடிய புனைவின் மொழி ஒரு நல்ல கதையில் அமைந்திருக்கும்.

3. ஒரு நல்ல கதை தனக்கென்று நிர்ணயித்துக்கொண்ட இலக்கை நோக்கிச் சரி கணக்காக முன்னேறும். இடையில் தடம் புரளாது. மையக் கருவுக்கு தேவையற்ற யாதொன்றும் கதையில் இராது.

4. ஒரு நல்ல கதை முன்முடிவுகளையோ தீர்மானங்களையோ வாசகர்கள் மீது திணிக்காது.

5. கதை நிகழும் புற வெளியாகிலும், கதை மாந்தர்களின் மன அவசங்கள் இடம் பெறும் அக வெளியாகிலும், வாசகர் இந்த வெளிகளில் சஞ்சரிக்க முடிந்தால் மட்டுமே கதை நம்பகத்தன்மை பெறும்.

6. இவற்றைத் தவிர, ஒரு நல்ல கதையில் வாசகருக்கேயான ஒரு வெளி இருக்கும். எழுதப்பட்ட வரிகளுக்கிடையில் அவர் உய்த்து உணர்ந்து பொருள் கொள்ள ஏதுவான எழுதப் படாத வரிகளும் இருக்கும். ஒவ்வொரு முறை வாசிக்கும் போதும் அவை மணற்கேணி போல் ஊறி வரும். 'அறிதோறும் அறியாமை கண்டற்றால்' என்ற குறளுக்கு இலக்கியமாக அமைந்தால் அது பெரிய வெற்றி.

படைப்பிலக்கியவாதிகளாலும் திறனாய்வாளர்களாலும் பொதுவாக ஏற்றுக்கொள்ளப்பட்ட மேற்கூறிய அம்சங்களை

நான் உள்வாங்கிக்கொண்ட விதத்தில், கீழே வரும் மதிப்பீடும் வரிசைப்படுத்தலும் அமைகின்றன.

சிற்பவல்லி (ஜெய் விஜய்)

இந்தக் கதையில் வரும் கணவனும் மனைவியும் முறையே நன்மை, தின்மை என்ற குணநலன்களைக் கொண்டவர்கள். கதையும் தட்டைப் பரிமாணம் கொண்டது. கதையின் முடிவில் நாடகத்தனமான திருப்பமும் வருகிறது. பழைய தமிழ்த் திரைப்படங்களைப் போல் 'சுபம்' என்று எழுதிக் காட்டி முடித்திருக்கக்கூடிய கதை.

குறையொன்றுமில்லை (ஜோதிநகர் சிவாஜி கிருஷ்ணா)

ஊராட்சித் தேர்தலை நடத்த அரசு அதிகாரிகள் ஒரு மலைக் கிராமத்திற்கு வருகிறார்கள். அங்கு பள்ளிக்கூடம், மருத்துவமனை, சாலைகள், தண்ணீர், மின்சாரம் என்று எந்த வசதியுமில்லை. வேட்பாளர்கள் யாரும் அங்கு வந்து மெனக்கெடுவதுமில்லை. ஆனாலும் நூறு சதவிகிதம் வாக்குப் பதிவாகிறது. ஏனெனில் வாக்களிப்பது குடிமக்கள் கடமை! "எங்க வேலையை நாங்க சரியாச் செய்வோம்" என்கிறார் கிராமத்துப் பெரியவர். அவருக்கு ஒரு நீண்ட வசனமும் இருக்கிறது. அதில் ஒலிப்பது ஆசிரியரின் குரல்தான். இந்தப் 'பொன் செய்யும் மருந்து', 'கடமையைச் செய்' போன்ற பொன்மொழிகளை ஆசிரியர் இந்த எளிய மக்களின் தலையில் சுமத்திவிடுகிறார்.

அன்றும் இன்றும் அடைக்கலம் (பாமதி மைந்தன்)

வீட்டில் அப்பாவோடு பிணங்கி வெளியேறும் இளைஞன் மைலாப்பூர் ராமகிருஷ்ண மடத்திற்கு வருகிறான். அந்தச் சூழலில் தன்னை மீள்பரிசோதனை செய்துகொள்கிறான். தெளிவு பெறுகிறான். கதையில் ஒரு பறவையைக் காகங்கள் துரத்துகின்றன. பறவை ராமகிருஷ்ணரின் கருவறைக்குள் புகுந்துவிடுகிறது. இங்கே பறவைதான் இளைஞன், அவனை அலைக்கழிக்கும் எண்ணங்கள்தாம் காகங்கள். பறவை யார், காகங்கள் எவை என்பதைக் கோனார் உரை நூல்போலக் கதை பட்டியலிட்டுவிடுகிறது. வாசகர் சிந்திப்பதற்கு எதுவும் இல்லை. அது ஆசிரியரின் நோக்கமும் இல்லை. இது ஒரு பிரச்சாரக் கதை.

அண்ணாவின் தீட்டுத் துணி *(காலச்சுவடு, 2008)* எனும் சிறுகதைத் தொகுதியில் அதன் தொகுப்பாசிரியர் பெருமாள் முருகன் இப்படிச் சொல்கிறார்: "கருத்து விளக்கக் கதைகள் எப்போதும் (அதற்கான) வாசகரை மனத்தில் இருத்தியே எழுதப்படுபவை. தமது கருத்துக்களை ஏற்றுக்கொண்டுவிட்ட

மக்கள் திரள் ஒன்றுக்குச் சந்தோஷம் தரும் நோக்கத்திலும், அத்திரளிடம் கருத்தை வலுப்படுத்தும் நோக்கத்திலும் எவை எழுதப்படுகின்றன". இது இந்தக் கதைக்கும் பொருந்தும்.

கலப்பை (செ செண்பகக்கண்ணு)

ஒரு கிழவியின் பார்வைக் கோணத்தில் நேராகச் சொல்லப்படுகிற கதை. நெல்லைத் தமிழ் பயில்கிறது. 'பொன்னா வெளயிற பூமி'யை மகன் விற்கப் போகிறான். கிழவி அரற்றுகிறாள். மருமகள் கிழவியை அடக்கிவிடுகிறாள். ஆனால் கணவனின் கலப்பையை அவள் விற்க முற்படும்போது கிழவியால் சகித்துக் கொள்ள முடியவில்லை. தமிழ்த் தொலைக்காட்சித் தொடர்கள் போல, இந்தக் கதையின் பிரதான பாத்திரங்கள் வெள்ளையாகவோ கறுப்பாகவோ இருக்கிறார்கள். கடைசியில் மகனும் மருமகளும் மனம் திருந்திவிடுகிறார்கள். பச்சாதாபத்தை வரவழைக்கக்கூடிய ஆதி காலத்து உத்தியோடு கதை முடிகிறது.

தமிழ் மணம் (சீதா ரவி)

சித்ரா டீச்சரின் தமிழ் வகுப்புகளை மாணவிகள் மிகவும் நேசிக்கிறார்கள். டீச்சரையும். ஆனால் டீச்சர் ஓர் ஆங்கிலேயரை மணந்துகொண்டார் என்றறிந்ததும் மாணவிகளின் தமிழ் மனம் துணுக்குறுகிறது. 25 ஆண்டுகளுக்குப் பிறகு தனது மகள் படிக்கும் அமெரிக்கப் பல்கலைக்கழகத்திற்குப் போகிறார் ஒரு முன்னாள் மாணவி. அங்கே ஓர் ஆங்கிலேயர் நடத்தும் தமிழ்ப் பாடத்தைக் கேட்டு நெகிழ்ந்துபோகிறார். தமிழ் தனது சொத்து என்று எண்ணிக்கொண்டிருந்த அந்த (முன்னாள்) மாணவியின் பேதைமை தகர்கிறது. ஆனால் இதைக் கதை நேராகச் சொல்லி விடுகிறது.

ஓர் உன்னத தினம் (மாதங்கி)

கதை சிங்கப்பூரில் நிகழ்கிறது. சிங்கப்பூரின் புற அடையாளங்கள் கதை நெடுகிலும் பதிவாகி இருக்கின்றன. அடுக்குமாடி ப்ளாக், ஒரே தளத்தில் பத்து வீடுகள், நேரத்திற்குத் தரப்படும் மதிப்பு, சேமநிதி, தேசிய சேவை – இப்படி. இது கதைக்கு ஒரு புத்துணர்ச்சியைத் தருகிறது. சக மனிதர்களை நேசிக்கும் சந்திரிக்கா எனும் எளிய குடும்பத் தலைவியும் வேற்றுக் கிரகத்திலிருந்து வரும் பெரிய உருக் கொண்ட ஒரு கரப்பான் பூச்சியும்தான் கதையின் பிரதான பாத்திரங்கள். இந்தக் கதை அறிவியல் புனைகதை *(Science Fiction)* எனும் வகைமையில் வரக்கூடும்.

கரப்பான், தங்கள் கிரகத்திற்குச் சந்திரனை ஒரு கப்பலில் ஏற்றிச் செல்லப் போவதாகச் சொல்கிறது: அதற்காகத்

தேர்ந்தெடுக்கப்பட்ட பூமிவாசிகளிடம் ஆதரவு திரட்ட வந்திருக்கிறது. சந்திரனை எடுத்துக்கொண்டு போனால் பூமி அழிந்துவிடும். பூமியில் நடக்கும் அநீதிகள் அநேகம். ஆகவே பூமி அழியத்தான் வேண்டும். கரப்பானுடனும் தன் உள் மனதுடனும் வாதப் பிரதிவாதங்கள் செய்த பிறகு சந்திரிக்கா இதை ஏற்றுக்கொண்டு கரப்பானின் விண்ணப்பத்தில் ஒப்பிட்டுக் கொடுக்கிறாள்.

சந்திரனை எப்படிப் பெயர்த்தெடுப்பது என்பது போன்ற கேள்விகளுக்கு அறிவியல் புனைகதை வெளியில் இடமில்லை! இந்த இடத்தில் எழுபதுகளில் மு. மேத்தா வானம்பாடிக் கவிஞர்களை நோக்கி எழுப்பிய ஒரு வினா என் நினைவுக்கு வருகிறது. அது: "பூமி உருண்டையைப் புரட்டும் நெம்புகோல் கவிதையை உங்களில் யார் எழுதப் போகிறீர்கள்?" கவிஞர்களால் பூமியைப் புரட்ட முடியுமென்றால், எழுத்தாளர்களால் சந்திரனைப் பெயர்க்க முடியாதா என்ன? ஆனால் சந்திரனைப் பெயர்த்தடுப்பதென்பது ஒரு முரட்டுத்தனமான அறிவியல் புனைவு. அது இந்தக் கதைக் களத்திற்கும் கதை மாந்தர்களுக்கும் பொருந்திவரவில்லை. அல்லது எனக்கு அவ்விதம் தோன்றுகிறது.

கதையின் வாலாக இடம்பெறும் பின்குறிப்பு இது: "மாலையில் சேகர் மாற்றுச் சாவி மூலம் வீட்டைத் திறந்துகொண்டு வந்தபோது, முன்னறையில் மயங்கிக் கிடந்த சந்திரிக்காவைத் தண்ணீர் தெளித்து எழுப்பியவுடன் 'வானத்துல நிலவு தெரியுதா?' என்று ஏன் கேட்டாள் என்பது சேகருக்குப் புரியவில்லை."

எல்லாம் கனவுதான் என்று தோன்றும்படியான இந்த முடிவை ஏன் ஆசிரியர் முத்தாய்ப்பாக வைத்தார்? தமது அறிவியல் புனைவில் அவருக்கே நம்பிக்கை இல்லையா?

தரை தொடும் விமானங்கள் (ஆனந்த் ராகவ்)

என்.ஆர்.ஐ. என்றொரு இனமுண்டு; தனியே அதற்கோர் குணமுண்டு. வெளிநாட்டு வாழ்க்கையிலும் அதன் வசதிகளிலும் தங்களை ஒப்புக்கொடுத்துவிடுபவர்கள்; அந்தச் சுபிட்சம் இறுதிவரை நீடிக்கும் என்ற நினைப்பில் உடைமைகளைச் சேகரித்துக் கொண்டு வருடக்கணக்கில் கடன்படத் தயாராகி விடுவார்கள். அந்தக் கூட்டத்தைச் சேர்ந்தவர்கள்தாம் துபாயில் வாழும் தாமோதரனும் அவர் குடும்பத்தினரும். உலகப் பொருளாதார நசிவு எல்லோரையும் போல தாமோதரனையும் பாதிக்கிறது. வேலை போகிறது. மாதாமாதம் வரும் சம்பளப் பணத்தின் மீது கட்டப்பட்ட வாழ்க்கை சிதைகிறது. ஊர் திரும்புகிறார்கள். அந்நிய நாட்டில் துய்த்த சுகங்களுக்கு

ஏங்குகிறார்கள். அதை ஓரளவுக்கேனும் மீட்டெடுக்கப் பெரிய வருமானம் தேவைப்படுகிறது. அப்படியொரு வேலை அவருக்கு கிடைக்வில்லை. கிடைத்த வேலையில் சேருகிறார்.

எந்தச் சிடுக்கும் திருப்பமும் இல்லாத நேரான கதை. போதனைகளும் படிப்பினைகளும் இல்லாத கதையுங்கூட. கதை சொல்லும் முறையில் இதன் இலக்கியத் தரத்தை உயர்த்தியிருக்கலாம் என்று படுகிறது. கதையில் முடிவில் தரையிரங்கும் விமானமொன்று வருகிறது. இந்திரா பார்த்தசாரதியின் 'ஹெலிகாப்டர்கள் கீழே இறங்கிவிட்டன' நாவலின் பெயர் தாக்கம் இக்கதையின் தலைப்பில் தெரிகிறது. தொடர்ந்து ஆசிரியர் முத்தாய்ப்பாக சிலவற்றைச் சொல்கிறார். ஆனால் அவற்றைத்தான் வெவ்வேறு வார்த்தைகளில் கதை நெடுகிலும் சொல்லிவிட்டாரே!

வூடு (பாரதி தம்பி)

நடைபாதையில் குடியிருக்கும் ஒரு குடும்பம் வசதியானவர்கள் வாழும் பகுதியில் இன்னும் திறக்கப்படாத ஒரு கட்டணக் கழிப்பறையில் குடி புகுவதையும், அதையே அவர்கள் வீடெனக் கொண்டு வாழ்வதையும், பிற்பாடு அவர்கள் அங்கிருந்து மீண்டும் நடைபாதைக்குத் தூக்கி எறியப்படுவதையும் சொல்கிறது கதை.

கதையின் தொடக்கம் மிகுந்த நம்பிக்கையூட்டுகிறது. ஜஸ்டின் என்கிற பையனின் பார்வைக் கோணத்தில் கதை தொடங்குகிறது. இடையிடையே அது தந்தையின் கோணத்திற்கும் தாயின் கோணத்திற்கும் தாவுகிறது. ஆசிரியரும் உள்ளே புகுந்து பேசுகிறார். ஓர் இடத்தைப் பார்க்கலாம். கழிவறையில் உள்ள பீங்கான் குழிப் பகுதியை மூடி அடுப்பாக்குகிறார் அப்பா; புது வீட்டில் பால் காய்ச்சுகிறாள் அம்மா. அப்போது டாய்லட் பீங்கான் உடைந்து விடுகிறது. ஆசிரியர் சொல்கிறார்: 'உலக வரலாற்றில் முதன் முதலாக கழிப்பறையில் பால் காய்ச்சிக் குடிக்கப் போகும் பெருமையை ஜஸ்டின் குடும்பம் ஜஸ்ட் மிஸ் பண்ணிவிட்டது'. இந்த மொழி கதையின் களத்திற்கும் பிரச்சனையின் தீவிரத்திற்கும் இயைந்த மொழியன்று. அது கதை மாந்தர்களின் மொழியுமன்று. அது நகரவாழ் நடுத்தர வர்க்கத்தினரின் மொழி.

இன்னொரு இடத்தைப் பார்க்கலாம். ஜஸ்டின் கடைசிக் கழிவறையில் ஒண்ணுக்கு அடிப்பதைப் பார்க்கும் அப்பா அவன் பொடனியில் போடுகிறார். உனக்கு இது வீடு என்கிறார். பிற்பாடு அவர்கள் துரத்தப்பட்டு, கழிவறை பொதுமக்கள் பயன்பாட்டிற்கு வருகிறது. இவர்கள் புழங்கிய வீடு எங்கும் நாற்றம். ஜஸ்டின்,

'ஒண்ணுக்கு அடிக்கட்டுமா?' என்று கேட்கிறான். 'அடிறா... ஒண்ணுவிடாம எல்லா ரூம்லேயும் அடிச்சுவிடு' என்கிறார். இதைத் தொடர்ந்து ஆசிரியரும் பேசுகிறார்.

இந்த இடத்தில் அ.முத்துலிங்கத்தின் 'அம்மாவின் பாவாடை' என்கிற கதை நினைவுக்கு வருகிறது. அந்தக் கதையையும் ஒரு பையன்தான் சொல்கிறான். அவன் ஒருமுறை பக்கத்து வீட்டுப் பையனைத் தூமையன் என்று ஏசி விடுகிறான். அது மிக மோசமான வசைச் சொல். அம்மா இவன் வாயில் சுண்டிவிடுவாள். பூவரசங் கிளையால் திருப்பித் திருப்பி அடிப்பாள். பிறகொரு முறை அவளே அந்த வசையைச் சொல்லும்படியாகிறது.

முத்துலிங்கத்தின் கதை அவர்களது கிராமத்தில் பல ஆண்டுகளுக்கு முன்னால் நிகழுகிறது. அந்த ஊரில் உள்ள பெண்களை இரண்டு வகையாகப் பிரிக்கலாம். ஒரு பாவாடை வைத்திருக்கும் ஏழைப் பெண்கள். இரண்டு பாவாடை வைத்திருக்கும் வசதியான பெண்கள். அம்மா வசதியான குடும்பத்தில் பிறந்தவள். கல்யாணமாகி வரும்போதே இரண்டு பாவாடைகள் கொண்டு வருகிறாள். வாழ்க்கைப்பட்ட வீட்டில் இன்னொரு பாவாடை வாங்க வசதியில்லை. அதனால் அதை நுரை வராத சோப்பினால் கழுவித் துவைத்து உலர்த்திக் கட்டிக்கொள்கிறாள். ஒருநாள் பக்கத்து வீட்டு மாடு கொடியில் காயும் பாவாடையை கடித்துக் குதறிவிடுகிறது. மாட்டைத் துரத்துகிற அம்மாவின் வாய் தூமையன் என்று முணுமுணுக்கிறது. அவளின் மதிப்பீட்டில் தரம் தாழ்ந்த ஒரு வசைச் சொல் அவளது வாயிலிருந்தே வெளிப்படுகிறது. அவளே முணுமுணுக்கிறாள். அம்மாவின் இழப்பின் வேதனை வாசகரையும் தொற்றிக்கொள்கிறது.

'வூடு' கதையில், கழிவறையில் வசிக்கும்போது அங்கு சிறுநீர் கழிக்கலாகாது என்கிற அப்பா, பிற்பாடு மகனை அவ்விதமே செய்யச் சொல்கிறார். இந்த இடம் அவரது இழப்பின் வலியைச் சொல்வதாகப் பரிணமித்திருக்கவேண்டும். ஆனால் கதையில் ஆசிரியரின் குரல் ஓங்கி ஒலிப்பதால் அது கலை அமைதிக்கு ஊனம் வருத்திவிடுகிறது.

பையனின் பார்வைக் கோணத்திலேயே சொல்லப்பட்டு, கதைக்களனுக்கு இயைந்த மொழியைக் கைக்கொண்டு, குரலை உயர்த்தாமல் சொல்லியிருந்தால், இந்தக் கட்டுரையில், இந்தக் கதை இன்னும் சற்றுத் தள்ளி இடம் பெற்றிருக்கக்கூடும்.

சுப்ரபாதம் (மலர் மன்னன்)

பாரதியால் குவளைக் கண்ணன் என்றழைக்கப்பட்ட குவளையூர் கிருஷ்ணமாச்சாரியார், இரவு பகல் எந்நேரமும்

பாரதிக்கு சேவகம் செய்தவர்; மதம் பிடித்த திருவல்லிக்கேணி கோயில் யானையின் காலடியில் மூர்ச்சையாகிக் கிடந்த பாரதியை இரும்புக் கிராதியைத் தாண்டிக் குதித்துத் தோளில் சார்த்தி வெளியே கொண்டுவந்தவர்.

குவளையுடன் புதுச்சேரி தியாகராஜப் பிள்ளை மடுவில் குளிக்கச் செல்கிறார் பாரதி. இந்த மடுவின் அழகிய படம் பாரதி அறிஞர் ரா. அ. பத்மநாபன் தொகுத்த 'சித்திர பாரதி' (காலச்சுவடு பதிப்பகம்/கடவு, 2006) நூலில் இடம் பெற்றிருக்கிறது. ஒரு நாள் குவளை வரத் தாமதமாகவே, குவளையின் வீட்டிற்குச் செல்கிறார் பாரதி. அங்கே குவளையின் தாயார் பாரதியை ஒரு சுப்ரபாதம் பாடச் சொல்லிக் கேட்கிறார். இந்த வேண்டுகோளே சில தினங்களில் பாரதியை அவரது புகழ் பெற்ற பாரத மாதா திருப்பள்ளியெழுச்சியைப் பாடச் செய்கிறது

பொழுது புலர்ந்தது, யாம் செய்த தவத்தால்;
புன்மை இருட்கணம் போயின யாவும்;
எழுபசும் பொற்சுடர் எங்கணும் பரவி
எழுந்து விளங்கியது அறிவெனும் இரவி

என்கிற பாடலை முதன் முதலாகக் கேட்கிற பேறு குவளைக்கும் அவரது தாயாருக்கும் வாய்க்கிறது.

இந்த உண்மைச் சம்பவத்தை மலர் மன்னன் சிறுகதை யாக்கியிருக்கிறார். சம்பவங்களின் விவரிப்பாக இல்லாமல் ஒரு புனைகதையின் உருவத்திலும் மொழியிலும் சொல்லியிருக்கிறார். கதையின் தொடக்கத்தில் குவளை பாரதியை எழுப்புகிறார். பாரதி சிரிக்கிறார், "திருப்பாவையில் ஆண்டாள் கண்ணனை எழுப்பினாள்; இங்கே கண்ணன் என்னை எழுப்பிக் குளிக்கக் கூப்பிடுகிறான்" என்கிறார். இது கதையின் மையக் கருவுக்கு வாசகனைத் தயாராக்கிவிடுகிறது.

கதையில் ஒரு நுட்பமான மாறுதலும் செய்திருக்கிறார் மலர்மன்னன். ரா. அ. பத்மநாபனின் 'சித்திர பாரதி'யில் சுப்ரபாதம் என்றால் என்னவென்று குவளையிடம் பாரதி கேட்டறிந்து கொள்வதாக வருகிறது. பாரதிக்கு சுப்ரபாதம் என்றால் என்னவென்று தெரியாமலா இருந்திருக்கும்? மலர்மன்னன் இந்தக் கதையில் இதைப் பின்வருமாறு கையாள்கிறார்:

" 'சுப்ரபாதம் என்றால் என்ன?' என்று குவளையிடம் மீண்டும் வேண்டுமென்றே கேட்டார், கவிஞர். காசியில் விஸ்வநாதருக்கென்று உள்ள சுப்ரபாதத்தையும் சென்னையில் வெங்கடேசப் பெருமாள் சுப்ரபாதத்தையும் அவர் காது குளிரக் கேட்டதே இல்லையா, என்ன? 'சுப்ரபாதம் என்றால் திருப்பள்ளி எழுச்சி!' என்றார் குவளை, சுருக்கமாக."

மு. இராமநாதன்

நீண்ட உறக்கத்தில் ஆழ்ந்துள்ள பாரத மாதாவுக்குத்தான் இப்போது திருப்பள்ளி எழுச்சி தேவைப்படுகிறது என்று சொல்லி, பாரதி அப்பாடலைப் பாடுவதுடன் கதை முடிகிறது.

பாரதியின் கம்பீரமும் குவளையின் விசுவாசமும் கதையில் செம்மையாகப் பதிவாயிருக்கின்றன.

கரகு பெரி ஜா (இராம. முத்துக்கணேசன்)

சென்னையில் வீடு–வாசல், பெண்டு–பிள்ளை, கார்–வண்டி என்று வசதிகளோடு வாழும் ஒரு நடுத்தர வயதுக்காரன் ஒரு நாள் வீட்டை விட்டு, குடும்பத்தை விட்டு வெளியேறிவிடு கிறான். ரயில் போகும் திசையில் போகிறான். நடைபாதையில் படுத்துறங்குகிறான். பிகாரின் பாகல்பூரில் ஒரு நண்பன் கிடைக்கிறான். நதிக்கரையில், பாழடைந்த மண்டபத்தில் வாழும் அந்த நண்பனுடைன் 90 வயது முதியவரும் வசிக்கிறார். இவர்களின் ஆதரவில் ஒரு விலைப் பெண்ணும் அருகே குடியிருக்கிறாள். இவர்களோடு இவனும் சேர்ந்துகொள்கிறான். புத்தர் ஞானம் பெற்ற அந்த மண்ணில் வறுமையும் அறியாமையும் வன்முறையும் பரவிக் கிடக்கின்றன. அந்த வன்முறையே இவனது இரண்டாவது வாழ்க்கையை முடிவுக்குக் கொண்டு வருகிறது. கடைசியில் நண்பன் ‘கரகு பெரி ஜா’ என்கிறான். அதற்கு ஒரிய மொழியில் ‘வீட்டிற்குத் திரும்பிப் போய்விடு’ என்பது பொருள். இவன் முதல் வாழ்க்கையை நோக்கித் திரும்புகிறான்.

கதை நேராகச் சொல்லப்படுகிறது. முதல் வாழ்க்கை சுருக்கமாக விவரணங்களாக அடுக்கப்படுகிறது. அது முன்கதைச் சுருக்கம் போலிருக்கிறது. இரண்டாம் வாழ்க்கை நிகழும் பாகல்பூரும் அந்த எளிய மனிதர்களும் அவர்களைச் சுற்றிப் படர்ந்திருக்கிற வன்முறையும் மிகையின்றி நம்பகத்தன்மையுடன் படைக்கப்பட்டிருக்கின்றன. ஓரிடத்தில் இவனது மனம் எதையுமே சந்தோஷத்திற்கும் துக்கத்திற்கும் இடைப்பட்ட சமநிலையில் பார்க்கக் கற்றுக்கொண்டது என்கிறார் ஆசிரியர். அது வள்ளுவர் சொல்லும் ‘பற்றற்றே கண்ணே பிறப்பறுக்கும்’ என்கிற துறவு நிலையில்லை. அதை அவன் அடையவில்லை. பிள்ளைகளின் மீதான பற்று இவனைப் பின்னோக்கி இழுக்கிறது. கதையில் ஆரம்பத்திலேயே இதற்கான குறிப்பு இருக்கிறது. (கதவை மெதுவாகச் சாத்திவிட்டு படியிறங்கி ரோட்டிற்கு வந்துவிட்டேன். குழந்தைகளின் முகத்தைப் பார்க்கத் தோன்றியது. ஆனால் என் கால்கள் நடக்கத் தொடங்கியிருந்தன.) பிற்பகுதியில் தாய்ப்பூனையைத் தேடும் குட்டிகளின் மூலமாக இவனது பிள்ளைப் பாசம் குறிப்புணர்த்தப்படுகிறது.

இரண்டாவது வாழ்க்கையின் விவரிப்பையே ஆசிரியர் கதைக்களனாகக் கொண்டிருக்கிறார். அதனால் அதை மட்டுமே அவர் விவரிப்பதாகக் கொள்ளலாம். ஆனால் சுபிட்சத்திலும் சுகத்திலும் திளைத்த முதல் வாழ்க்கையினின்றும் ஏன் விட்டு விடுதலையாக நினைக்கிறான்? 'சரியான காரணம் என்னவென்று கண்டுபிடிக்கவில்லை' என்பது கதையின் முதல் வரி. எனினும் அதன் காரண காரியங்கள் கதைக்குள் இருக்க வேண்டும். இருக்கக் கூடும். ஆனால் எனக்குக் கிட்டவில்லை.

கதைக்குக் கீழுள்ள குறிப்பிலிருந்து, இவர் அதிகம் எழுதியவரில்லை என்று தெரிகிறது. படைப்பு மொழி இவருக்குக் கை வருகிறது. இவருக்குச் சிறந்த எதிர்காலம் இருப்பதை இந்தக் கதை உணர்த்துகிறது.

ஒரு வேளை உணவு (பாவண்ணன்)

நகர வாழ்வில் உதிரி மனிதர்களாக ஜீவிக்கும் எண்ணற்றோரில் ஒருத்தி சாவித்திரி. வீட்டு வேலைக்காரி. அவள் வேலை செய்யும் வீட்டு எஜமானியால் ஏற்படும் இன்னல்களை மனிதநேயம் மிக்க கதை சொல்லியிடம் விவரிக்கிறாள். கதை மிகுதியும் உரையாடலால் ஆனது. பேச்சுத் தமிழ் நேராகவும் மிகையின்றியும் விரிகிறது. அவள் கேட்பதெல்லாம் ஒரு வேளை சோறுதான். அதற்கு அவள் படுகிற பாடும் எதிர்கொள்கிற அவமானங்களும் கதையில் இடம் பெறுகின்றன.

புதுமைப்பித்தனின் கதைகளைப் பற்றி சுந்தர ராமசாமி இப்படிச் சொல்கிறார்: "பெரும்பான்மையான மக்கள் உண்டு, உடுத்து, தன்மானத்துடன் ஒரு சாதாரண வாழ்க்கை வாழ விரும்புகிறார்கள். இவ்வளவு குறைந்தபட்ச எதிர்பார்ப்பு கொண்ட மக்களுக்குக்கூடக் கூடிவராத வாழ்க்கை புதுமைப்பித்தனைப் பெரிய அளவில் சங்கடப்படுத்தியிருக்கிறது. 'சாதாரண வாழ்க்கையைச் சென்றடைய முடியாத சாதாரண மக்கள்' என்ற தலைப்புக்குள் அவரது பெரும்பான்மையான கதாபாத்திரங்களை அடக்கிவிடலாம்". (புதுமைப்பித்தன் கதைகள், காலச்சுவடு பதிப்பகம், 2000, ஆ.இரா. வேங்கடாசலபதி (ப-ர்)). புதுமைப்பித்தனைப் போலவே இந்த எளிய மக்களின் கூடிவராத வாழ்க்கை பாவண்ணனையும் சங்கடப்படுத்துகிறது. மேற்படித் தலைப்புக்குள் சாவித்திரியையும் அடக்கிவிடலாம். அவள் நிலை இன்னும் மோசம். உடுப்பு அவளுக்குப் பிரதானமில்லை. தன்மானத்தையும் அவள் பொருட்படுத்துவதில்லை. உணவு– அதுவும் ஒரு வேளை உணவு–மட்டுமே அவளின் இலக்காக இருக்கிறது.

கதையின் உள்ளடக்கத்திலும் உரையாடல்களிலும் நம்பகத்தன்மை இருக்கிறது. ஆனால் கதை உணர்ச்சிப் பெருக்கில் பொங்கி வழிகிறது. சாவித்திரி தன் துயரங்களைச் சொல்லி முடித்ததும் ஆசிரியரின் எண்ண ஓட்டம் தொடங்குகிறது. அதில் வள்ளுவனும் சாப்ளினும் வந்து போகிறார்கள்.

மேலும், சாவித்திரியின் துயரங்களைச் சொல்ல அவளது வாய்மொழி மட்டுமே போதுமானது. அவள் பேசிய பின்பு, ஆசிரியர் அவள் பால் பச்சாதாபத்தைக் கோருகிறார். இந்த இடத்தில் அசோகமித்திரனின் கூற்று ஒன்று நினைவுக்கு வருகிறது. திலீப்குமாரின் கதைகளைப் பற்றி அசோகமித்திரன் இவ்விதம் சொல்லுகிறார்: "புனைகதைகளில் பொதுவாக வறுமையுடன் கூடவே ஒருவிதக் கழிவிரக்கமும் வெளியாகிப் பாத்திரம், வாசகர் இருவருடைய கண்ணியத்தையும் சுயமதிப்பையும் பாதித்து விடுகிறது. திலீப்குமாரின் எழுத்தில் இவ்விஷயத்தில் சிறந்த கட்டுப்பாடு தெரிகிறது." ('கடவு', திலீப்குமார், 2000, க்ரியா). பாவண்ணன் பாத்திரங்களின் துயரத்தில் தானும் அமிழ்ந்து விடுவதால் இந்தக் கட்டுப்பாட்டை இழந்துவிடுகிறாரோ என்று தோன்றுகிறது. ஆனால் இந்தக் குறைகளையும் மீறி இது நல்ல கதையாக விளங்குகிறது. ஏனெனில் அது உண்மையைப் பேசுகிறது.

சதுரங்கம் (ஆனந்த் ராகவ்)

பர்மா–தாய்லாந்து எல்லையில், பர்மீய ராணுவ அவுட் போஸ்ட் ஒன்றில் கதை நிகழ்கிறது. ராணுவ ஆட்சியின் அடக்குமுறைகளிலிருந்தும் வறுமையிலிருந்தும் தப்பி, பிழைப்பதற்காகத் தாய்லாந்திற்கு எல்லை தாண்டும் பர்மீயர்களைப் பிடிப்பதுதான் அங்குள்ள ராணுவத்தினரின் வேலை. அங்கே இரண்டு ராணுவ அதிகாரிகள் சதுரங்கம் ஆடுகிறார்கள். சில காய்கள் முன்னேறுகின்றன, சில வெட்டுப்படு கின்றன. ஆட்டம் முடியும்போது கதையும் முடிகிறது.

சதுரங்கத்தில் இரண்டு ராஜாக்களுக்கும் அவர்தம் பிரதானிகளுக்குமிடையே நடக்கும் விளையாட்டு, பலகைக்கு வெளியே இரண்டு அதிகாரிகளுக்கிடையேயான போட்டியாக இருக்கிறது; இன்னொரு கோணத்தில் சொந்த நாட்டு மக்களை வெட்டிச் சாய்க்கும் ராணுவத்தின் விளையாட்டாகவும் பரிமாணம் கொள்கிறது. பலகைக்கு உள்ளேயும் வெளியேயும் நடக்கும் ஆட்டங்கள் ஒன்றன் மீது ஒன்று கவிந்து கிடக்கின்றன. இந்த உத்தியைச் சாதுர்யமாக அல்ல, பிரச்சினையின் தீவிரத்தை யும் வலியையும் உணர்த்தவே ஆசிரியர் பயன்படுத்துகிறார்.

ஒவ்வொரு காயும் ஒவ்வொரு விதமாக நகருகிறது. கதைப்போக்கில் அது பதிவாகிறது. குதிரை முன்னே பின்னே என்று குதித்து போர்க்களத்தின் வீச்சை நாலு எட்டில் எட்டி விடுகிறது. யானையும் ராஜாவும் இடம் மாறிக்கொள்கின்றன. யானை மதங்கொண்டு ஒரு முனையிலிருந்து மறு முனைக்குப் போகிறது. ராணியோ எந்தப் பக்கம் வேண்டுமானாலும் நகர்ந்து காய்களைக் கபளீகரம் செய்யத் தயாராயிருக்கிறது.

எல்லை கடக்க முயன்று சிக்கும் இளைஞர்களைச் சிப்பாய்கள் விதவிதமாய் இம்சிக்கிறார்கள். அந்தக் குரூர விளையாட்டும் விதவிதமாய் நகரும் காய்களைப் போலத்தான் இருக்கிறது. எத்தனை விதமான சித்திரவதைகள்? "கதறவைத்து நகங்களைப் பிடுங்கலாம். சிகரெட்டால் முகப்பொட்டுகள் வைக்கலாம். கயிற்றால் கட்டி தொங்கவிட்டு மிளகாய்ப்பொடி தடவிய கழியால் ஆசனவாயில் எரிச்சல் ஏற்றலாம். விளையாடி முடித்துக் கட்டவிழ்த்துக் காட்டுப் பாதையில் ஓடவிட்டுக் குறிபார்த்துப் பின்தலையில் சுட்டுச் சாய்க்கலாம். பிணத்தை இழுத்துக்கொண்டு போய் கிராமத்தின் நடுவே மரத்தில் தொங்கவிடலாம். பெண்களை அப்படிச் செய்யமுடியாது."

ஆட்டத்தில் முவங்தான் எனும் அதிகாரி வெற்றி முகத்தில் இருக்கிறான். ஆட்டம் சூடு பிடிக்கிறது. விஸ்கியின் கிறுகிறுப்பும் அதிகமாகிறது. ஆட்டம் முன்னேற முன்னேற முவங்தான் வேறொரு காரியமும் செய்கிறான். முதலில் பூட்சின் நாடாக்களை, சாக்ஸை, பிறகு சட்டையை, பனியனை, கால் சராயை ஒவ்வொன்றாய் அவிழ்த்து எறிகிறான். ஏன்? அது கதையின் முடிவில் தெரிய வரும். அந்த முடிவு சுவாரஸ்யத்திற் காகச் சேர்க்கப்பட்ட ஒரு எதிர்பாராத திருப்பமல்ல. மாறாகக் கதை முழுவதுமே அந்தக் கடைசிப் பத்தியை நோக்கித்தான் நகருகிறது. மேலே மேற்கோள் காட்டிய பத்தியின் முடிவில் 'பெண்களை அப்படிச் செய்ய முடியாது' என்று ஒரு வரி வருகிறது. அது கதையின் முடிவிற்கு வாசகரைத் தயார்ப்படுத்துகிறது.

இந்தக் கதையின் இன்னொரு அம்சம், இது அந்நிய மண்ணில் நிகழ்வது. 1981இல் சாவி பத்திரிகையின் இதழ் ஒன்றை சுஜாதா தயாரித்தார். அந்த இதழில் இடம் பெறுவதற்காகப் பல வாசகர்கள் தங்கள் கதைகளை அனுப்பியிருந்தனர். சுஜாதா அவற்றிலிருந்து ஒரேயொரு கதையைத் தெரிவு செய்து வெளியிட்டார். இப்போது எனக்கு அந்தக் கதையோ, அதன் தலைப்போ நினைவில் இல்லை. அதன் ஒரு வரியேனும் நினைவில் இல்லை. ஆனால் தெரிவுக்கு வந்த கதைகளைப் பற்றி அவர் எழுதிய கட்டுரையொன்று நினைவிருக்கிறது. அதில் ஒரு பத்தி: "சவுதி அரேபியாவிலிருந்து கதையை எழுதும் ஏ.எஸ். மார்க்கண்டு – அண்ணா சமாதி பஸ்

நிலையத்தின் முன் அவள் நின்றிருந்தாள் – என்று ஆரம்பிக்கிறார்." ('அப்பா அன்புள்ள அப்பா', சுஜாதா, 1993, விசா பப்ளிகேஷன்ஸ்). இன்று நிலைமை அத்துணை மோசமில்லை. புலம் பெயர்ந்து வாழ்பவர்களின் புனைவுகள், எண்ணிக்கையில் குறைவானாலும் வரத்தான் செய்கின்றன. இந்தத் தொகுப்பிலேயே ஒரு துபாய்க் கதையும், ஒரு சிங்கப்பூர்க் கதையும் இடம் பெறுகின்றன. எனில், அவற்றின் பிரதான கதை மாந்தர்கள் தமிழர்கள். ஆனால் சதுரங்கம் கதையின் பாத்திரங்கள் அனைவரும் பர்மீயர்கள். முழுதும் வெளிநாட்டுப் பாத்திரங்களைக் கொண்டு ஒரு கதையைப் படைப்பதற்கு, மொழி கலாச்சார வேற்றுமைகளுக்கு அப்பால் இயங்கும் மனித மனங்களை எழுத்தில் கொண்டுவர வேண்டும். தமிழில் அ. முத்துலிங்கம் போன்ற வெகு சில எழுத்தாளர்கள் மட்டுமே பிரவேசித்திருக்கும் வெளி இது.

கதையில் குறைகள் இல்லாமல் இல்லை. கதைக்குள்ளே ஆசிரியரின் குரல் அவ்வப்போது ஒலிக்கவே செய்கிறது. உரையாடல்களில் பேச்சுத் தமிழைத் தவிர்த்திருக்கலாம். பாத்திரங்கள் அந்நிய மொழியில் பேசுகிறார்கள் என்கிற ஓர்மையோடு வாசகன் படிக்கவேண்டியிருக்கிறது. ஆயின் இக்குறைகளை மீறி கதையின் கருவும் களனும் செய்நேர்த்தியும் மொழியும் செயல்படுகின்றன.

இந்தக் கதையின் முடிவு நம்பிக்கையூட்டும்படியாக இல்லையே என்று சிலர் கேட்கலாம். அவர்களுக்கு எழுத்தாளர் பி.ஏ. கிருஷ்ணன் பதில் சொல்கிறார்: "தருமம் வெல்வதும் சூது தோற்பதும் மனிதனின் நிறைவேறாத ஆசைகளில் முக்கியமானது... ஆனால் வெட்ட வெட்ட வளரும் தலைகள் சூதினுடையது. தருமம் வெல்ல இன்னும் பல நாட்கள் ஆகும் என்பது பற்றி ஒரு நல்ல சிறுகதை கோடி காட்டிவிடும்" ('அக்கிரகாரத்தில் பெரியார்', 2007, காலச்சுவடு பதிப்பகம்).

இந்தக் கதை சொல்லும் செய்தியும் அதுதான். 2010ஆம் ஆண்டில் வாசக–விமர்சகர்கள் தெரிவு செய்த பன்னிரண்டு கதைகளில் ஆனந்த் ராகவ் எழுதிய 'சதுரங்கம்' எனும் இந்தக் கதையையே நான் சிறந்த கதை என்று கருதுகிறேன்.

['சதுரங்கம்', 2010ஆம் ஆண்டின் பன்னிரண்டு சிறந்த சிறுகதைகள், இலக்கியச் சிந்தனை, வானதி பதிப்பகம்]

திண்ணை.காம் 2.10.2011

14

எல்லோர்க்கும் பெய்யும் மழை

2018ஆம் ஆண்டின் பன்னிரண்டு சிறுகதைகள்

ஒரு சிறுகதை எப்படி இருக்க வேண்டும்?

சிறுகதை என்கிற வடிவம் நிலை கொண்ட காலம் முதலே இந்தக் கேள்வி கேட்கப்பட்டு வருகிறது. வாசகர்களும் எழுத்தாளர்களும் அவரவர் ரசனைக்கேற்ப பதிலளித்தும் வருகிறார்கள். சமீபத்தில் இந்தக் கேள்வியைக் கேட்டவர் எழுத்தாளர் அ. முத்துலிங்கம். கேள்வியை எதிர் கொண்டவர் தொலைபேசியின் மறுமுனையில் இருந்த ஒரு வாசகர். இலங்கையின் பூசாச் சிறையில் அடைபட்டிருந்தபோது சிறை நூலகத்தில் முத்துலிங்கத்தின் சிறுகதைகளைப் படித்துப் பிரமித்தவர். விடுதலையானதும் யாழ்ப்பாணத்திலிருந்து கனடாவில் வசிக்கும் முத்துலிங்கத்தை அழைத்துப் பாராட்டுகிறார். முத்துலிங்கம் நன்றி நவில்வதோடு நின்றிருக்கலாம். ஆனால் அவர் அப்படிச் செய்ய வில்லை. முதல் பத்தியில் உள்ள கேள்வியைக் கேட்கிறார். ஏனெனில் தன்னை அழைத்தவர் ஒரு தேர்ந்த வாசகர் என்பது முத்துலிங்கத்திற்குத் தெரிகிறது. வாசகர் ஏமாற்றவில்லை. வாசகர் அளித்த பதில் இதற்கு முன்பு யாரும் சொல்லியிராதது.

வாசகர் சொல்கிறார்: “ஒரு நல்ல சிறுகதை என்றால் எழுத்தாளர் ஓர் அடி முன்னே நிற்பார். வாசகர் பின்னே தொடர்வார். வாசகரால் எழுத்தாளரை எட்டிப் பிடிக்கவே முடியாது. அதுதான் நல்ல சிறுகதை”.

ஒரு நல்ல சிறுகதையை எழுத்தாளர் எழுதி முடித்து விடுவதில்லை. வாசகர்தான் முடித்துக்கொள்ள வேண்டும். என் வாசக அனுபவத்தில் அப்படியான பல கதைகளைப் படித்திருக்கிறேன்; என் ரசனைக்கும் புரிதலுக்கும் ஏற்ப முடித்துக் கொண்டும் இருக்கிறேன். எனில், யாழ்ப்பாண வாசகர் ஒரு படி முன்னே போகிறார். ஒரு நல்ல கதையை வாசகர் அப்படி முடித்துக் கொண்டுவிட முடியாது என்பதுதான் அவர் சொல்வது. எழுத்தாளர் வாசகருக்காக விட்டுச் செல்லும் வெளியை அவர் நிரப்பிக் கொள்கிறபோது, ஒரு நல்ல கதையில் மேலும் புதிய சாத்தியங்கள் தோன்றும்; புதிய கதவுகள் திறக்கும். அதைத்தான் 'எழுத்தாளர் ஓர் அடி முன்னே நிற்பார். வாசகர் பின்னே தொடர்வார்' என்கிறார் இந்த வாசகர். இப்படியான கதைகளும் இந்தத் தொகுப்பில் இருக்கின்றன. அவை இந்தக் கட்டுரையின் கடைசியில் இடம்பெறும். அப்படிச் சிலாகிக்க முடியாத கதைகளும் இந்தத் தொகுப்பில் இருக்கின்றன. அவை இந்தக் கட்டுரையின் ஆரம்பத்திலேயே இடம்பெறும்.

இப்படியான சிறுகதைத் தொகை நூலை இலக்கியச் சிந்தனை ஆண்டுதோறும் வெளியிட்டுவருகிறது. ஒவ்வொரு ஆண்டும் இதழ்களில் வெளியாகும் கதைகளில் பன்னிரெண்டைத் தெரிவு செய்து, அவற்றுள் சிறந்த கதையை ஒரு விமர்சகரைக் கொண்டு தேர்ந்தெடுக்கும் வழமையை இலக்கியச் சிந்தனை 1970இல் தொடங்கியது. இன்றுவரை இந்தத் தொடரோட்டம் நிற்கவில்லை. இது 49ஆம் ஆண்டு. அதே வேளையில் தமிழ்ச் சிறுகதைக்கு இது நூற்றாண்டு. 1919இல் வெளிவந்த வ.வே.சு. ஐயரின் 'மங்கையற்கரசியின் காதல்' என்ற தொகுதியில் இடம் பெற்ற 'குளத்தங்கரை அரசமரம்' என்கிற கதைதான் தமிழில் எழுதப்பட்ட முதல் சிறுகதை என்று பலராலும் ஏற்றுக்கொள்ளப்பட்டிருக்கிறது. அதாவது இலக்கியச் சிந்தனை இதுவரை இயங்கிவந்த காலம், தமிழ்ச் சிறுகதை வரலாற்றின் செம்பாகம் ஆகும். கடந்த அரை நூற்றாண்டுக் காலமாகத் தமிழுக்குப் பெருமை சேர்த்த சிறுகதை எழுத்தாளர்களுக்கு இலக்கியச் சிந்தனைப் பரிசளித்துப் பெருமைப்படுத்திவருகிறது. இதில் குறிப்படத்தக்கவர்கள்:

அசோகமித்திரன் (விடிவதற்குள்–1984), இந்திரா பார்த்தசாரதி (அற்றது பற்றெனில்–1989), அ.முத்துலிங்கம் (விசா–1997), சூடாமணி (நான்காம் ஆசிரமம்–1972), ஆதவன் (ஒரு பழைய கிழவர்–1973), பிரபஞ்சன் (பிரும்மம்–1982), திலீப்குமார் (தீர்வு–1977, கடிதம்–1993), வண்ணதாசன் (தனுமை–1974, ஞாபகம்–1975), சார்வாகன் (கனவுக் கதை– 1971), ஜெயந்தன் (அவள்–1981), மேலாண்மை பொன்னுச்சாமி (ரோஷாக்னி–1998), பாவண்ணன் (முள்–1986), சுப்ரபாரதி மணியன் (இன்னும் மிச்சமிருக்கிற பொழுதுகளில்–1987),

வேல. இராமமூர்த்தி (கூரை–2001), சோ. தர்மன் (நசுக்கம்–1992, அகிம்சை–1994), திருப்பூர் கிருஷ்ணன் (சின்னம்மிணி–1980), களந்தை பீர் முகமது (யாசகம்–2008), க.சீ. சிவக்குமார் (நாற்று–2000), இரா. முருகன் (வெறுங் காவல்–1991), பாரதி கிருஷ்ணகுமார் (கோடி–2011) என்று நீள்கிறது பரிசு பெற்றவர்களின் பட்டியல்.

இந்தக் கட்டுரை முடியும்போது மேற்படி மதிப்புறு பட்டியலில் இன்னொரு பெயரும் சேர்ந்துகொள்ளும். அதற்குத் தக்கதாய சிறந்த சிறுகதையைத் தேர்வுசெய்து தருமாறு இலக்கியச் சிந்தனை என்னைக் கேட்டுக்கொண்டது நான் செய்த பேறு. 2010இல் ஒரு முறை இந்தப் பணியைச் செய்திருக்கிறேன். இது இரண்டாம் முறை. நான் கதாசிரியனோ விமர்சகனோ அல்லன். வாசகன். தொடர் வாசிப்பினால் எழுத்துக்களை நல்லவையென்றும் அல்லவையென்றும் பிரித்துணரக் கற்றுக்கொண்டிருப்பவன். அந்த வாசகத் தகுதியின் அடிப்படையிலேயே 2010ஆம் ஆண்டின் சிறந்த கதையைத் தேர்ந்தெடுக்கும் துணிவைப் பெற்றேன். அதே தகுதியைக் கொண்டே இப்போதும் இந்தப் பன்னிரண்டு கதைகளுக்குள் அடியெடுத்து வைக்கிறேன்.

'ஐந்திலே ஒன்று' என்கிற கதை ரவிபிரகாஷ் எழுதியது. தலைப்பு கம்பனிலிருந்து எடுக்கப்பட்டிருக்கிறது. கம்பனின் ஐந்து, ஐம்பூதங்களைக் குறிக்கும். இந்தக் கதாசிரியரின் ஐந்து ஐம்புலன்களைக் குறிக்கிறது. இந்தக் காவியத்தன்மை தலைப்போடு முடிந்துவிடுகிறது. கண்ணனுக்குப் பிறவியிலேயே பார்வைக் குறைபாடு. ஒரு புலனில் குறைபாடு இருப்பவர்களுக்கு மற்ற புலன்கள் சிறப்பாகச் செயலாற்றும். கண்ணனுக்கும் செவியும் நாசியும் வெகு சிறப்பாகச் செயலாற்றுகின்றன. இதனால் அயல்வாசிகளிடையே ஒரு நட்சத்திரமாக விளங்குகிறான். 22 வயதில் ஓர் அறக்கட்டளை உதவியுடன் நடக்கும் அறுவை சிகிச்சையால் கண்ணனுக்குப் பார்வை கிடைக்கிறது. பார்க்கத் தொடங்குகிறான். ஆனால் அதீத புத்திசாலியான கண்ணனுக்கு உடைகளும் நிறங்களும் விளங்கவில்லையாம். 'டிரஸ்ஸுன்னு ஒரு கான்செப்டே' அவனுக்குப் புரியவில்லையாம். குளியலறைக்குள் போய் ஒரு பெண்ணுடலைப் பார்ப்பது தவறென்று அவனுக்குத் தெரியவில்லை. மானமென்றால் என்னவென்றும் தெரியவில்லை. அயல்வாசிகளிடம் அடி வாங்குகிறான். ஆசிரியர் கண்ணன் மீது பச்சாதபத்தை வரவழைக்க முயன்றிருக்கிறார். கூடவே பார்வையற்றவர்கள் எதிர்கொள்ளும் பிரச்சனைகளைக் குறித்து அறிந்துகொள்ளவும் அவர் கொஞ்சம் மெனக்கெட்டிருக்கலாம்.

ந. சோலையப்பன் எழுதிய 'கானல் நீர்' நாட்கள் என்கிற கதை ஒரு மணமான பெண்ணுக்கும், முகநூல் வழியாக அவளுக்கு அறிமுகமான ஓர் ஆணுக்கும் வாட்ஸப் வாயிலாக நடக்கும்

உரையாடல்களால் ஆனது. உரையாடல் ஒரு கட்டத்தில்– உங்கள் ஊகம் சரிதான்–நெறி பிறழ்கிறது. சமகாலச் சமூக ஊடகங்களை உள்ளிட்ட கதை என்பதால் இது நவீனமானது. எனில், அது மட்டும் கதையை நவீனமாக்கிவிடுமா? சமூக வலைதளங்கள் இல்லாத காலத்தில், கடிதப் பரிமாற்றங்களின் வழியாகவே சொல்லப்பட்ட கதைகள் தமிழில் இருக்கின்றன. சுஜாதாவின் "இரு கடிதங்கள்" நினைவுக்கு வருகிறது. வேதியியல் பேராசிரியையான ஒரு விதவைத் தாய்க்கும், மணவாழ்வில் வெறுப்படைந்த ஒரு மகளுக்கும் இடையே எழுதப்பட்ட கடிதங்கள், கதையாக உருப்பெற்றிருக்கும். சுஜாதாவின் கதையில் கடிதங்கள் மட்டுமே இருக்கும். கடிதங்களுக்கு வெளியேயும் கதை இருக்கும், அவை வாசகன் உணர்ந்து பொருள் கொள்வதற்காக விடப்பட்டிருக்கும். இந்தக் கதையில் வாட்ஸப் உரையாடல்களால் மட்டுமே கதாசிரியரால் கதையைச் செலுத்திவிட முடியவில்லை. ஆசிரியர் கூற்றாகத்தான் கதை முடிகிறது. அதிர்ச்சி மதிப்பிற்காகச் சேர்க்கப்பட்டிருக்கும் நைந்துபோன மர்ம முடிச்சொன்றும் கதை முடிவில் அவிழ்கிறது.

'உங்களைப் பாத்துட்டே இருக்கேனே' என்பது வா.மு. கோமு எழுதிய கதை. நிர்மலா ஒரு சிகப்பழகியாகத்தான் இருந்தாள். கல்லூரிப் படிப்பின்போதுதான் காதோரத்தில் தொடங்கிய வெண்படலம் உடலெங்கும் பரவுகிறது. அப்பாவின் திருமண முயற்சிகள் பலிக்கவில்லை. வீட்டிற்குள் முடங்குகிறாள். ஒரு திருமண வீட்டில் சேகரைச் சந்திக்கிறாள். அவனுக்கு அவளைப் பிடிக்கிறது. அவளுக்கும். கதையின் கடைசி வரியிலிருந்து கதைத் தலைப்பு உருவாகியிருக்க வேண்டும். ஏன் கதையின் கருவை உள்ளடக்கிய ஒரு தலைப்பு கதைக்குச் சூடப்படவில்லை என்பது தெரியவில்லை. சேகருக்கு ஏன் நிர்மலாவைப் பிடிக்கிறது என்பதும் தெரியவில்லை.

தேனி சீருடையான் எழுதிய கதை 'கடிதங்கள்'. கதை சொல்லிக்கு இரண்டு பெண்கள் கடிதம் எழுதுகிறார்கள். இந்தக் கணினி யுகத்திலும் அஞ்சல்தலை ஒட்டி அயல் நாட்டிலிருந்து கையால் எழுதும் பேனா சிநேகிதி ஒருவர். மையினால் விரும்பி எழுதும் மற்றவர். இரண்டாமவர் எழுதுவது காதல் கடிதம். இரண்டு பேர் எழுதும் கடிதங்களும் வெவ்வேறு காரணம் பற்றித் திடீரென்று நின்றுபோகின்றன. கதைசொல்லி இளைஞன்தான். ஆனால் கதாசிரியர் அவனுக்குள் செயல்படுத்துவது ஒரு முதியவரின் மனத்தை. அப்படித்தான் எனக்குத் தோன்றுகிறது. ஆசிரியருக்கு ஒரு சம்பிரதாயமான முடிவும் தேவைப்படுகிறது. ஆகவே கதை ஒரு பழைய தமிழ் சினிமாவைப் போல் சுபமாக முடிகிறது.

'வாத்தியார்', கவிப்பித்தன் எழுதிய கதை. வாத்தியாரின் சாவுச் செய்தியோடு கதை தொடங்குகிறது. பள்ளிக்கூட வாத்தியார் இல்லை, நாடக வாத்தியார் என்று ஆரம்பத்திலேயே கதாசிரியர் எடுத்துச் சொல்லிவிடுகிறார். சென்னையில் வாழும் கார்த்திகேயனது பார்வைக் கோணத்தில்தான் கதை விரிகிறது. அதாவது வாத்தியாரின் வாழ்க்கைக் கதை வெளியேயிருந்து ஒரு பார்வையாளனால் சொல்லப்படுகிறது. ஆதலால் இந்தக் கட்டுரையில் இன்னும் சற்றுத் தள்ளி இடம்பெறும் இன்னொரு வாத்தியாரின் கதையில் உள்ள அந்தரங்கமும் ஆழமும் இந்தக் கதையில் இல்லை என்று தோன்றுகிறது. அரசாங்க வேலைகளை உதறிவிட்டு நாடகத்திற்காக வாழ்ந்த 'பொய்க்கத் தெரியாத பைத்தியக்கார' வாத்தியாரின் முடிவிற்காக வாசகனின் அனுதாபத்தைக் கோருகிறார் ஆசிரியர்.

கதைப் போக்கில் மூன்று கண்ணிகள் வருகின்றன. துவக்கத்தில் கார்த்திகேயனின் மகள் வருகிறாள். இடையில் வருகிற முன்கதையில் வாத்தியார் கார்த்திகேயனிடம் இப்படிச் சொல்கிறார்: 'பொட்டக் குட்டிய நல்லா வளத்து வைய்யி... அவ எங்க ஊட்டுக்குதாங் வந்தாவணும்.' கதையின் முடிவில் வாத்தியாரோடு சேர்ந்து வாழாத மனைவியும் பிள்ளைகளும் வருகிறார்கள். கல்லூரியில் படிக்கும் வாத்தியாரின் மகனில் வாத்தியாரைப் பார்த்துப் புளகாங்கிதம் அடைகிறான் கார்த்திகேயன். இந்த மூன்று கண்ணிகளையும் கதாசிரியர் ஏதேனும் ஒரு தொடர்பு கருதி அமைத்திருக்கலாம். அவை பொருந்தியும் போகலாம். ஆனால் அது கதைக்கு எப்படிப் பங்களிக்கிறது என்று புரியவில்லை.

'அது ஒரு நோன்புக் காலம்' என்கிற கதையை சித்திக் எனும் புனைபெயரில் எழுதியிருப்பவர் முகமது சாதிக். 35 ஆண்டு களுக்குப் பிறகு தான் படித்த கல்லூரியைப் பார்க்க வரும் கதை சொல்லி, முகமது சாதிக்காகவே இருக்கக்கூடும். 'அக்கினி நட்சத்திர வெயில் நேரத்து நோன்பு காலப் பயணம்'. படித்த காலத்தில் அடிக்கடி சென்ற சம்சுதீன் சார் வீட்டைத் தேடிப்போகிறார். வீடு கைமாறிவிட்டது. சார் காலமாகிவிட்டார். சாரின் மனைவி, அன்புமயமான வஹிதா மாமி தன் மூன்று பிள்ளைகளோடும் இல்லை; எங்கோ தனியாக வசிக்கிறார். மூன்று பிள்ளைகளின் வீடுகளையும் தேடிச் செல்கிறார் கதைசொல்லி. அம்மாவை உடன் வைத்துக்கொள்ளாததற்கு ஒவ்வொரு பிள்ளைக்கும் ஒரு காரணம் இருக்கிறது. சொல்கிறார்கள். அப்படி அவர்கள் அம்மாவைக் குறை சொல்லும்போது நோன்பு வைத்திருந்தார்கள் என்று கதைசொல்லி தன் மனைவியிடம் வருத்தப்படுகிறார். அங்கே கதை முடிந்துவிடுகிறது. அப்படித்தான்

மு. இராமனாதன்

நான் நினைக்கிறேன். ஆனால் கதாசிரியருக்கு இன்னும் சொல்லித் தீரவில்லை. கதைசொல்லியின் மனைவி சொல்கிறார்: "அதை நோன்புன்னு சொல்லாதீங்க. அவங்க பட்டினியா இருந்தாங்க... தாகமா இருந்தாங்க... அவ்வளவுதான்... அதை ஆண்டவனுக்கு அர்ப்பணமான நோன்புன்னு சொல்றதே பாவம்ங்க".

மூன்று பிள்ளைகளிடமும் தாயின் பெருமையைச் சொல்லும் குரான் வசனங்களை இவர் சொல்கிறார். இவை கதையிலிருந்து துருத்திக்கொண்டு நிற்காமல் கதையோடு இயைந்து பின்னப்பட்டிருக்கின்றன. சார் முன்பு வசித்த வீட்டில் இப்போது ஜீசஸ் புன்னகைக்கிற படமிருப்பதும், வள்ளலார் டிபன் சென்டரில் இவர் நோன்பு திறப்பதும் எதேச்சையானவையல்ல. நல்லிணக்கத்தின் அறிகுறிகளாக ஆசிரியர் சேர்த்தவையாக இருக்கலாம். எனில், இவையும் கதையோடு இயைந்தே நிற்கின்றன.

செய்யாறு தி.தா. நாராயணன் எழுதிய கதை 'தமிழோ... தமிழ்'. ஒரு சிறு நகரத்தில் வாழும் நடுத்தர வயது நண்பர்கள் தமிழ்ச் சங்கம் தொடங்கும் கதை. சங்கத்திற்கு உறுப்பினர்களைச் சேர்க்க முடியவில்லை. சேர்த்த உறுப்பினர்களிடம் சந்தா வசூலிக்க முடியவில்லை. சந்தா செலுத்தியவர்கள் கூட்டத்திற்கு வருவதில்லை. கூட்டத்திற்கு வரும் பேச்சாளர்கள் இலக்கியம் பேசுவதில்லை. பார்வையாளர்கள் எதையும் கவனிப்பதில்லை. தொலைக்காட்சிப் பட்டிமன்றங்களில் எப்படி அரங்கு நிரம்பி வழிகிறது என்று நண்பர்களுக்கு வியப்பு. நண்பர் ஒருவர் ஓர் உபாயம் செய்கிறார். உள்ளூர் எம்.எல்.ஏ.வை உறுப்பினராக்கு கிறார். கூட்டம் சேருகிறது. கூடவே ரகளையும். கடைசியாக ஒரு கூட்டத்திற்கு ஐம்பது பேர் வந்துவிடுகிறார்கள். அதற்குப் பின்னால் ஒரு சூழ்ச்சி இருக்கிறது. கதை நெடுகிலும் தமிழ் புனைகதைப் பரப்பில் அரிதாகிவிட்ட பகடி விரவியிருக்கிறது. கதையில் ஆங்காங்கே சில தெறிப்புகள் இருக்கின்றன. 'மத்தவங்ககிட்ட பேசறப்போ... ஒரு தமிழன் மட்டும்தான் தமிழ்லே பேசறதில்லே', 'சீனா, ஜப்பான், ரஷ்யா போன்ற நாடுகள்லே ஜனங்களுக்கு இன்னமும் அவங்க தாய் மொழி தவிர வேறு பாஷை தெரியாதுப்பா', 'ஆங்கிலம் என்பது அறிவு இல்லை, மொழி'. இந்தத் தெறிப்புகளையெல்லாம் கதைக்குள் சாமர்த்தியமாகக் கோத்துவிடுகிறார் கதாசிரியர். கதையைச் சரளமாகப் படிக்கவும் முடிகிறது. எனில், கடைசியில் வாசகனுக்குக் கிட்டுவதென்ன? இந்தப் பொன்மொழிகள் மட்டும்தானா?

'பிசகு' என்பது பா. கண்மணி எழுதிய கதை. தமிழ் வெகுஜன இதழியல், சிறுகதைக்கு ஓர் அளவு நிர்ணயித்திருக்கிறது. அச்சில் ஆறேழு பக்கங்கள். அதற்கு மேல் போனால் அது நெடுங்கதை

அல்லது குறுநாவல் என்று நாமகரணம் சூட்டப்படும். ஆங்கிலத்தில் அப்படியில்லை. நோபல் விருது பெற்ற அலிஸ் மன்றோ எழுதிய கதையொன்று 70 பக்கங்கள் வரும். அது சிறுகதை என்றுதான் அழைக்கப்படுகிறது. எனில், சிறுகதையின் அளவை எப்படி நிர்ணயிப்பது? இதற்கு புதுமைப்பித்தன் 1934இலேயே பதில் சொல்லிவிட்டார். "சிறுகதை என்றால் அளவில் சிறியதாக இருப்பது என்பதல்ல. எடுத்தாளப்படும் சம்பவம் தனி நிகழ்ச்சியாக இருக்க வேண்டும்." இந்தக் கதை தமிழ் இதழியல் சட்டகப்படி நீளமானதுதான். ஆனால் புதுமைப்பித்தன் வரையறையின்படி சிறுகதைதான். ஒரு சம்பவத்தைச் சுற்றியே கதை அமைந்திருக்கிறது.

யோகலெட்சுமி வங்கிக் குமாஸ்தா. காசாளராகப் பணியாற்றிய நாளொன்றில் ஒரு வாடிக்கையாளரைக் காக்க வைத்துவிடுகிறாள். வாடிக்கையாளர் என். ஆர்.ஐ. எனப்படும் மேல்சாதிக்காரர். புகார் அளித்துவிடுகிறார். இவள் மற்ற பணியாளர்களிடமிருந்து சற்று ஒதுங்கி இருப்பவள். அவர்கள் விவாதிக்கும் வங்கி அரசியலிலும் ஊசிப்போன குடும்பக் கதைகளிலும் இவளுக்கு நாட்டமில்லை. இப்போது அவர்களின் அரைவேக்காட்டு உபதேசங்களும் பாசாங்கு அனுதாபங்களும் இவளைச் சுற்றி வருகின்றன. உதவி செய்ய வருகிற ஒருவனுக்கு இவள் உடலே பண்டமாற்றாக வேண்டியிருக்கிறது. சங்கத்தாலும் உதவ முடியவில்லை. நிர்வாகம் இவளது சிறிய தவறை மன்னிக்கத் தயாராக இல்லை. அடுத்த ஊதிய உயர்வு நிறுத்திவைக்கப்படு கிறது. எல்லாம் முடிந்ததும் ஒரு நாள் அந்தப் பணக்கார என்.ஆர்.ஐ. வாடிக்கையாளரைச் சந்திக்கிறாள். அவர் வருத்தம் தெரிவிக்கிறார். இவளது ஊதிய இழப்பை ஈடுகட்ட முன்வருகிறார். இவளது தன்மானம் மறுத்துவிடுகிறது. 'நீ அடித்ததும் அழுது, அணைத்ததும் சிரிக்க நானொன்றும் உன் பேத்தியின் விளையாட்டுப் பொம்மையல்ல' என்று நினைத்துக்கொள்கிறாள்.

வாசகன் யோசிப்பதற்கான வெளியெனெ எதையும் ஆசிரியர் விட்டு வைக்கவில்லை. எனில், கதையில் நம்பகத்தன்மை இருக்கிறது. சரளம் இருக்கிறது. நிறைய ஆங்கிலமும் இருக்கிறது. குறைத்திருக்கலாம்.

வாஸந்தி எழுதிய கதை 'தொலைந்து போனவன்'. இது அரசியல் கதை. இதற்கு முன்பும் வாஸந்தி அரசியல் கதைகள் எழுதியிருக்கிறார். வாஸந்தி புனைகதை எழுத்தாளர் மட்டுமில்லை, பத்திரிகையாளருங்கூட. அவர் இந்தியா டுடே இதழின் ஆசிரியராக இருந்தபோது செறிவான அரசியல் கட்டுரைகளையும் காத்திரமான சிறுகதைகளையும் ஒரே நேரத்தில் வெளியிட்டார். இந்தக் கதையில் வரும் மாணவன் அறைக்குள் அமர்ந்து

தேமே என்று படித்துக்கொண்டிருக்கிறான். கல்லூரிக்கு வரும் முதலமைச்சருக்குச் சிலர் கருப்புக் கொடி காட்டப்போகிறார்கள். 'காலேஜிலே கலாட்டாவாமே' என்று அம்மா போனில் விசாரிக்கிறார். 'நா ரூமுக்குள்ளே உக்காந்திருக்கேன் பாதுகாப்பா' என்று பதிலளிக்கிறான். ஆனால் அவன் நினைத்ததுபோல் அறை பாதுகாப்பானதாக இல்லை. விடுதிக்குள் போலீஸ் வந்துவிடுகிறது. விடுதி நண்பர்கள் அறையிலிருந்து ஓடிவிடுமாறு எச்சரிக்கிறார்கள். இவன் ஓடுகிறான். போலீஸ் துரத்துகிறது. வளாகத்தில் ஒரு குளம் இருக்கிறது. குதித்துவிடுகிறான். 'களக் மளக் என்று வாயிலிருந்து சத்தம் வந்தது ... குளத்தின் அந்தகாரத்திலிருந்து எழும்பி மேலே மேலே மிதந்தது'. கதை தொடர்கிறது. அதில் இறந்தவன் பார்வையாளனாக இருக்கிறான். நிர்வாகமும் போலீசும் இது தற்கொலை என்று சொல்லி விடுகிறது. இறந்தவனுக்கு நக்சலைட் தொடர்பு இருக்கலாம் என்றும் சொல்கிறது. அப்பாவை அச்சம் பீடிக்கிறது. அந்த அச்சமே மகன் படத்தைக்கூட வீட்டில் வைத்துக் கொள்ள வேண்டாம் என்று அம்மாவிடம் கெஞ்சவைக்கிறது. ஆனால் அம்மா மறுக்கிறார் என்று கதை முடிகிறது.

இதையொத்த சம்பவம் தமிழகத்தில் நடந்திருக்கிறது. அந்த அப்பாவும் அஞ்சினார். இறந்தவன் தனது மகனே இல்லை என்றார். அஞ்சாத அப்பாக்களும் இருந்தார்கள். நெருக்கடி நிலையின்போது கோழிக்கோடு மாணவன் ராஜனை நக்சலைட் என்கிற சந்தேகத்தில் போலீஸ் பிடித்துக்கொண்டு போனது. பிறகு அவன் தொலைந்து போனான். ராஜனின் தந்தை ஈச்சர வாரியார், கதையில் வருகிற அம்மாவைப் போல் கேள்வி கேட்டார். அதோடு நிற்காமல் வழக்குப் போட்டார். சாத்தியமான எல்லாக் கதவுகளையும் தட்டினார். சமூக வலைதளங்களும் தொலைக்காட்சிகளும் இல்லாத காலம். எனில், அச்சு ஊடகங்கள் ராஜன் தொலைந்துபோன கதையை எழுதின. திரைப்படங்கள் எடுக்கப்பட்டன. அவற்றுக்கு விருதுகளும் கிடைத்தன. வாரியாரே எழுதிய 'ஒரு தந்தையின் நினைவுக் குறிப்புகள்' என்கிற நூலுக்கு சாகித்திய அகாதெமியின் விருது கிடைத்தது. எல்லாருக்கும் எல்லாம் தெரிந்திருந்தது. ஆனால் அதிகாரத்தில் இருப்பவர்களை எளிய மனிதர்களால் ஒன்றும் செய்ய முடியவில்லை. தொலைந்துபோனவன் போனதுதான். இந்த வரலாற்றையெல்லாம் வாஸந்தியின் கதை கிளறி விடுகிறது. அதுதான் கதையின் நோக்கமாக இருக்க வேண்டும். அதிகாரம் வலியதுதான். ஆனால் அதை நோக்கிப் படைப்பாளிகள் பேசிக் கொண்டுதானிருப்பார்கள்.

'தூரதேசத்து மகாராஜா', மலர்மன்னன் அன்பழகன் எழுதிய கதை. வீரான் எனும் நாடகக் கலைஞனின் கதை. மரண வீட்டில் கதை துவங்குகிறது. மனைவி பட்டம்மாளின் நினைவுகளில் முன்கதை விரிகிறது. வீரான் மீட்டுக் கொடுத்த வாழ்க்கை அவளுடையது. நாற்பத்தி மூன்று ஆண்டுகளுக்கு முன்பு இளம் வீரான் ஸ்ரீராமனாக வேஷம்கட்டி அவர்கள் ஊருக்கு ஆட வந்தபோது ஊராரிடம் அவன் நாமங் கேட்டாள். அவன் ஊரைக் கேட்டாள். அவனுக்கே பிச்சியானாள். முன்னம் கட்டிய கணவனையும் துறந்தாள்.

வீரானின் கூடவே இருந்தவர்கள் மூக்கனும் சின்னப்பனும் வடமலையும் மாணிக்கமும். அதனால் கூட்டாளிகள். மரண வீட்டில் சலங்கை கட்டித் தப்பு மோளமடித்து வீரான் கதையை ஆடுகிறார்கள். ராமசாமி வாத்தியார்தான் எல்லோருக்கும் நாடகம் சொல்லித்தருகிறார். ஊர் ஊராய் அழைத்துப் போய் நாடகம் போடுகிறார். வீரான் ஸ்ரீராமனாய் வந்தால் ஜனங்கள் கையெடுத்துக் கும்பிடுகிறார்கள். வீரானுக்கு ஓர் ஆசை இருக்கிறது. உள்ளூரில் வேஷம் கட்டி ஆடவேண்டும். ஆனால் ஒரு தலித் அப்படி ஆடுவதற்கு உள்ளூர் சாதிப் பெரியவர்கள் அனுமதிக்கவில்லை. வீரானின் கதையைக் கூட்டாளிகள் சொல்லி முடிக்கும்போது சென்னைக்கு இடம்பெயர்ந்து விட்ட ராமசாமி வாத்தியார் மகளுடன் வருகிறார். அப்போது உறவும் நட்பும் அழுத அழுகை வீரான் இறந்த நிமிடத்தி லிருந்து கேட்காத அழுகையாக மாறியது. வீரானைக் குளிப்பாட்டுகிறார்கள். வாத்தியாரே வீரானுக்கு ஸ்ரீராமனின் பட்டாபிஷேக உடையை ஒவ்வொன்றாக உடுத்திவிடுகிறார். தூர தேசத்து மகாராஜாவாகத்தான் பட்டம்மாள் வீரானை முதலில் பார்த்தாள். இப்போதும் அதே வேஷத்தில் வீரானைச் சுடுகாட்டுக்கு அனுப்பிவைக்கிறாள். வீரான் தன்னுடைய நிறைவேறாத ஆசையை வாத்தியாரிடம் அரற்றிக்கொண்டே இருக்கிறான். அப்படி அவருக்குத் தோன்றுகிறது.

வீரானின் வாழ்க்கை நாடகீயமானது. கதையும் கதைக்களனும் பாத்திரங்களும் உரையாடல்களும் உணர்ச்சி களும் அவ்வாறே சொல்லப்பட்டிருக்கின்றன. வாசகன் உய்த்து உணர்ந்துகொள்ளக் கதாசிரியர் எதையும் விட்டுவைக்க வில்லை. எல்லாவற்றையும் பரிமாறிவிடுகிறார். என்றாலும் கதை அதன் உள்ளடக்கத்தாலும் உருவத்தாலும் குறிப்பிடத்தக்க கதையாக நிற்கிறது.

'நிழல்', இந்திரா பார்த்தசாரதியின் கதை. கதையில் வரும் பெரியவருக்கு ஒரு கனவு வருகிறது. அந்தக் கனவில் அவர்

மு. இராமநாதன்

வேகமாக ஓடுகிறார். ஆனால் அவருக்கு நடப்பதே சிரமம். கார் விபத்தில் அடிபட்டுப் பல மாதங்கள் நினைவில்லாமல் இருந்தவர். இப்போதுதான் தேறி வருகிறார். விபத்துக்குக் காரணம் அவரேதான். 'காரை எடுத்துக்கிட்டு கண்மூடித்தனமா ஓட்டியிருக்கீங்க' என்கிறார் மனைவி. கதையில் வரும் மூன்றாவது பாத்திரம் அவர்களது மகள். அவளே பார்த்துத் திருமணம் செய்துகொள்கிறாள், 'வேற வேற நிறம், மதம், நாடு'. காதல் மணம்தான். ஆனால் முறிந்துபோகிறது. இது இவரை மிகவும் பாதிக்கிறது. இவர் பிற்பாடு மகளிடம் சொல்கிறார்: 'உங்கம்மா சொல்றா... நான் கன்ஸர்வெடிவ்னு. நீயும் வில்ஸனும் பிரிஞ்சதை என்னால தாங்கிக்க முடியலையாம். அதனால்தான் நான் காரை அவ்வளவு வேகமா ஓட்டி விபத்தாச்சாம்'. கதையின் முடிவில் ஒரு திருப்பம் வருகிறது. அதிர்ச்சி மதிப்புக்காகச் சேர்க்கப்பட்ட திருப்பமில்லை அது. மொத்தக் கதையும் அந்த முடிவை நோக்கியே செலுத்தப்படுகிறது. பென்சிலை சீவிச் சீவிக் கூராக்குவதுபோல.

கதையில் நிழல் யார்? கதையில் நேரடியான பதில் இருக்கிறது. அவரது மனைவியே சொல்கிறார் – 'நான் உங்க நிழல்'. மேலும் கதையில் மனைவியின் பாத்திரம் வருகிற இடங்களில் 'குளியலறையில் நிழலாடியது' என்கிறார் ஆசிரியர். இது ஒரு விதத்தில் கதையின் முடிவில் வருகிற திருப்பத்திற்கு வாசகரைத் தயாராக்குகிறது. இப்போது நிழல் என்பதற்கு அமானுஷ்யமான ஒரு பொருளும் சேர்ந்துகொள்கிறது. இப்படி யோசித்துக்கொண்டிருக்கையில் கதாசிரியர் ஒரு அடி முன்னே போய்விடுகிறார். பெரியவரின் மனதில் ஊறி நிற்கிற பழைய நம்பிக்கைகளிலிருந்து அவரால் மீள முடியவில்லை. அவரது உள் மனம், மகளின் திருமணத்தையும், அதன் முறிவையும், பிற்பாடு அறிய நேருகிற அதன் காரணத்தையும் அங்கீகரிக்க மறுப்பதாகத் தெரிகிறது. இந்த நம்பிக்கைகள் நிழல்போல் அவரைத் தொடர்ந்து இம்சிக்கிறது போலும்.

இந்தக் கட்டுரையில் கடைசியாக வருவது சி. முருகேஷ் பாபு எழுதிய 'எவர் பொருட்டு?' என்கிற கதை. மதுரை ரயில் நிலையத்தில் கதை தொடங்குகிறது. செங்கோட்டை லோக்கல் புறப்பட அரை மணிநேரம் இருக்கிறது. டிக்கெட் வாங்க வரிசையில் நிற்கும் கதைசொல்லியிடம் முன்னால் நிற்கும் பாட்டையா பேச்சுக் கொடுக்கிறார். ஆச்சியை போனில் அழைத்து இன்னொரு சீட் பிடித்துக்கொள்ளச் சொல்கிறார். 'எஸ்டேட்ல இல பறிக்கவோ மாரி முதுகுல மூட்டை சொம வெச்சிருக்கி'றவர் எப்படி நிற்க முடியும்? வண்டியில் ஏறியதும் ஆச்சியிடம், 'சார்வாள் ரொம்ப ஒவ்வாரம்' என்கிறார். நாம் ஒன்றுமே செய்யவில்லையே என்று இவருக்குக் குறுகுறுக்கிறது.

ஆனால் பாட்டையா ஆச்சியை வைதுகொண்டே இருக்கிறார். சவத்து மூதி என்கிறார். கிழவி என்கிறார். ஒண்ணுக்குமத்தவள் என்கிறார். இந்த ஏச்செல்லாம் மேம்போக்கானது என்று விருதுநகரில் தெரியவரும். அங்கே பால் நன்றாக இருக்கும். இரண்டு கப் வாங்குகிறார். அவர் குடிக்க மாட்டார். ஆச்சிக்குத்தான். 'இவ பசி தாங்க மாட்டா' என்று கதைசொல்லியிடம் கிசுகிசுப்பாகச் சொல்கிறார்.

ஆச்சி வெள்ளந்தியான மனுஷி. பேரனைப் பற்றி வாஞ்சை யோடு பேசுகிறாள். மகனைப் போனில் அழைத்து இரவுச் சாப்பாட்டிற்கு 'ஒங்கப்பாவுக்கு மேலுகாலுக்கு இதமா மொளவு ரசம் ஒரு கை வைக்கச் சொல்லு' என்கிறார். சங்கரன்கோவிலில் பாட்டையாவும் ஆச்சியும் இறங்க ஒத்தாசையாய் இருந்து வழியனுப்பி வைக்கிறார் கதைசொல்லி. ஆச்சிக்குச் சிரிப்பு அள்ளிக்கொண்டு வருகிறது.

வாசலை ஒட்டிய இருக்கைகளில் இளைஞர் கூட்டம் ஒன்று அமர்ந்து சீட்டாடுகிறது. வேடிக்கை பார்த்துக்கொண்டிருக்கும் ஒருவர் எல்லோருக்கும் போளி வாங்கிக் கொடுக்கிறார். கதைசொல்லி வேண்டாம் என்கிறார். 'இன்னிக்கு எனக்கு பர்த்டே' என்று சொல்லி அவரையும் ஒரு போளி எடுத்துக் கொள்ள வைக்கிறார். அவருக்கு ஊர் சின்னாளப்பட்டி. இப்போது ஊரில் யாரும் தறி போடுவதில்லை என்கிறார். 'ஆக்சுவலி உங்களுக்கு இன்னைக்கு பொறந்த நாள் இல்லைதானே' என்கிற கேள்வியைச் சிரிப்பால் கடக்கிறார்.

ராஜபாளையத்தில் பரபரவென்று பெண்கள் கூட்டம் ஒன்று ஏறுகிறது. இடமில்லையே என்று ஒருத்தி ஆதங்கப்படு கிறாள். நாங்கள் சங்கரன்கோவிலில் இறங்கிவிடுவோம் என்கிறார் பாட்டையா. பெண்களும் சமாதானமாகிறார்கள். இடம் கிடைத்ததும் ராஜபாளையத்தில் வாங்கிய சேலையைப் பரப்பிப் பார்க்கிறாள் அவர்களில் ஒரு பெண். அப்போது யாசகம் கேட்டு வருகிறாள் ஒரு திருநங்கை. எல்லோரும் காசு கொடுக்கிறார்கள். இடுப்பில் சொருகிக்கொள்கிறாள் திருநங்கை. பதைத்துப் போகிறாள் சேலை வாங்கிய பெண். 'வம்பாடு பட்டுச் சம்பாதிக்க ... வச்சுச் செலவழிக்க வேண்டாம்' என்று கேட்டவள், சேலைக் கடைக்காரன் கொடுத்த பர்ஸைத் திருநங்கைக்குக் கொடுக்கிறாள். நெகிழ்ந்து போன திருநங்கை பர்ஸுக்கு ஒரு முத்தம் கொடுக்கிறாள். பர்ஸ் கொடுத்தவளையும் கன்னம் கிள்ளி முத்துகிறாள். ஓசி பர்ஸ் என்று கிண்டலடித்த இன்னொரு பெண்ணைக் கடிந்து கொள்கிறாள்.

ரயில் தென்காசியை அடைகிறது.

கதை எளிய மனிதர்களைப் பற்றியது. எளிமையாகவும் நேராகவும் சொல்லப்பட்டிருக்கிறது. அலங்காரங்களும் சோடனைகளும் இல்லாமல் பாஸஞ்சர் ரயில் போலவே நிதானமாகப் பயணப்படுகிறது. அதே வேளையில், நிர்ணயித்த இலக்கை நோக்கிச் சீராக முன்னேறுகிறது

கதையின் தலைப்பு 'எவர் பொருட்டு?' என்பது. அது சுட்டுவது ஒரு மூதுரைப் பாடலை.

நல்லார் ஒருவர் உளரேல் அவர் பொருட்டு
எல்லார்க்கும் பெய்யும் மழை

இந்தப் பாடல் கதைக்குள் இல்லை. பாடலுக்கான வியாக்கியானமும் இல்லை. ஆனால் ஒரு குறிப்பு இருக்கிறது. வெக்கை தாளாமல் வியர்த்துக் கொட்டும் மதுரை ரயில் நிலையத்தில் தொடங்கும் கதை, தென்காசியில் ரயில் நிற்கும்போது இறங்க வழியில்லாமல் கொட்டுகிற மழையோடு முடிகிறது. வெக்கை மழையாக மாறுவது கதை மாந்தர்களால். இதில் எவர் பொருட்டுக் கொட்டுகிறது தென்காசி மழை? பாட்டையாவின் பொருட்டா? ஆச்சியின் பொருட்டா? சின்னாளப்பட்டிக்காரரின் பொருட்டா? பர்ஸைப் பரிசளித்த பெண்ணின் பொருட்டா? திருநங்கையின் பொருட்டா? யார் பொருட்டாகவும் இருக்கலாம். எல்லார் பொருட்டும் ஆகலாம். இந்த இடத்தில் எனக்கு ஒரு கேள்வி எழுந்தது. அந்தக் கேள்விக்கான விடையை நான் கண்டுபிடிக்கும்போது கதாசிரியர் ஓர் அடி முன்னே போயிருந்தார்.

கேள்வி இதுதான்: ஒரு ஊரில் அல்லது ஒரு ரயில் பயணத்தில் எல்லோரும் நல்லவராக எப்படி இருக்க முடியும்? அப்படி இருக்க முடியும் என்று ஔவையாரே நம்பவில்லை. நல்லார் ஒருவர் இருந்தால் போதும், மழை பெய்யும் என்பதுதான் மூதுரைப் பாடல். மனித மனங்கள் நன்மையும் தின்மையும் கலந்தது. நன்மை நாளும் பெருகவும் தின்மை சிதைந்து தேயவும் வேண்டும் என்பதுதான் கம்பரின் விருப்பம். தருமம் வெல்ல வேண்டும் என்றுதான் பாரதியும் விரும்புகிறார். ஆனால் விருப்பம்போல் அமைந்து விடுவதில்லை வாழ்க்கை. இந்தக் கதை மாந்தர்களின் மனங்களிலும் நன்மையும் தின்மையும் கலந்துதான் இருக்கும். கதாசிரியர் முருகேஷ் பாபுவுக்கும் தின்மை தெரியாமலில்லை, ஆனால் நன்மை மட்டுமே தூக்கலாகத் தெரிகிறது. சக மனிதர்கள் மீது எல்லையற்ற நேசத்தைப் பொழிகிற மனம் அவருக்கு இருக்கிறது. இந்த மனத்துடன் செய்நேர்த்தி மிக்க கதையைப் பின்னும் லாவகமும் அவருக்கு வாய்த்திருக்கிறது. எனக்குத் தோன்றுகிறது. முருகேஷ் பாபுவின் பொருட்டுதான் தென்காசியில் மழை பெய்தது. சந்தேகமிருப்பவர்கள் பாட்டையாவிடம்

கேட்டுப் பார்க்கவும். 'முருகேஷ் பாபுவா... ரொம்ப ஒவ்வாரம்' என்று சொல்வார். முருகேஷ் பாபுவின் எழுதுகோலிலிருந்து இன்னும் இன்னும் மழை பெய்யட்டும் என்று வாழ்த்துகிறேன்.

2018ஆம் ஆண்டில் தேர்ந்தெடுக்கப்பட்ட பன்னிரண்டு சிறுகதைகளில், சி. முருகேஷ் பாபு எழுதிய 'எவர் பொருட்டு?' என்கிற கதையே சிறந்த கதை என்று கருதுகிறேன்.

['எவர் பொருட்டு?', 2018ஆம் ஆண்டின் பன்னிரண்டு சிறந்த சிறுகதைகள், இலக்கியச் சிந்தனை, வானதி பதிப்பகம்]

திண்ணை.காம் **18.6.2019**

திரை

15

ஒரு மலையாளத் திரைப்படத்தின் தமிழ் வணக்கம்

நான் அங்கம் வகிக்கும் வாட்சப் குழுமம் ஒன்றில் ஒரு நண்பர் இப்படி எழுதியிருந்தார்: 'மலையாளிகள் தமிழர்களைப் பட்டி என்று அழைப்பார்கள். பட்டி என்றால் நாய் என்று பொருள்'. அவர் எழுதியதில் செம்பாகம் சரியானது. அதாவது, இரண்டாவது வாக்கியம்.

நான் எண்பதுகளின் பிற்பகுதியில் கொச்சியில் பணியாற்றினேன். அப்போது கட்டுமானப் பணிகளில் திறன் குறைந்த வேலைகள் தமிழர்களுக்குத் தரப்பட்டன. மலையாளிகளில் சிலர் அவர்களுக்குள் பேசிக்கொள்ளும்போது தமிழர்களைப் 'பாண்டி' என்றழைப்பார்கள். அது மரியாதைக்குரிய விளியல்ல. அது ஒரு குழூஉக் குறி. அதாவது அந்த விளியைச் சபையில் சொல்ல மாட்டார்கள். இந்தப் 'பாண்டி'யைத்தான் நமது வாட்சப் புலவர்கள் 'பட்டி'யாகத் திரித்துவிட்டார்கள். இதைக் குழுமத்தில் தெரிவித்தேன். ஆனால் நண்பர் சமாதானம் ஆகவில்லை. மலையாளிகளுக்குத் தமிழர்கள்மீது மதிப்பு இல்லை என்பது அவரது கருத்து. அவருக்கும் மலையாளிகள்மீது மதிப்பு இல்லை.

வாட்சப் உரையாடல் நடந்த சில நாட்களில் நான் பார்த்த படம் நண்பருக்கு பதில் சொல்லும் விதத்தில் அமைந்திருந்தது. படத்தின் பெயர்–

ஷெர்லக் ஹோம்ஸ் வாழ்ந்த வீடு ௸ 109 ௸

நண்பகல் நேரத்து மயக்கம். கவித்துமான தமிழ்ப் பெயரில் ஒரு மலையாளப் படம். பெயரில் மட்டுமல்ல படத்திலும் கவித்துவமும் தமிழும் ததும்பி நிற்கின்றன.

கலைஞன் மம்மூக்கா

கொச்சியிலிருந்து வேளாங்கண்ணிக்கு யாத்திரை வந்த குழுவினர் தாங்கள் அமர்த்திக்கொண்ட பேருந்தில் ஊர் திரும்புகிறார்கள். படம் தொடங்குகிறது. இவர்கள் எப்படிக் குழு சேர்ந்தார்கள்? அது படத்தின் கடைசிச் சட்டகத்தில்தான் சொல்லப்படும். ஜேம்ஸ் (மம்மூட்டி) குழுவின் ஒருங்கிணைப்பாளன்.

பேருந்து ஒட்டன்சத்திரம் அருகே வயல்களை ஊடறுத்துப் போகிறது. பயணிகள் நண்பகல் நேரத்து உறக்கத்தில் அமிழ்ந்திருக்கிறார்கள். ஜேம்ஸ் பேருந்தை நிறுத்தச் சொல்கிறான். அருகிலுள்ள கிராமத்திற்கு நடந்து போகிறான். அங்கு சுந்தரம் என்பவனின் வீட்டிற்குள் நுழைகிறான். சுந்தரத்தின் கூட்டிற்குள் பாய்கிறான். சுந்தரமும் ஜேம்ஸும் நேர்மாறானவர்கள். ஜேம்ஸ் கொஞ்சம் சிடு மூஞ்சிக்காரன், கருமி, தெய்வ நம்பிக்கை குறைவானவன், குடிப்பழக்கம் இல்லாதவன், கிறிஸ்தவன், மலையாளி. சுந்தரம் தமிழன், இந்து, பக்திமான், ரசிகன், கலகலப்பானவன், கொஞ்சம் குடிக்கவும் செய்வான். மாறுபட்ட பாத்திரங்களில் ஒரே நாயகன் நடித்த எண்ணற்ற இரட்டை வேடப் படங்களைப் பார்த்திருக்கிறோம். இந்தப் படத்தில் மம்மூட்டியே அப்பாவும் மகனுமாய் நடித்த 'பரம்பரை' எனும் மலையாளப் படம் சில நிமிடங்களுக்குப் பேருந்தில் காட்டப்படுகிறது. சிவாஜியின் 'கௌரவம்' படத்தில் அப்பாவும் மகனும் சண்டை போடுகிற காட்சியொன்றை மதுக்கடையில் அநாயாசமாக நடித்துக் காட்டுகிறான் சுந்தரம். ஆனால் இந்தப் படங்களெல்லாம் மிகை நடிப்பால் ஆனவை. மாறாக 'நண்பகல்' படத்தில் மம்மூட்டி அடக்கி வாசிக்கிறார். இரண்டு பாத்திரங்களுக்கும் மாறுபட்ட வாய்மொழியையும் உடல்மொழியையும் அவரால் தளும்பாமல் தர முடிகிறது. மம்மூக்கா நம் காலத்தின் ஆகப் பெரிய கலைஞர்களுள் ஒருவர் என்பதை இந்தப் படம் மீண்டும் நிரூபிக்கிறது. என்றாலும் படத்தின் சிறப்பு அங்கே முடிவதில்லை. அது படத்தின் கதையிலும் கட்டமைப்பிலும் விரிகிறது.

கதையை விரிக்கலாம்

ஜேம்ஸுக்குள் சுந்தரத்தின் ஆன்மா புகுந்துகொள்கிறதா? இறந்தவரின் ஆன்மா உயிரோடிருக்கும் ஒருவரின் உடலுக்குள் புகுந்துகொள்ளும் படங்களும் நமக்குப் புதியதன்று (எ–டு: சந்திரமுகி, சீதக்காதி). ஆனால் இதுபோன்ற படங்களில் கதையும்

அதன் காரிய காரணங்களும் முழுமையாகச் சொல்லப்பட்டு விடும். மாறாக நண்பகல் பல சாத்தியங்களை உள்ளடக்கி இருக்கிறது. அவரவர் விருப்பதிற்கும் ரசனைக்கும் இணங்க விரித்துப் பொருள் கொள்ளலாம்.

சுந்தரம் காணாமல்போய் இரண்டு ஆண்டுகளுக்குப் பிறகு நிகழ்கிறது ஜேம்ஸின் வழியிலான மறு பிரவேசம். இந்தக் காலகட்டத்தில் கிராமம் நிறைய மாறியிருக்கிறது. சுந்தரத்தின் வாடிக்கையாளர்கள் வேறு நபரிடம் பால் வாங்கத் தொடங்கிவிட்டார்கள். அவனது நாவிதர் இறந்துவிட்டார். வெட்ட வெளியாகக் கிடந்த இடத்தில் ஒரு கோயில் கட்டப்படுகிறது. கூட்டுறவு வங்கியில் கடன் கேட்கப் போன சுந்தரம் ஆள்மாறாட்டத்திற்காகக் குற்றம் சாட்டப்படுகிறான். இவை சுந்தரத்தை நிலைகுலையச் செய்கின்றன. தனது ஆன்மா இனி ஜேம்ஸின் உடலில் தங்க முடியாது என்று சுந்தரம் கருதியிருக்கலாம். கடைசியாக மகள் பரிமாறும் மதிய உணவை உண்கிறான். அது பலிச் சோறாக இருக்கலாம். கூரையின் மீதிருக்கும் ஒற்றைக் காகம் பறந்து போகிறது. வீட்டிலிருந்து திண்ணைக்கு வருகிறான். அப்போது சுவரில் விழும் நிழல் அவன்கூட வருவதில்லை, வீட்டிற்குள்ளேயே நின்றுவிடுகிறது. இதை சுந்தரத்தின் ஆன்மா வீட்டில் தங்குவதாகவும்,வெளியேறுவது ஜேம்ஸ் என்பதாகவும் வாசிக்கலாம். இது ஒரு சாத்தியம்.

நடந்தவை அனைத்துமே ஜேம்ஸின் கனவு என்பதாகவும் இந்தப் படத்தை வாசிக்கலாம். முதல் நாள் மொத்தக் குழுவினரும் நண்பகல் உறக்கத்தில் ஆழ்ந்திருக்கும்போது பேருந்தின் ஜன்னல் சத்தத்துடன் கிறீச்சிடுவதை அடுத்துத்தான் சுந்தரம் இடை வழியில் இறங்குகிறான். அவனது ஆழ் உறக்கமும் கனவும் தொடங்குகிறது. அப்படிக் கருதலாம். அடுத்த நாள் முடிதிருத்தும் கடையில் தனது முகத்தைக் கண்ணாடியில் கண்டு சுந்தரம் அதிர்ச்சியடையும் இடத்தில் அதே கிறீச்சிடும் ஒலி வருகிறது. அதாவது ஆழ் உறக்கத்திலிருந்து ஜேம்ஸ் எழுந்துகொள்கிறான். இப்படி வாசிக்கலாம்.

இன்னொரு சாத்தியமும் இருக்கிறது. அது 'எல்லாமே நாடகம்' என்பதாகும். இவர்கள் அனைவரும் சாரதா தியேட்டர்ஸ் எனும் நாடகக் குழுவினர். அது பேருந்தின் முகப்பில் எழுதியிருக்கிறது. அது படத்தின் இறுதிக் காட்சியில்தான் தெரியவரும். படத்தில் அந்தப் பேருந்தும் ஒரு பாத்திரம். ஆனால் அது படம் நெடுகிலும் பக்கவாட்டில் மட்டுமே காட்டப்படும். படத்தில் இன்னொரு சூட்சுமமும் இருக்கிறது. கிட்டத்தட்ட எல்லாக் காட்சிகளும் நாடக மேடையில் நிகழ்த்தப்படுவதைப் போல் அமைக்கப்பட்டிருக்கும். அதாவது காமிரா நிலையாக

இருக்கும். கதை மாந்தர்கள் மேடை நடிகர்களைப் போல நகர்ந்துகொண்டிருப்பார்கள். நாடகக் கலைஞனான ஜேம்ஸ் நாடகமாகவே இந்தக் கதையை நிகழ்த்திப் பார்க்கிறான் என்பதாகவும் இந்தப் படத்தை வாசிக்கலாம். உலகம் ஒரு நாடக மேடை, அதில் நாமெல்லாம் நடிகர்கள் என்கிற ஷேக்ஸ்பியரின் வசனமும் படத்தில் இடம் பெறுகிறது.

இன்னும் பலவிதமாகவும் இந்தப் படம் வாசிக்கப்படக் கூடும். அதற்கான எல்லா அழகியல் சாத்தியங்களையும் இந்தப் படத்திற்குள் பொதிந்துவைத்திருக்கிறார் இயக்குநர் லிஜோ ஜோஸ் பெள்ளிச்சேரி. எனினும் என்னைக் கவர்ந்த அம்சம் இந்தப் படத்தின் கதை ஒரு தமிழ்க் கிராமப் பின்புலத்தில், தமிழர் வாழ்வின் ஊடாகவும் தமிழர்தம் கலைகளின் வாயிலாகவும் சொல்லப்படுகிறது என்பதாகும்.

தமிழ் வணக்கம்

படம் ஒரு திருக்குறளில் தொடங்குகிறது.

உறங்குவது போலும் சாக்காடு; உறங்கி
விழிப்பது போலும் பிறப்பு.

ஒரு வகையில் இந்தக் குறளின் விளக்கவுரைதான் படம். சித்தர் மரபை அடியொற்றி கண்ணதாசன் எழுதிய 'இருக்கும் இடத்தைவிட்டு இல்லாத இடம்தேடி எங்கெங்கோ அலைகின்றார் ஞானத் தங்கமே' என்கிற பாடல் பேருந்தில் ஒலிக்கிறது. அது அடுத்து விரியப்போகும் கதைக்களனுக்குப் பார்வையாளரைத் தயாராக்குகிறது. சுந்தரத்தின் வீட்டில் தமிழ்நாடு அரசு வழங்கிய தொலைக்காட்சிப் பெட்டி இருக்கிறது. அதுவும் படத்தில் ஒரு பாத்திரம். அதன் முன் எந்நேரமும் கால் நீட்டி அமர்ந்திருக்கிறார் சுந்தரத்தின் பார்வையற்ற அம்மா. சுந்தரம் வீட்டிற்குள் நுழைகிறபோது 'ரத்தக் கண்ணீர்' படம் ஓடுகிறது. தொடர்ந்து இடம்பெறும் விளம்பரங்களும், பாடல்களும் இன்னபிற படக்காட்சிகளுமே படத்தின் பின்னணி ஒலிக்கோவையாக அமைகின்றன.

செந்தாழம் பூவில் வந்தாடும் தென்றல், பச்சை வண்ணச் சேலை கட்டி முத்தம் சிந்தும் நெல்லம்மா, பார்த்த ஞாபகம் இல்லையோ, இறைவன் இருக்கின்றானா, வீடுவரை உறவு முதலான பாடல்கள் பொருத்தமான இடங்களில் பொருள் சேர்க்கின்றன. இறுதிக் காட்சியில், இரண்டாம் நாள் நண்பகல் உறக்கத்திலிருந்து விழிக்கும் சுந்தரம், ஜேம்ஸாகிவிடுகிறான். தன் குழுவினரோடு பேருந்தை நோக்கிப் போகிறான். அந்தக் காட்சி ஓர் ஊர்வலத்தை ஒத்திருக்கிறது. பின்னணியில் 'கூடுவிட்டு

ஆவிபோனால் கூடவே வருவதென்ன' ஒலிக்கிறது. காணாமல் போன சுந்தரத்தின் இறுதி ஊர்வலமாக அந்தக் காட்சியை வாசிக்கலாம்.

ஒரு காட்சியில் இடைநின்றுபோன பேருந்தின் முன் விளையாடும் பிள்ளைகளை அம்மா அதட்டுவாள். இந்த ஊரில் உங்களைப் பிடித்துக்கொண்டு போய் பிச்சையெடுக்க வைத்துவிடுவார்கள் என்பாள். என் வாட்சப் நண்பருக்கு மலையாளிகள் மீது இருக்கும் ஒவ்வாமை, அந்தப் பாத்திரத்திற்குத் தமிழர்களின் மீது இருக்கிறது. இதைத்தான் இயக்குநர் கலைத்துப்போடுகிறார். 'வேதனை எல்லோருக்கும் பொதுவானதுதானே!' படத்தில் இப்படி ஒரு வசனம் வருகிறது. அந்தத் தமிழ்க் கிராமமே மலையாளப் பயணிகளுக்கு ஆதரவாக இருக்கிறது. அப்போது தமிழகத்திற்கும் கேரளத்திற்கும் இடையிலான நீண்ட எல்லைக்கோடு இல்லாதாகிறது. வள்ளுவரும் பட்டினத்தாரும், கண்ணதாசனும் சிவாஜி கணேசனும், எம்.ஆர். ராதாவும் எம்.எஸ். விஸ்வநாதனும் அந்தக் கலைந்த கோடுகளுக்குத் தத்துவார்த்தப் பொருள் தருகிறார்கள். இரண்டு சமூகத்தினரும் சுந்தரமும் ஜேம்ஸும் போல ஒரே உருவத்திற்குள் உறையும் இரண்டு பிரதிமைகள் ஆகிறார்கள்.

அருஞ்சொல்.காம் 9.3.2023

16

சார்பட்டாவை வாசிக்கலாம்

நாம் புத்தகங்களைப் படிக்கிறோம். திரைப்படங்களைப் பார்க்கிறோம். அப்படித்தான் நாம் பழகியிருக்கிறோம். ஆனால் திரை ஆர்வலர்கள் படங்களையும் படிக்க வேண்டும் என்கிறார்கள். தமிழ்ப் புத்தகங்களை வாசிக்கத் தமிழும், ஆங்கிலப் புத்தகங்களை வாசிக்க ஆங்கிலமும் தெரிந்திருக்க வேண்டும். எனில், திரைப்படங்களை எந்த மொழியில் வாசிப்பது? அதற்குத் திரை மொழி என்று பெயர். திரைப்படத்தில் கதாபாத்திரங்கள் பேசும் மொழி தெரிந்தால் அந்தப் படத்தைப் பார்த்துவிடலாம். மேலதிகமாகத் திரை மொழியில் அறிமுகம் இருந்தால் அந்தப் படத்தை வாசிக்கவும் செய்யலாம். நல்ல திரைப்படங்களைத் தொடர்ந்து பார்ப்பதன் மூலம் சினிமா ரசனை வளரும், அவற்றில் பொதிந்திருக்கும் நயங்களை வாசிக்கவும் முடியும். 'சார்பட்டா பரம்பரை' அப்படியான படம். ஒரு நல்ல புத்தகத்தைப் போலவே இந்தப் படமும் நல்ல வாசிப்பனுபவத்தை நல்குகிறது.

வாசிப்பே முழுமை தரும்

பார்ப்பதற்கும் வாசிப்பதற்குமான இடை வெளியை நான் உணர்ந்த இடம் ஹாங்காங்கின் ஒரு சிகை அலங்கார நிலையம். அந்த நகரில் எல்லா ஆண்களும் எல்லாப் பெண்களும் முடி திருத்திக்கொள்வார்கள். கூட்டம் நிரம்பி வழியும். முடி வெட்டிக்கொள்ளும் நிலையத்திற்குள் நுழைந்ததும் வரவேற்புப் பெண் ஒரு தொக்கையான மாத இதழை என் கையில் கொடுத்துவிடுவார். அது

மு. இராமனாதன்

ஒரு சிகை அலங்கார சஞ்சிகை. ஹாங்காங்கிலும் சீனாவிலும் மேற்கு நாடுகளிலும் நிலவிவரும் தலைமுடி நாகரீகத்தைப் பற்றியும், அவை அடைந்து வரும் மாற்றங்கள் பற்றியும் கண்ணைக் கவரும் படங்கள் இருக்கும். நீண்ட கட்டுரைகளும் இருக்கும். என் முறை வருகிறவரை அந்தப் படங்களைப் பார்த்துக்கொண்டிருப்பேன். ஒரு கட்டுரையையும் நான் வாசித்ததில்லை. அவை என்னால் வாசிக்க முடியாத சீன மொழியில் இருக்கும். அந்தப் படங்களைப் பார்த்தது எனக்கு ஓர் அனுபவம்தான். ஆனால் கட்டுரையை வாசிக்காமல் அந்த அனுபவம் முழுமையடையாது என்பதும் எனக்குப் புரிந்தது. நல்ல திரைப்படங்களும் அப்படித்தான். அதைப் பார்க்கலாம். பார்த்த அளவில் ரசிக்கலாம். கூடுதலாக அந்தத் திரைப்படங்களில் உய்த்து உணர்வதற்கான வெளிகள் இருக்கும். அவற்றை வாசிக்கும்போதுதான் அந்தத் திரை அனுபவம் முழுமையடையும்.

காலத்தை வாசித்தல்

சார்பட்டா கதை எழுபதுகளின் மத்தியில் நடக்கிறது. அந்தக் காலம் திரையில் உருவாகியிருக்கிறது. இளைஞர்களின் சட்டைக் காலர் பட்டையாக இருக்கிறது. அவர்களின் கிருதா காதுவரை நீள்கிறது. சிவப்புப் பல்லவன் பேருந்து வண்ணாரப்பேட்டை மணிக்கூண்டைக் கடந்து போகிறது. காவலர்கள் கூம்புத் தொப்பி அணிந்திருக்கிறார்கள். இதிலெல்லாம் கடந்த காலத்தைப் பார்க்க முடிகிறது.

காலத்தை வாசிக்க முடிகிற தருணங்களுக்கும் படத்தில் குறைவில்லை. சமூக ஊடகமொன்றில் ஒரு ரசிகர் அந்தக் காலப் படங்களைப் போல இந்தப் படத்தை ஈஸ்ட்மென் கலரில் எடுத்திருக்கலாம் என்று எழுதியிருந்தார். ஒரு காலத்தின் நிறம் என்பது அந்தக் காலகட்டத்தில் வெளியான படங்களின் நிறத்தில் இல்லை. மாறாக அந்தக் காலத்தில் புழங்கிய நிறங்களில் இருக்கிறது. படத்தைக் கவனமாக வாசித்தால் நவீனமான நிறங்கள் எவையும் படத்தில் இடம் பெறவில்லை என்பது தெரியும். மேலதிகமாக உறுத்தாத ஒரு பழுப்பு நிறமும் சேர்ந்து கொண்டு நம்மைப் பின்னோக்கி இழுத்துச் செல்கிறது என்பதும் தெரியும்.

இரவு நேரக் காட்சிகளில் பாத்திரங்கள் உரையாடுவதைப் பார்க்கலாம். காட்சி குண்டு பல்புகளாலும் சிம்னி விளக்கு களாலும் ஒளியூட்டப்பட்டிருப்பதை வாசிக்கலாம்.

சண்டையை வாசித்தல்

சார்பட்டா பரம்பரை, இடியாப்பப் பரம்பரை எனும் இரண்டு குழுக்களுக்கு இடையே நிலவிய விரோதமும் குத்துச்

சண்டைகளும்தான் கதையின் மையச் சரடு. கதை குத்துச் சண்டையில்தான் தொடங்குகிறது. குத்துச் சண்டையில்தான் முடிகிறது. படம் நெடுகிலும் குத்துச் சண்டைகள் இடம் பெறுகின்றன. இந்தச் சண்டைகள் எல்லாவற்றையும் பார்வையாளராக நாமும் பார்க்கிறோம். ஆனால் இந்தச் சண்டைகளை வாசிக்கவும் முடியும்.

எப்படி என்பதற்கு முன்னால் இதே மாதிரியான இன்னொரு படத்தைப் பற்றிப் பேசிவிடலாம். 'காட்பாதர்' புகழ்பெற்ற அமெரிக்கப் படம். மாஃபியாக் குழுக்களை மையங்கொண்டது. மூன்று பாகங்களால் ஆனது. பல ஆஸ்கார் விருதுகளைப் பெற்றது. படத்தின் இயக்குநர் பிரான்சிஸ் கொப்போலாவிடம் ஒரு நேர்காணலில் கேட்கப்பட்ட கேள்வி இது: 'காட்பாதர் படங்களில் உங்களுக்குச் சவாலாக இருந்த அம்சம் எது?' இயக்குநர் இப்படிப் பதில் சொன்னார்: 'இந்தப் படங்களில் நிறையக் கொலைகள் வருகின்றன. ஆனால் ஒரு கொலையைப் போல் இராது இன்னொரு கொலை. திரைக்கதையை அப்படி அமைப்பதுதான் சவாலாக இருந்தது.' காட்பாதர் பார்த்தவர்கள் அனைவரும் அந்தக் கொலை களைப் பார்த்திருப்பார்கள். சிலர் ஒவ்வொரு கொலையும் வெவ்வேறு விதமாக நிகழ்வதை வாசித்திருப்பார்கள்.

கொப்போலாவுக்குத் திரைக்கதையிலிருந்த அதே விதமான சவால் பா. இரஞ்சித்துக்கும் இருக்கிறது. இந்தப் படம் நெடுகக் குத்துச் சண்டைகள் இடம் பெறுகின்றன. சில சண்டைகள் கண்ணப்பர் திடலில் பிரம்மாண்டமான கொட்டகை போட்டு, கேலரி அமைத்து, நுழைவுச் சீட்டு அடித்து, ஆயிரக்கணக்கான பார்வையாளர்கள் முன்னால் நிகழ்பவை. சில மண்தரையில் அமைந்த கோதாவில், குறைவான பார்வையாளர்கள் முன்னிலையில் நடக்கும் 'ஸ்பேரிங்' எனப்படும் போட்டிச் சண்டைகள். இன்னும் சில ஒரே குழுவினருக்குள் நிகழும் பயிற்சிச் சண்டைகள். இத்தனைக்கும் குத்துச் சண்டையில் ஆறு விதமான குத்துகள்தாம் (பஞ்ச்) உள்ளன. படத்திலும் அவைதான் இடம்பெறுகின்றன. ஆனால் ஒவ்வொரு சண்டையும் வெவ்வேறு விதமானவை. அவற்றை வேறுபடுத்துவது கோதாவிற்கு வெளியே நிற்கும் பார்வையாளர்கள். அவர்கள் போட்டியாளர்களுடன் உணர்வு ரீதியாகப் பிணைந்தவர்கள். அவர்களது பார்வைக் கோணங்களின் வழியாகவும், அவர்கள் வெளிப்படுத்தும் உணர்வுகள் வழியாகவும், ஒவ்வொரு சண்டையும் ஒவ்வொரு குத்தும் வித்தியாசமாக அமைகிறது. அதை நம்மால் வாசிக்கவும் முடிகிறது. கபிலனுக்கும் (ஆர்யா) ராமனுக்கும் (சந்தோஷ் பிரதாப்) நடக்கும் ஸ்பேரிங் சண்டையில் போட்டியாளர்கள் பாதிச் சண்டைக்குப் பிற்பாடுதான் காட்டப்படுகிறார்கள்.

அதுவரை கதையும் சண்டையும் கோதாவிற்கு வெளியே நிற்கும் பார்வையாளர்களின் எதிர்வினைகளின் வாயிலாகவே முன்னகர்கிறன்றன.

குத்துச் சண்டைகள் கோதாவைத் தாண்டியும் நிகழுகின்றன. ஒரு காட்சியில் கபிலனை அவனது அம்மா (அனுபாமா குமார்) விளக்குமாற்றால் அடிப்பாள். உணர்ச்சி மிக்க காட்சி. அதைப் பார்க்கலாம். இன்னும் கவனமாகப் பார்த்தால் அந்தக் காட்சியில் குத்துச் சண்டையின் ஓசைகள் பின்னணியில் ஒலிக்கும். அதை வாசிக்கலாம்.

காட்சியை வாசித்தல்

இப்படிப் படம் நெடுகிலும் வாசிக்கத்தக்க காட்சிகள் பல உள்ளன. இந்த இடத்தில் ஒன்று மட்டும். படத்தின் முதல் சண்டையில் இடியாப்பப் பரம்பரையின் வேம்புலி (ஜான் கோக்கன்) வெற்றி பெறுகிறான். அப்போது கபிலன் வெறும் பார்வையாளன். சார்பட்டாவின் சார்பாக அவன்தான் பின்னாளில் வேம்புலியை நேரிடப் போகிறான். அது அவனுக்குத் தெரியாது, யாருக்கும் தெரியாது. வேம்புலி கோதாவின் நடுவில் மாலையும் கழுத்தும் கோப்பையும் கையுமாக நிற்கிறான். சார்பட்டாவின் தோல்வியால் மனம் வெதும்பிய கபிலன் கீழே நிற்கிறான். மேடைமீது கொண்டாட்டத்திலிருக்கும் வேம்புலியை அரங்கை விட்டு வெளியேறும் கபிலன் திரும்பிப் பார்க்கிறான். கபிலன் அடைய வேண்டிய உயரத்தை இயக்குநர் குறிப்புணர்த்துகிறார். அப்படித்தான் நான் வாசித்தேன்.

இந்தப் படம் குத்துச் சண்டைப் படம். அந்த விளையாட்டின் நுணுக்கங்களைச் சொல்கிற படம். படத்தை அப்படி மட்டுமே பார்க்கலாம். ஒரு காலகட்டத்தில் ஒரு நிலப்பகுதியில் ஒரு அரசியல் சூழலில் கதை நிகழ்கிறது. படத்தை அப்படியும் பார்க்கலாம். இந்த அனுபவம் சிகை அலங்கார சஞ்சிகையில் கண்ணைக் கவரும் படங்களைப் பார்ப்பது போலத்தான். அந்த சஞ்சிகையை வாசிக்க அதில் எழுதப்பட்டிருக்கும் மொழி தெரிந்திருக்க வேண்டும். நல்ல படங்களை ரசிக்கத் திரை மொழியைத் தெரிந்துகொள்ள வேண்டும். நல்ல படங்களைத் தொடர்ந்து பார்ப்பது திரைமொழியை வாசிப்பதற்கான பயிற்சியை வழங்கும். சார்பட்டா படத்தில் பொதிந்திருக்கும் நுணுக்கங்களை வாசிக்கத் திரைமொழியை நாம் அறிமுகப்படுத்திக் கொள்ள வேண்டும். அப்போது அந்தத் திரைப்படம் தருகிற அனுபவம் முழுமைபெறும்.

காக்கைச் சிறகினிலே, செப்டம்பர் 2021

17

திருஷ்யம்:
அறமும் சட்டமும்

திருஷ்யம் என்பது வடசொல். காட்சி என்பது அதன் பொருள். கண்ணால் காண்பது காட்சி. 'கண்ணை நம்பாதே, உன்னை ஏமாற்றும்' என்று எம்.ஜி.ஆர். நமக்குச் சொல்லிவைத்திருக்கிறார். 2013இல் வெளியான மலையாளப் படமான 'திருஷ்ய'த்தின் விளம்பர வாசகமும் அதைத்தான் சொல்லியது – 'காட்சிகள் ஏமாற்றும்'. படம் அந்த வாசகத்தின் விளக்கமாக அமைந்தது. 2021இல் வெளியாகியிருக்கும் திருஷ்யம் – 2இன் விளம்பர வாசகம் – 'விட்ட இடத்திலிருந்து'. முதல் படம் விட்ட இடத்திலிருந்து தொடருகிற இரண்டாவது படமும் மீண்டும் காட்சிகள் ஏமாற்றும் என்பதையே சொல்கிறது. ஆனால் இரண்டு படங்களின் பிரதானச் செய்தியும் அதுவல்ல. இரண்டு படங்களும் சட்டத்தையும் அறத்தையும் எதிரெதிராக நிறுத்துகின்றன. ஜார்ஜ் குட்டி (மோகன் லால்) அறத்தின் பக்கம் நிற்கிறான். அதற்காகச் சட்டத்தின் இடைவெளிகளைப் பயன்படுத்த அவன் தயங்குவதில்லை. திருஷ்யம் – 2இல் அவன் அதை மேலும் லாவகமாகச் செய்கிறான். நமது சமூகத்தில் செல்வமும் செல்வாக்கும் மிக்கவர்கள் சட்டத்தை வளைக்கிறார்கள். இதில் அறம் பலியாகிறது. மக்கள் மௌன சாட்சிகளாக இருக்கிறார்கள். ஜார்ஜ் குட்டியும் சட்டத்தை வளைக்கிறான். ஆனால் அதில் அறம் நிலை

நாட்டப்படுகிறது. ரசிகர்கள் அங்கீகரிக்கிறார்கள். இரண்டு திருஷ்யங்களின் வெற்றியும் அதைத்தான் சுட்டுகிறது.

வெற்றிகரமாக ஓடிய படத்தின் தொடர்ச்சியாக அடுத்த படத்தை எடுப்பது என்பது புதிதல்ல. ஆனால் வெற்றி பெற்ற இரண்டாவது படங்கள் குறைவு. காரணம் இரண்டாவது படம் முதல் படத்தைத் தாண்டி நிற்க வேண்டும். திருஷ்யம் – 2 அதைச் செய்கிறது. 'திருஷ்யம் – 1இன் வெற்றி எனக்கு வரமாகவும் சாபமாகவும் அமைந்தது' என்று சொல்லியிருக்கிறார் படத்தின் இயக்குநர் ஜித்து ஜோசப். படம் ஈட்டித்தந்த புகழும் வருவாயும் வரம். இயக்குநரின் அடுத்த படம் முந்தைய படத்தைத் தாண்டாவிட்டால் ரசிகர்கள் ஏற்க மாட்டார்கள். இது சாபம். தெரிந்து கொண்டுதான் இந்தச் சவாலை மேற்கொண்டிருக்கிறார் ஜோசப்.

திருஷ்யம்–1, இடுக்கி மாவட்டத்தில் ஒரு சிறு நகரத்தில் துவங்கும். ஜார்ஜ் குட்டி பள்ளிப் படிப்பைத் தாண்டாதவன். கேபிள் டிவி கடை நடத்துகிறான். பெரும் சினிமா ரசிகன். நிறையப் படங்கள் பார்ப்பவன். காவல்துறையின் புலனாய்வு எப்படியிருக்கும் என்று முன் கணிக்கிற ஆற்றலை அவன் இந்தப் படங்களிலிருந்தே பெறுகிறான். மனைவி ராணியின் (மீனா) மீதும், மகள்கள் அஞ்சுவின் (அன்ஸிபா) மீதும் அனுமோளின் (எஸ்தர்) மீதும் எல்லையற்ற பிரியம் வைத்திருப்பவன். எளிய மனிதர்கள். எளிய வாழ்க்கை. எளிய சந்தோஷங்கள். அதில் கல்லெறிபவன் வருண் (ரோஷன் பஷீர்). அஞ்சுவின் வகுப்பில் படிப்பவன். காவல் ஆணையர் கீதா பிராபகரின் (ஆஷா சரத்) மகன். ஒரு பள்ளிச் சுற்றுலாவில் அஞ்சு குளிக்கிறபோது ரகசியமாகத் தனது செல்பேசியில் படம் பிடித்துவிடுகிறான். அதை வைத்து அவளை மிரட்டுகிறான். அவள் வீட்டிற்கும் வருகிறான். தாயும் மகளும் அவனிடம் இறைஞ்சுகிறார்கள். அவன் அச்சுறுத்தல் எல்லை மீறுகிறது. ஒரு இரும்புக் குழாயால் அவனது செல்பேசியை உடைக்க முயற்சிக்கிறாள் அஞ்சு. தவறுதலாக அடி வருணின் தலையில் விழுகிறது. அக்கணமே அவன் உயிரும் பிரிகிறது.

அதன்பிறகு குடும்பத்தை நிலைகுலையாமல் நிறுத்துகிற நங்கூரமாகிறான் ஜார்ஜ் குட்டி. அவனே அலிபிகளை உருவாக்குகிறான். காவல்துறையால் அவற்றை உடைக்க முடியவில்லை. வருணின் சடலத்தைக்கூட அவர்களால் கண்டறிய முடியவில்லை. அது புதைக்கப்பட்டிருக்கும் இடம் ஜார்ஜ் குட்டிக்கு மட்டுமே தெரியும். விசாரணையின்போது காவலர்கள், பிள்ளைகளின் மீதும் அடியையும் உதையையும் பிரயோகிக்கிறபோது ஊர்க்காரர்களின் அனுதாபமும் ஜார்ஜ் குட்டியைக் காப்பாற்றுகிறது.

ஷெர்லக் ஹோம்ஸ் வாழ்ந்த வீடு

திருஷ்யம்–1 தெலுங்கிலும் கன்னடத்திலும் (2014), தொடர்ந்து இந்தியிலும் (2015) எடுக்கப்பட்டது. அங்கெல்லாம் படத்தின் பெயர் திருஷ்யம்தான். தமிழில் திருஷ்யம் என்கிற வடசொல் பயன்பாட்டில் இல்லை. அதற்குச் சற்று நெருக்கமான சொல் திருஷ்டி. ஆனால் திருஷ்டி எனும் சொல்லைச் சுற்றிப் போடுவ தற்கும், பரிகாரம் காண்பதற்குமே நாம் பயன்படுத்துகிறோம். தமிழில் திருஷ்யத்திற்கு இணையான சொற்கள் உள்ளன. எனினும் எதனாலோ திருஷ்யம் தமிழுக்குப் பெயர்ந்தபோது அதற்குக் கதைக்களமான பாபநாசத்தின் பெயர் சூட்டப்பட்டது. திருஷ்யம் எல்லை கடந்து சீனத்திற்கும் சிங்களத்திற்கும்கூடப் போனது. அங்கே வேறு பெயர்தான் வைத்திருப்பார்கள். நாடும் மொழியும் பெயரும் என்னவானாலும், படம் ரசிகர்களின் மனதுக்கு நெருக்கமாக இருந்தது. ஏனெனில் தர்மம் வெல்ல வேண்டும் என்பதுதான் சாதாரண மனிதர்களின் ஆசை. ஜார்ஜ் குட்டியும் அவனது எல்லா அவதாரங்களும் அந்த ஆசையை நிறைவேற்றினார்கள்.

பாபநாசம் (2015) தமிழ்ப் படத்தை இயக்கியதும் ஜோசப்தான். அவரிடத்தில் ஒரு செய்தியாளர், இரண்டு படங்களின் நாயக நடிகர்களையும் ஒப்பிடச் சொல்லிக் கேட்டார். ஜோசப் இப்படிச் சொன்னார்: ‘இரண்டு பேரும் நல்ல நடிகர்கள். மோகன்லால் பிறவி நடிகர். அவருக்கு இயல்பாகவே நடிப்பு வருகிறது. கமலஹாசன் அனுபவமுள்ள நடிகர். அவர் பயிற்சியின் மூலம் தனது நடிப்பை வெளிப்படுத்துகிறார்.’

இந்த இயல்பு நவிற்சி மோகன்லாலுக்கு மட்டுமில்லை. மலையாள சினிமாவிற்கும் இருக்கிறது. அது திருஷ்யம் – 2இலும் வெளிப்படுகிறது. படத்தின் பிற்பகுதியில் பல அசாதாரண சம்பவங்கள் நிகழுகின்றன. ஆனால் அதற்கான அடித்தளம் முற்பகுதியில் பல இயல்பான சம்பவங்களால் அடுக்கப்பட்டிருக்கிறது. சமூக வலைதளங்களில் சிலர், ‘முற்பகுதி மெல்ல நகர்கிறது, ஆனால் பிற்பகுதி அதை ஈடுகட்டிவிட்டது’ என்று எழுதியிருந்தார்கள். மலையாளப் படங்களின் இயல்பு நவிற்சியோடு உள்ள ஒவ்வாமைதான் அவர்களை அப்படிச் சொல்ல வைத்திருக்க வேண்டும்.

திருஷ்யம்–2இன் விளம்பர வாசகம் ‘விட்ட இடத்திலிருந்து’ என்பதாக இருந்தாலும், அது முதல் படம் முடிந்து ஆறு ஆண்டுகளுக்குப் பிறகுதான் தொடங்குகிறது. அஞ்சு கல்லூரியிலும் அனுமோள் ஒரு பெரிய ஆங்கிலப் பள்ளியிலும் படிக்கிறார்கள். ராணி அஞ்சுவின் திருமணத்தைப் பற்றிக் கவலைப்படுகிறாள். ஜார்ஜ் குட்டி இப்போது ஒரு திரையரங்க உரிமையாளர். ஒரு திரைப்படம் எடுக்கும் திட்டமும்

இருக்கிறது. வீடு புதுப்பிக்கப்பட்டுவிட்டது. காரும் புதியது. இந்த வளமைக்குப் பின்னால் வருணின் கொலை என்கிற சிலுவை அந்தக் குடும்பத்தை, குறிப்பாக அஞ்சுவையும் ராணியையும் அழுத்திக்கொண்டே இருக்கிறது. இரண்டு பேரும் காக்கி உடையைக் கண்டாலே நடுங்குகிறார்கள். அஞ்சுவிற்கு துர்சொப்பனங்கள் வருகின்றன. வலிப்பு வருகிறது. இந்தத் துயரம் எதையும் ஊர்க்காரர்கள் அறிய மாட்டார்கள்.

ஆறாண்டுகள் என்பது நீண்ட காலம். ஊர்க்காரர்களின் அனுதாபம் இப்போது வற்றிவிட்டது; அந்த இடத்தை அழுக்காறு நிறைத்துவிட்டது. வதந்திகள் கதைகளாக மாறி வலம் வருகின்றன. வருணுக்கும் அஞ்சுவுக்கும் தொடுப்பு இருந்தது; இதை அறிந்த ஜார்ஜ் குட்டி வருணைக் கொன்றுவிட்டான்; காவல்துறை சும்மாவிடாது. இப்படிப் பேசிக்கொள்கிறார்கள்.

காவல்துறையும் ஜார்ஜ் குட்டியின் வழக்கைச் சும்மா விடுவதாக இல்லை. புதிய ஆணையர் தாமஸ் பேட்டின் (முரளி கோபி) வழக்கைக் கையிலெடுக்கிறார். ஊள்ளூர் ஆய்வாளர் பிலிப் மாத்யூ (கணேஷ் குமார்) ஊரெல்லாம் தோண்டித் துருவுகிறார். இவர்களுக்கு வருணின் சடலம் புதைக்கப்பட்ட இடத்தைக் குறித்துத் துப்புக் கிடைக்கிறது. அது காவல் நிலையம். அந்த இடத்தைத் தோண்டுகிறார்கள். எலும்புகளைக் கண்டெடுக்கவும் செய்கிறார்கள். மறுபடியும் விசாரணை. மறுபடியும் வருணின் அம்மா வருகிறார். எல்லாம் இந்த இடத்தில் முடிந்திருக்க வேண்டும். ஆனால் காவல்துறையும் சட்டமும் எப்படியெல்லாம் முன்னகரும் என்பதைக் கணித்து ஜார்ஜ் குட்டி அதற்கேற்றவாறு பல காலமாகக் காய்களை நகர்த்திவந்திருக்கிறான். அது படத்தின் கடைசி அரை மணி நேரத்தில்தான் கட்டவிழ்கிறது. மறுபடியும் சட்டத்தின் வழிகளின் ஊடாகவே போய்க் குடும்பதைக் காப்பாற்றுகிறான் ஜார்ஜ் குட்டி.

திருஷ்யம்–1 வெளியானதும் அது *The Devotion of Suspect X* என்கிற ஜப்பானிய நாவலின் பகர்ப்பு என்று சிலர் குற்றம் சாட்டினார்கள். 2005இல் வெளியான நாவல் 2011இல் ஆங்கிலத்தில் மொழி பெயர்க்கப்பட்டது. அதைப் படம் எடுப்பதற்காக உரிமையை வாங்கிவைத்திருந்த ஓர் இந்தித் தயாரிப்பாளர் வழக்குத் தொடுக்கவும் செய்தார். ஆனால் வழக்கு நிற்கவில்லை. நாவலை வாசித்த ஆங்கிலச் செய்தியாளர் ஒருவர் நாவலுக்கும் திருஷ்யத்துக்கும் ஒற்றுமைகள் இருந்தாலும் திருஷ்யம் வேறு தளத்தில் இயங்குகிறது என்கிறார்.

ஜப்பானியக் கதையில் ஒரு தாயும் மகளும் வருகிறார்கள். தாயின் முன்னாள் கணவன் அவர்களைப் பணம் கேட்டு

மிரட்டுகிறான். அப்போது நடக்கும் தள்ளுமுள்ளில் மகள் தாயின் கணவனைத் தவறுதலாகக் கொன்றுவிடுகிறாள். பக்கத்து வீட்டில் வசிக்கும் இளைஞன், ஒரு பள்ளிக்கூட ஆசிரியர், மர்ம நாவல் விசிறி. அவன் சடலத்தை மறைக்கிறான். அலிபிகளைக் கட்டமைக்கிறான். நாவல் அந்த அலிபிகள் எத்துணை பலமானவை என்று விவரிக்கிறது. திருஷ்யத்திலும் கொலை நடக்கிறது. சடலம் மறைக்கப்படுகிறது. அலிபிகள் உருவாக்கப்படுகின்றன. ஆனால் திருஷ்யத்தின் பலம் அலிபிகளில் இல்லை. அது படம் வெளிப்படுத்தும் ஆழமான குடும்ப உறவுகளில் இருக்கிறது. காவல்துறையின் அத்துமீறல்களைச் சொல்வதில் இருக்கிறது. தன் குடும்பம் சட்டப்படி தவறிழைத்திருக்கலாம்; ஆனால் தர்மத்தின்படி அவர்கள் நிரபராதிகள் என்கிற ஜார்ஜ் குட்டியின் நம்பிக்கையைப் படம் நம்பகத்தன்மையோடு சொல்கிறது. இப்படி எழுதினார் அந்தச் செய்தியாளர்.

திருஷ்யம்–2 பார்த்ததும் எனக்கு வேறொரு படம் நினைவுக்கு வந்தது. *The Day of the Jackal* (1973). பிரெஞ்சு அதிபர் சார்லஸ் டிகாலைக் கொல்வதற்காக ஒரு வலதுசாரித் தீவிரவாத இயக்கம் *(OAS)* ஒரு வாடகைக் கொலையாளியை நியமிக்கிறது. டிகால் இப்படியான எந்தக் கொலை முயற்சிக்கும் பலியானவர் அல்லர். முதுமையில், ஓய்வில் மெல்லப் பிரிந்தது அவர் உயிர். அதாவது படம் ஆரம்பிப்பதற்கு முன்னரே ரசிகனுக்குக் கதையின் முடிவு தெரியும். என்றாலும் ரசிகனால் படத்தோடு ஒன்ற முடிந்தது. அதற்குக் காரணம் ஜக்காலின் திட்டமிடல். 1963ஆம் ஆண்டு விடுதலை நாளில், பிரெஞ்சு அதிபர் ராணுவ வீரர்களுக்குப் பதக்கங்கள் வழங்குகிற நாளை ஜக்கால் தேர்ந்தெடுப்பான். மைதானத்துக்கு அருகே ஓர் அடுக்ககத்தையும் தேர்ந்தெடுப்பான். குறிப்பிட்ட நாளில் ஊனமுற்ற ராணுவ வீரனாக வேடம் தரித்து எல்லாப் பாதுகாப்பு ஏற்பாடுகளையும் கடந்து அடுக்ககத் திற்குள் நுழைந்தும் விடுவான். கடைசி நிமிடத்தில் காவல் ஆணையர் லெபல் உள்ளே புகுந்து ஜக்காலைக் கொன்று விடுவார். இவையெல்லாம் கடைசி 30 நிமிடங்கள். மொத்தப் படமும் ஜக்கால் தனது இலக்கை நோக்கி அங்குலம் அங்குல மாக முன்னேறுவதைச் சொல்லும். அவன் சுயம்பு. தன்னந் தனியனாகத்தான் செயல்படுவான். பிரான்ஸின் உளவுத் துறைக்கு *OAS*இன் திட்டம் தெரியவரும். லெபல் துரத்த ஆரம்பிப்பார். ஜக்கால் எல்லாக் கட்டங்களிலும் ஓரடி முன்னால் நிற்பான். உச்சகட்டத்தில் ஓர் அங்குலம் தவறிவிடுவான். கல்லறைத் தோட்டத்தில் ஜக்காலுக்கு லெபல் அஞ்சலி செலுத்துவதுதான் கடைசிக் காட்சி. திரையில் லெபல் மட்டும்தன் நின்றுகொண்டிருப்பார். திரைக்கு வெளியே ரசிகர்கள் அனைவரும் நிற்பார்கள்.

ஜார்ஜ் குட்டியும் ஜக்காலைப் போலத் தனியனாகத்தான் திட்டமிடுவான். அவன் சடலத்தைப் புதைக்கிற இடம் அவனுக்கு மட்டுமே தெரியும். மனைவி மக்களுக்குக்கூடத் தெரியாது. அப்படித் தெரியாமல் இருப்பதுதான் உங்களுக்குப் பாதுகாப்பு என்று சொல்லிவிடுவான். இந்த வழக்கை காவல்துறை மீளாய்வு செய்யும் என்பதில் ஜார்ஜ்குட்டிக்கு எந்தச் சந்தேகமும் இராது. அவன் காவல்துறையின் ஒவ்வொரு அடியையும் ஒவ்வொரு நகர்வையும் முன்கூட்டியே கணித்திருப்பான். அதற்கான மாற்றுத் திட்டமும் அவனிடத்தில் இருக்கும். ஆனால் காவல்துறை இதை உணரும்போது காலங் கடந்திருக்கும்.

ஜார்ஜ் குட்டியின் வழக்கும் விசாரணையும் முடிந்ததும் நீதியரசர் (அயூப்) காவல் ஆணையரிடம் சொல்வதாக ஒரு வசனம் வரும். ‘தீர்க்கப்படாத எத்தனையோ வழக்குகள் இல்லையா? இதையும் அதில் சேர்த்துக்கொள்ளுங்கள்’. இது படத்தின் செய்தியல்ல. காவல் ஆணையர், வருணின் அம்மாவிடம் ‘அந்தக் குடும்பம் ஆறாண்டுகளாக உள்ளுக்குள் அனுபவித்துவரும் வேதனையே அவர்களுக்கு ஒரு தண்டனைதானே’ என்கிறார். இதுவும் படத்தின் செய்தியல்ல. இவை வெளிப்படையாகச் சொல்லப்படும் சமாதானங்கள். படத்தின் செய்தியை இயக்குநர் உரக்கச் சொல்வதில்லை. ஆனால் அது ரசிகனுக்குப் புரிகிறது. அந்தச் செய்தி: அறம் வெல்லும்.

***மின்னம்பலம்.காம்* 17.3.2021**

18

குமாஸ்தாவின் பெயர் நசீர்

திலீப்குமார் 'தீர்வு' என்கிற சிறுகதையை 1977இல் எழுதினார். அது 'இலக்கியச் சிந்தனை'யின் விருது பெற்றது. அப்போதிலிருந்து தமிழில் எழுதிவருகிறார். ஆனால் அவரது கதைகளின் எண்ணிக்கையைக் கூட்டினால், அவை சராசரியாக இரண்டு ஆண்டுகளுக்கு ஒன்று என்கிற கணக்கில் கூடத் தேறுவதில்லை. அதனால் என்ன? எண்ணிக்கைக்கும் தரத்திற்கும் ஏதாவது தொடர்பு இருக்கிறதா என்ன? 2002இல் திலீப்குமார் 'ஒரு குமாஸ்தாவின் கதை'யை எழுதினார். ஞாநி ஆசிரியராக இருந்த 'தீம்தரிகிட' இதழில் வெளியானது. 'ரமாவும் உமாவும்' (க்ரியா பதிப்பகம், 2011) என்கிற தொகுப்பு நூலில் இடம் பெற்றிருக்கிறது. 2012இல் பத்மா நாராயணன் இந்தச் சிறுகதையை ஆங்கிலத்தில் மொழிபெயர்த்தார். 'காரவன்' இதழில் வெளியானது. அப்படியாக கோவை ராஜ வீதித் துணிக்கடை ஒன்றின் எளிய குமாஸ்தா, தமிழகத்திற்கு வெளியேயுள்ள சில காத்திரமான வாசகர்களின் கவனத்தை ஈர்த்தார். தொடர்ந்து பல்வேறு இந்திய மொழிகளிலும் பிரெஞ்சு, செக் மொழிகளிலும் கதை வெளியானது. 2020இல் இந்தக் கதையைத் தழுவி அருண் கார்த்திக் ஒரு படம் எடுத்தார். படத்தின் பெயர் 'நசீர்'.

நெதர்லாந்தின் ரோட்டர்டாம் நகரில் ஆண்டுதோறும் நடைபெறும் சர்வதேசத் திரைப்பட விழா கலாபூர்வமான படைப்புகளைத் தேர்வு செய்கிறது. இவ்வாண்டுத் துவக்கத்தில்

நடைபெற்ற விழா இந்தியாவிற்கும் மேலதிகமாகத் தமிழகத்திற்கும் முக்கியமானது. ஏனெனில், இந்த விழாவில்தான் சிறந்த ஆசியப் படத்திற்கான நெட்பெக் விருதைப் பெற்றது 'நசீர்'.

2020இல் நிகழ்ந்த ஜியோ மாமி மும்பை திரைப்பட விழாவில் பல சர்வதேசப் படங்கள் அணிவகுத்தன. உலகின் பிரசித்தி பெற்ற திரைப்பட விழாக்களான பெர்லின், லண்டன், ரோட்டர்டாம், கான், நியூயார்க், டொரொண்டோ, வெனிஸ் முதலானவற்றில் விருது பெற்ற சுமார் 100 படங்கள் மும்பை விழாவிற்குத் தெரிவாயின. உலகின் தலைசிறந்த படங்களை மும்பை ரசிகர்களுக்குக் கொண்டுவந்து சேர்ப்பதுதான் இந்த விழாவின் நோக்கம். (2017ஆம் ஆண்டு இந்த விழாவில் அரங்கேறிய தமிழ்ப்படம் அம்ஷன் குமார் இயக்கிய 'மனுசங்கடா'). 2020, மே 29முதல் ஜூன் 7வரை, 10 தினங்கள் இந்த விழாவிற்கு நாள் குறிக்கப்பட்டது. அது கொரோனா காலமாதலால் படங்களை அரங்குகளில் திரையிட முடியவில்லை. மாறாகக் குறிப்பிட்ட நாட்களில் யூடியூபில் திரையிடப்பட்டன. ஆகவே மும்பை ரசிகர்கள் மட்டுமல்ல, உலகெங்கிலும் உள்ள ரசிகர்களால் படங்களைப் பார்க்க முடிந்தது. துவக்க விழாத் திரையிடலுக்குத் தேர்ந்தெடுக்கப்பட்ட இரண்டு படங்களில் ஒன்று 'நசீர்'.

நசீரின் கதை ஒரு நாளின் காலையில் தொடங்கி மாலையில் முடிந்துவிடுகிறது. சிறுகதையும் படமும் ஒரே இடத்தில்தான் தொடங்குகிறது. நசீர் கேள்விக்குறியைப் போல் பாயில் படுத்துக் கிடக்கிறான். பின்னணியில் காலைத் தொழுகைக்கான பாங்கு ஒலிக்கிறது. அது மக்கள் செறிந்து வாழும் பகுதி. குறுகலான தெருவில் ஒரு குச்சு வீடு. கீழ் நடுத்தர வர்க்கக் குடும்பத்தின் அடையாளம் வீடெங்கும் பரவியிருக்கிறது. நசீருக்கு நடு வயது. சோம்பல் முறித்தபடி எழுகிறான். மனைவியோடு சிருங்கரிக்கிறான். மனநலம் குன்றிய வளர்ப்பு மகன் இக்பாலைக் கொஞ்சுகிறான். வீட்டில் சீக்காளி அம்மாவும் இருக்கிறாள். நசீர் பல் துலக்குகிறான். தண்ணீர் பிடிக்கிறான். 'பனி விழும் மலர்வனம்' கேட்கிறான். தாய் வீட்டிற்குப் போகிற மனைவியை வழியனுப்புகிறான். எல்லோருக்கும் முன்னால் போய் அவன் வேலை பார்க்கும் துணிக்கடையைத் திறக்கிறான். துப்பரவாக்குகிறான். கடவுள் படங்களுக்கு மாலையிடுகிறான். பணியாளர்கள் ஒவ்வொருவ ராக வருகிறார்கள். கடைக்கு வருகிறவர்களில் எளிய பெண் வாடிக்கையாளர்களைக் கவனித்துக்கொள்கிறான். அவர்களோடு நசீரால் இயல்பாய்ப் பேச முடிகிறது. முடிகிறபோது மதியத் தொழுகைக்குப் போகிற வழக்கம் நசீருக்கு உண்டு. அன்று பள்ளிவாசலுக்குப் போகிறான். மதியம் வீட்டில் சாப்பிடுகிறான். இக்பால் வரைந்திருக்கும் படங்களை சிலாகிக்கிறான்.

ஷெர்லக் ஹோம்ஸ் வாழ்ந்த வீடு

கடைக்குத் திரும்புகிறான். கதையில் எந்தத் திடீர் திருப்பமும் நிகழ்வதில்லை. ஆனால் கடைசிக் காட்சி எல்லாவற்றையும் மாற்றிப் போட்டுவிடுகிறது.

நசீருக்கு எந்தப் பக்கச் சார்பும் இல்லை. மௌலவியின் பிரசங்கமும் விநாயகர் சதுர்த்திப் பிரச்சாரமும் அடுத்தடுத்த தெருக்களில் ஒலிக்கின்றன. இரண்டிற்கும் நசீர் எதிர்வினை ஆற்றுவதில்லை. ஆனால் அவனைச் சுற்றி நடக்கும் மதம் சார்ந்த அரசியல் அந்தக் கடைசிக் காட்சியில் அவனை உள்ளே இழுத்துப் போட்டுவிடுகிறது. மொத்தக் கதையும் அந்தக் கடைசிக் காட்சியை நோக்கித்தான் நகருகிறது.

திலீப்குமாரின் வேறு கதைகளிலிருந்தும் சில கீற்றுகளை உருவி இந்தக் கதையில் பொருத்தமாகச் சேர்த்திருக்கிறார் அருண் கார்த்திக். 'மூங்கில் குருத்து' சிறுகதை அதில் ஒன்று. 'கடவு' (க்ரியா பதிப்பகம், 2000) சிறுகதைத் தொகுப்பு நூலில் இடம் பெற்றிருக்கும் கதை. ஒரு குஜராத்தி இளைஞன், கோவையில் ஒரு மராத்திக்காரரின் தையல் கடையில் வேலை பார்ப்பான். வாரச் சம்பளம். அந்தச் சனிக்கிழமை முதலாளிக்கும் முடை. அடுத்த வாரம் தருகிறேன் என்று சொல்லிவிடுகிறார். அடுத்தநாள் இவனது அப்பாவுக்கு திவசம். ரேஷன் வாங்க வேண்டும். முதலாளி ஒரு உபாயம் சொல்கிறார். ஒரு கல்லூரியில் மாணவர்களுக்குக் கோட் தைத்துக் கொடுக்கும் ஒப்பந்தம் அவருக்குக் கிடைத்திருக்கிறது. சில மாணவர்கள் உள் துணியை மாற்றச் சொல்வார்கள். அதற்கு அவர்கள் தனியே காசு கொடுக்க வேண்டும். முதலாளி அப்படியான கோட்டுகளை மாணவர்களிடம் கொடுத்துவிட்டு, கூடுதல் காசை வசூலித்து இவன் சம்பளத்தை எடுத்துக்கொள்ளச் சொல்கிறார். இவன் கல்லூரி விடுதிக்குப் போகிறான். மாணவர்களிடமும் காசில்லை. எரிந்து விழுகிறார்கள்.

இந்தக் குருத்தை எடுத்து நசீரின் கதையில் சொருகி விடுகிறார் இயக்குநர். ஒரு வித்தியாசம்: குஜராத்தி இளைஞன் சிகரெட் பிடிப்பான். நசீர் பீடி குடிப்பான். ஆனால் இரண்டு பேரையும் காவல்காரர் கடிந்துகொள்வார்.

'நா காக்க அல்லது ஆசையும் தோசையும்' திலீப்குமாரின் இன்னொரு கதை. ('ரமாவும் உமாவும்' தொகுப்பு). அதில் வருகிற மிட்டு மாமா சுவாரஸ்யமான மனிதர். அவர் கதை சொல்லி இளைஞனிடம், 'டேய், ப்ளே பாய் பத்திரிகை பார்த்து ரொம்ப காலமாகிவிட்டது. சைனா பஜார் பக்கம் போனால் ஏதாவது இஷ்யூ கிடைக்கிறதா பார்' என்பார்.

'குமாஸ்தாவின் கதை'யில் வருகிற நாயகன் சம்பளப் பற்றாக்குறை காரணமாக ஒரு உலர் சலவையகத்தில் பீஸ் ரேட்டில் இஸ்திரி போடுவான். நசீர் அப்படிச் செய்வதில்லை. மாறாக மதிய இடைவேளையில் ஒரு வசதியான வீட்டுப் பையனுக்கு அவனது வீட்டிலிருந்து மதிய உணவு எடுத்துக்கொண்டுபோய் பள்ளியில் கொடுப்பான். அந்த வீட்டில் ஒரு பெரியவர் இருப்பார். அவர் மிட்டு மாமா பேசுகிற வசனத்தைப் பேசுவார். நா காக்க கதையில் வருகிற இளைஞனைப் போலவே நசீரும் சிரித்துக்கொள்வான்.

இந்த மிட்டு மாமா 'மென்மையான இட்லிகளிலும், நெய்யொழுகும் பொங்கலிலும், முறுகல் தோசைகளிலும், பொன்னிறமான மொரமொரப்பான உளுந்து வடைகளிலும்' மனதைப் பறிகொடுத்தவர். யாரவது எங்கே டிபன் நன்றாக இருக்கும் என்று கேட்டுவிட்டால் 'தன் ஹோட்டல் ஞானப் பெருவெளியிலிருந்து விவரங்களைத் தாறுமாறாக அள்ளி வீசுவார்'. இந்தக் குருத்தை அருண் கார்த்திக் லாவகமாக உருவிக் கொண்டிருக்கிறார். எங்கே டிபன் நன்றாக இருக்கும், என்று கடைக்கு வரும் நண்பர் கேட்கிறார். கடை முதலாளி மிட்டு மாமாவாகிவிடுகிறார். எந்தெந்த ஹோட்டலில் என்னென்ன நன்றாக இருக்கும் என்று ரசனையோடு பட்டியலிடுகிறார். ஒரு வித்தியாசம் இருக்கிறது. சிறுகதையில் வருபவை வடசென்னை ஹோட்டல்கள். படத்தில் வருபவை கோவை ஹோட்டல்கள்.

திலீப்குமாரின் ஒரு கதையிலிருந்து ஒரு குருத்தை எடுத்து இன்னொரு கதையில் சொருகிவிட முடிகிறது. ஏனெனில் இந்தக் கதைகள் எல்லாம் எளிய மனிதர்களின் கதைகள். இந்துவாக இருந்தாலும் முஸ்லிமாக இருந்தாலும், தமிழனாகவோ குஜராத்தியாகவோ மராத்தியாகவோ இருந்தாலும் பிரச்சினைகளும் சின்னச் சின்ன சந்தோஷங்களும் எல்லோருக்கும் ஒரே மாதிரியானவைதான். 'மூங்கில் குருத்து' குஜராத்தி இளைஞனைப் போலவே நசீரும் வறுமையோடு துவந்த யுத்தம் செய்கிறான். ஆனால் இரண்டு பேருமே கண்ணியமானவர்கள்.

நசீருக்கு எப்போதும் பற்றாக்குறைதான். இக்பாலைச் சிறப்புப் பள்ளியில் சேர்க்க வேண்டும். அம்மாவுக்குக் கருப்பை யில் புற்றுநோய் இருக்கலாம் என்கிறார்கள். வலி தாளாமல் படுத்துவிடுகிறாள். அறுவை சிகிச்சை செய்ய வேண்டும். இத்தனை இன்னல்களுக்கு நடுவிலும் அவன் மேன்மையானவனாகத்தான் இருக்கிறான். நசீர் ஒரு கவிஞனுங்கூட. அவன் சொல்கிற ஒரு கவிதை இப்படி ஆரம்பிக்கும்:

வாழ்க்கையில் பிடிப்பேதுமில்லை எனக்கு
இல்லை ஏதும் புகாரும் கூட
நான் அசடும் அல்ல அதை வெறுக்கும் அளவுக்கு.

'ஒரு குமாஸ்தாவின் கதை' அதன் உள்ளடக்கத்தால் மட்டுமல்ல, அதன் உருவத்தாலும் சிறப்பானது. பொதுவாகக் கதைகள் படர்க்கையில் சொல்லப்படும். அதாவது கதாசிரியர் கதைக்கு வெளியே நின்று கொண்டு கதை சொல்வார். என்றாலும் அப்படியான பல கதைகள் வாசகனை உள்ளே இழுத்துக்கொள்ளும். வல்லவரையன் வந்தியத்தேவனுடன் புரவியேறிப் பயணித்தவர்கள் பலர். 'குறிஞ்சி மலர்' படித்துவிட்டுத் தங்களையே அரவிந்தனாக பாவித்துக்கொண்டவர்கள் உண்டு, தங்கள் பிள்ளைகளுக்கு அரவிந்தன் என்று பெயர் சூட்டியவர்கள் உண்டு. இது முதல் வகை. இரண்டாவது வகை தன்னிலைக் கதைகள். கதை சொல்லியே கதை சொல்லுவார். "நான் கிழக்குக் கோபுர வாசல் திண்ணையில், 'முருகா' என்ற கொட்டாவியுடன் துண்டை உதறிப் போட்டுக் கொண்டு சாய்ந்தேன்" என்று தொடங்குகிற புதுமைப்பித்தனின் 'கபாடபுரம்' இந்த இரண்டாம் வகைக்கு ஓர் எடுத்துக்காட்டு. 'ஒரு குமாஸ்தாவின் கதை' மூன்றாம் வகை. முன்னிலையில் சொல்லப்படுகிறது. 'நீங்கள் இப்போது தூங்கிக் கொண்டிருக்கிறீர்கள்' என்றுதான் கதை ஆரம்பிக்கும். கதையில் நசீர் செய்வதையெல்லாம் 'நீங்கள்'தான் செய்கிறீர்கள். நீங்கள்தான் மனைவியோடு சிருங்கரிக்கிறீர்கள். நீங்கள்தான் மங்களூர் பீடி குடிக்கிறீர்கள். நீங்கள்தான் கடையில் விற்பனை செய்கிறீர்கள். நீங்கள்தான் கவிதை சொல்கிறீர்கள். நீங்கள்தான் அம்மாவின் அறுவை சிகிச்சைக்காகக் கவலைப்படுகிறீர்கள்.

இந்த வடிவத்தால் வாசகனே பாத்திரமாக மாறிவிடுகிறான். கதைக்கு முழுமையாகத் தன்னை ஒப்புக்கொடுத்துவிடுகிறான். ஆனால் இந்த வடிவம் சிரமமானது. இதற்கு முன்னும் இதற்குப் பின்னும் இப்படியொரு வடிவத்தைப் பின்பற்றி வேறு யாரும் கதை எழுதியிருப்பதாகத் தெரியவில்லை. இப்படி ஒரு வடிவத்தைத் தெரிவுசெய்ததன் மூலம் திலீப்குமார் தனக்குத்தானே ஒரு சவாலை விதித்துக்கொண்டிருக்கிறார். ஆனால் கயிற்றின் மேல் சாகசமாக நடந்து அந்தச் சவாலை வெற்றிகொண்டு விடுகிறார்.

ப்ளூம்ஸ்பர்க் நிறுவனம் படைப்பிலக்கிய மாணவர்களுக்கு ஒரு பாடநூல் வெளியிட்டிருக்கிறது. அதில் உலகெங்கிலுமிருந்தும் தலை சிறந்த 24 கதைகள் தொகுக்கப் பட்டிருக்கின்றன. 'ஒரு குமாஸ்தாவின் கதை' அவற்றுள் ஒன்று. திலீப்குமாரின் புலமையை வியந்து வெளிநாட்டோர் வணக்கம் செய்ததாக நாம் இதை எடுத்துக்கொள்ளலாம்.

மு. இராமனாதன்

இந்தக் கதையைப் படமாக்கத் தேர்ந்துகொண்டதன் மூலம் அருண் கார்த்திக்கும் ஒரு சவாலைத் தெரிந்தே எதிர்கொண்டிருக்கிறார். கதையைப் போல் படத்தில் 'நீங்கள்' என்று சொல்ல முடியாது. ஆனால் அவரால் நசீரைப் பார்வையாளரின் நெஞ்சுக்கு நெருக்கமாகக் கொண்டு வர முடிகிறது. நசீரின் துக்கத்தையும் மகிழ்ச்சியையும் பார்வையாளருக்குக் கடத்திவிட முடிகிறது. உலகத் தரமான ஒளிப்பதிவும் படத்தொகுப்பும் இதற்கு ஒத்துழைக்கின்றன.

இந்தப்படம் ஓ.டி.டி.யில் வரலாம். அப்போது நசீர் இன்னும் பலருக்கு நெருக்கமாவான். நசீரை நேசிப்பதன் மூலம் நாம் சக மனிதர்களை நேசிக்கிறோம்.

இந்தப் படத்தின் மூலம் 'நசீர்' 'குமாஸ்தா'விற்கு நியாயம் செய்திருக்கிறான். நாம் நமது சக மனிதர்களுக்கு நியாயம் செய்யக் கடவோம். ஆமென்!

புக்டே.இன் 10.7.2020

19

தீபன்: தமிழ் அகதிகளின் கதை

'தீபன்' திரைப்படத்தை 2016 ஜனவரியில் ஹாங்காங் திரையரங்கொன்றில் பார்த்தேன். படம் இந்தியாவில் வெளியானதாகத் தெரியவில்லை. மே 2015இல் நடந்த கான் சர்வதேசத் திரைப்பட விழாவில் சிறந்த படத்துக்கான பனை விருதை வென்ற படம் இது. படம் வெளியானபோது ஹாங்காங் நாளிதழ் 'சௌத் சைனா மார்னிங் போஸ்ட்' தீபனாக நடித்த அந்தோணிதாசன் ஹாங்காங்கில் ஆறு மாதங்கள் அகதியாக வாழ்ந்தவர் என்று எழுதியிருந்தது. அது 1988ஆம் ஆண்டு. முன்னாள் போராளியான அவருக்கு அப்போது வயது 19. பிரான்ஸில் 1993இல் தஞ்சம் புகுந்த அந்தோணிதாசனின் புனைபெயர் ஷோபாசக்தி என்றும், அவர் தமிழில் சிறுகதைகளும் நாவல்களும் கட்டுரைகளுல் எழுதிவருகிறார் என்றும் குறிப்பிட்டிருந்தது நாளிதழ். ஷோபா சக்தியின் '*Box*–கதைப் புத்தகம்' நாவல் அப்போது வெளியாகி இருக்கவில்லை. ஆனால் அந்த நாவல் ஜூலை 2015இல் வெளியாகும் என்றும் அந்தக் கட்டுரையில் கண்டிருந்தது.

'தீபன்' அகதி வாழ்க்கையின் அலைச்சலைச் சொல்கிறது. படத்தின் இயக்குநர் ஷாக் ஓடியார் சர்வதேசத் திரையுலகில் அறியப்பட்டவர். இவரது முந்தைய படங்களான *A Prophet, Rust and Bone* ஆகியவையும் விருதுகளைக் குவித்தவை.

கதை

சிவதாசன் முன்னாள் போராளி. அவனது புதிய பெயர்தான் தீபன். அவனுக்குக் கிடைக்கிற கடவுச்சீட்டிலுள்ள பெயர். இளம் பெண்ணான யாழினியும் (காளீஸ்வரி), 9 வயதுச் சிறுமியான இளையாளும் (குளோடின்) படத்தின் பிற பிரதான பாத்திரங்கள்; அந்தப் பெயர்களுங்கூட அவர்களது சொந்தப் பெயர்களல்ல. கள்ளக் கடவுச்சீட்டில் உள்ள பெயர்கள். மூவரும் ஒருவருக்கு ஒருவர் அந்நியர்கள். மூவரும் தத்தமது குடும்பங்களை யுத்தத்தில் இழந்தவர்கள். இப்போது ஒரு குடும்பமாக அபிநயிக்கிறார்கள். அகதிக் கோரிக்கையோடு பிரான்ஸில் தஞ்சம் அடைகிறார்கள். கொஞ்ச நாட்களில் தீபனுக்குப் புறநகர் ஒன்றின் தொகுதி வீட்டில் பராமரிப்பாளனாக வேலை கிடைக்கிறது. இளையாள் முதன் முதலாகப் பள்ளிக்குப் போகிறாள். யாழினிக்கும் ஒரு வீட்டில் பணிப்பெண் வேலை கிடைக்கிறது. மெல்ல மெல்ல ஒரு குடும்பமாக வாழத் தலைப்படுகிறார்கள். அப்போது அந்தக் கட்டிடத் தொகுதியில் இயங்கிவரும் போதைப்பொருள் மாபியாக்களிடையே மோதல் ஏற்படுகிறது. தீபன் அதற்குள் இழுபடுகிறான். அவன் அடக்கி வைத்திருந்த, அவனுள் கனன்றுகொண்டிருந்த வன்முறை வெளிப்படுகிறது. அகதிகள் சமாதானத்தையே நேசிக்கிறார்கள் என்றுதான் படம் முடிகிறது. உயிர் தரித்திருப்பதற்கும் பிழைத்திருப்பதற்கும்தானே அவர்கள் இத்தனை பாடு படுகிறார்கள்?

புலம்பெயர்வும் அலைந்துழல்வும்

1983 கலவரத்திற்குப் பிறகு இலங்கைத் தமிழர்கள் புலம் பெயரத் தொடங்கினார்கள். இன்று ஐரோப்பிய நாடுகளிலும் கனடாவிலும் ஆஸ்திரேலியாவிலும் 10 லட்சம் இலங்கைத் தமிழர்கள் வாழ்கிறார்கள். இவர்களில் பலரும் திரவியம் தேடிப் போனவர்களில்லை. புதிய மண்ணில் கால் பதிக்குப்போது அவர்கள் கையிருப்பிலுள்ள காசு குறைவு; ஆங்கிலச் சொற்களும் குறைவு. போதிய கம்பளியாடை இல்லாத அவர்களை குளிரும் பனியும் வாட்டும். புதிய கலாச்சாரமும், புரியாத மொழியும், அவர்களைச் சுற்றிக் காற்றில் கலந்திருக்கும் கசப்புணர்வும் மேலதிகமாக வாட்டும். இவர்களின் அலைதல் எழுத்தில்கூட அதிகம் பதிவாகவில்லை. திரைப்படங்களில் அபூர்வம். ஆதலால் இந்தப் படம் வாராது வந்த மாமணி.

சர்வதேசத் தமிழ்ப் படம்

படத்தில் பிரெஞ்சுப் பாத்திரங்கள் பிரெஞ்சிலும் தமிழ்ப் பாத்திரங்கள் தமிழிலும் பேசுகிறார்கள். படத்தில்

மிகுதியும் தமிழ்தான் கேட்கிறது. ஹாங்காங்கில் சீன, ஆங்கில சப்டைட்டிலுடன் காட்டப்பட்டது. படம் உலகெங்கிலுமுள்ள பார்வையாளர்களை மனதில் கொண்டுதான் தயாரிக்கப் பட்டிருக்கிறது. என்றாலும் தமிழ் அறிந்தவர்களால் பல காட்சி களை நெருக்கமாகப் பார்க்க முடியும். பாலும் தெளிதேனும், நிலா அது வானத்து மேலே போன்ற பாடல்களைப் பாத்திரங்கள் பாடுகிறபோது, அவை ஒரு தமிழ்ப் பார்வையாளருக்கு, அவற்றின் மீது படிந்திருக்கும் காலத்தின் தூசியோடு வந்து சேர்கிறது. தமிழ் தெரியாத இயக்குநர் – கதாசிரியரின் நுண்ணுணர்வு வியப்பூட்டுகிறது. படத்தின் ஒவ்வொரு காட்சியும் நுணுக்கமாக உருவாகியிருக்கிறது.

படத்தில் பேசாத தருணங்களும் ஏராளமுண்டு. ஒரு காட்சியில் தீபன் முள்ளிவாய்க்காலில் படுகாயமுற்றவர்களின் படங்களைப் பார்த்துக் கொண்டிருப்பான். எந்த பாவமும் இல்லை. எந்த வசனமும் இல்லை. பத்து ஆண்டுகளுக்கு முன் ஷோபாசக்தி எழுதிய கட்டுரையொன்று நினைவுக்கு வந்தது. ஷோபாசக்தியின் சொந்த ஊர் அல்லைப்பட்டி என்ற கிராமம். அந்தக் கட்டுரையில், "அந்தச் சின்னஞ்சிறிய கிராமத்தின் பெயரைக் கடந்த மாதம் முழுவதும் சர்வதேச ஊடகங்கள் விடாமல் உச்சரித்துக் கொண்டேயிருந்தன. இணையத்தளங்களின் முகப்பில் இன்னும் என் கிராமத்தின் இரத்தம் வடிந்து கொண்டே யிருக்கிறது" என்று எழுதியிருந்தார். எனில், இந்தப் படத்தில் அரசியல் காட்சிகள் குறைவுதான். அகதிகளின் அலைச்சல்தான் படத்தின் மையம்.

தீபன் ஜனவரி இரண்டாம் வாரம் ஹாங்காங்கில் வெளியாகியது. நகரின் நடுத்தர அளவிலான இரண்டு திரையரங்குகளில் ஓடியது. படத்திற்கு சௌத் சைனா மார்னிங் போஸ்ட் எழுதிய விமர்சனம் இப்படி முடிந்தது: 'மூன்று அகதிகளும் புதிய உலகில் தங்களை நிலை நிறுத்திக்கொள்வதற் காகப் படுகிற அல்லல்கள், அவர்கள் கை விட்டுவிட்டு வந்த பூமியில் அவர்களுக்கு நேர்ந்த துயரங்களுக்கு எந்த விதத்திலும் குறைவானதல்ல'.

இந்து தமிழ் திசை 26.2.2016

ஆளுமைகள்

20

வண்ணநிலவன்: வாசனைகளால் நிரம்பிய உலகம்

அன்பு நெஞ்சங்களுக்குத் தலை வணங்கு கிறேன்!

வண்ணநிலவனைக் குறித்து இங்கே நான் அறிமுகவுரை நிகழ்த்துவேன் என்று இந்த நிகழ்ச்சியின் ஒருங்கிணைப்பாளரும் பபாசியின் துணைத்தலைவருமான நாகராஜன் அறிவித்திருக்கிறார். வண்ணநிலவன் ஆறு நாவல்கள் எழுதியிருக்கிறார். சுமார் 150 சிறுகதைகள் எழுதியிருக்கிறார். 50 கவிதைகள்வரை எழுதியிருப்பார். துர்வாசர் என்கிற பெயரிலே துக்ளக் பத்திரிகையில் கட்டுரைகள் எழுதியிருக்கிறார். வண்ணநிலவன் என்கிற பெயரிலும் சமூக, அரசியல், இலக்கியக் கட்டுரைகள் எழுதியிருக்கிறார். இவையெல்லாமாக 100 கட்டுரைகள் இருக்கக்கூடும். தமிழ் இலக்கியச் சூழலைக் குறித்து நமக்குப் புகார்கள் இருக்கலாம். எழுத்தாளர்கள் மதிக்கப்படுவதில்லை, அங்கீகரிக்கப்படுவதில்லை என்று குறைகள் இருக்கலாம். இருந்தாலும், சென்னைப் புத்தகக் காட்சி நடத்துகிற, இப்படித் தேர்ந்தெடுத்த வாசகர்கள் குழுமியிருக்கிற, இந்த ‘எழுத்தாளர் முற்ற’த்தில் வண்ணநிலவனை அறிமுகப்படுத்த வேண்டிய துரதிருஷ்டம் இன்னும் தமிழ்ச்சூழலுக்கு வரவில்லை என்று நம்புகிறேன். ஆகவே என்னைப் பாதித்த வண்ணநிலவனின் எழுத்துக்களைக் குறித்து உங்களோடு பகிர்ந்துகொள்ள இந்த வாய்ப்பைப் பயன்படுத்திக் கொள்ளப்போகிறேன்.

சமூகத்தின் மனசாட்சியாகும் சில புத்தகங்கள்

இந்த உரையாடலை நாம் வண்ணநிலவனுக்கு வெளியே இருந்து தொடங்கலாம். இரண்டாண்டுகளுக்கு முன்னால் நான் ஒரு புத்தகம் வாங்கினேன். மிகவும் புகழ் பெற்ற புத்தகம். எழுத்தாளரும் சமூகச் செயல்பாட்டாளருமான பி. சாய்நாத் எழுதிய புத்தகம். Everyboday Loves a Good Draught என்பது அந்தப் புத்தகத்தின் தலைப்பு. எல்லோரும் ஒரு நல்ல வறட்சியை விரும்புகிறார்கள். இங்கே 'எல்லோரும்' என்பது எல்லோரையையும் குறிக்கவில்லை. வறட்சி உருவாகக் காரணமானவர்களையும் வறட்சி நிவாரணங்கள் மக்களைச் சென்றடைய விடாமல் வழிப்பறி செய்பவர்களையும்தான் சாய்நாத் 'எல்லோரும்' என்று குறிக்கிறார். இந்த அமைப்பு எப்படிச் சாமானியர்களுக்கு எதிராக இயங்குகிறது என்று அந்த நூலிலே சொல்லுகிறார். உலகெங்குமாக சுமார் 100 பல்கலைக்கழகங்களிலே இது பாடநூலாக வைக்கப்பட்டிருக்கிறது.

இந்தப் புத்தகம் எழுதப்பட்டு 20 ஆண்டுகள் கழித்து, 2017ல் நான் இதை வாங்கினேன். நான் வாங்கியது 45ஆம் பதிப்பு. 20 ஆண்டுகளில் 45 பதிப்புகள். இந்த நூலுக்கு முன்னுரை எழுதியிருப்பவர் கோபாலகிருஷ்ண காந்தி. அந்த முன்னுரையின் முதல் வரி இந்த அரங்கிற்கு மிகவும் பொருத்தமானது. தனது முன்னுரையை அவர் இப்படித் தொடங்குகிறார்: There are books and there are books. இந்த 'எழுத்தாளர் முற்றம்' புத்தகக் காட்சி வளாகத்துக்குள் அமைந்திருக்கிறது. நம்மைச் சுற்றி நூற்றுக்கணக்கான அரங்குகள், தினசரி பல்லாயிரக்கணக்கான வாசகர்கள், இலட்சக்கணக்கான தலைப்புகள், கோடிக்கணக்கான புத்தகங்கள். ஆகவே கோபாலகிருஷ்ண காந்தியின் அந்த முதல் வரி இந்த அரங்கத்திற்குப் பொருத்தமானது. தொடர்ந்து அந்த முன்னுரையில் அவர் சொல்கிறார்: "பல புத்தகங்கள் விற்கின்றன. சில தமது விற்பனையை நிறுத்துவதேயில்லை. அவை வாசிக்கப்படுவதும் நிற்பதில்லை. அந்தப் புத்தகங்கள் பழையனவாகலாம். ஆனால் அவற்றுக்கு ஒருபோதும் வயதாவதில்லை. ஒவ்வொரு முறை பதிப்பிக்கப்படும்போதும், ஒவ்வொரு முறை மொழி மாற்றப்படும்போதும், அவை புதிதாய்ப் பிறக்கின்றன. நாடகங்களாக, திரைப்படங்களாக, இசைக்கோவைகளாக அவை புதிய புதிய வடிவங்களெடுக்கவும் செய்கின்றன. அவை ஒரு காலகட்டத்தின் ஒரு சமூகத்தின் மனசாட்சிகளாகவும் மாறுகின்றன."

இப்படியான புத்தகங்களுக்கு கோபாலகிருஷ்ண காந்தி சில எடுத்துக்காட்டுகளையும் சொல்கிறார். ஒன்று – காந்தியடிகள்

எழுதிய ‘சத்திய சோதனை’. 1925முதல் 1929வரை பல கட்டங்களாகக் காந்தியடிகள் எழுதிய சுயசரிதை. இப்போது அதன் பதிப்பைக் காப்புரிமைகள் கட்டுப்படுத்துவதில்லை. ஆதலால் அதன் பதிப்புகளை எண்ணக் கூடுவதில்லை. இந்தப் புத்தகக் காட்சியிலேயே பல பதிப்புகளைக் காண முடிகிறது. அவர் சொல்லுகிற இன்னொரு உதாரணம் ஜார்ஜ் ஆர்வெல் எழுதிய *Animal Farm* (விலங்குப் பண்ணை). 1945இல் வெளியான உருவகக் கதை. இன்றளவும் புதிய புத்தகம்போல் படிக்கப்படுகிறது.

இந்த வரிசையில் வேறு சில புத்தகங்களையும் சேர்த்துக் கொள்ளலாம் என்று நினைக்கிறேன். லூயி பிஷர் எழுதிய *Life of Gandhi* (காந்தி வாழ்க்கை). 1951இல் வெளியான புத்தகம். தன்னுடைய வாழ்க்கையையே மாற்றிய புத்தகம் என்று ரிச்சர்ட் அட்டன்பரோ சொன்னார். இந்த முற்றத்திற்கு வெளியே அமைந்திருக்கிற ஹாப்பர் காலின்ஸ் அரங்கத்தில் எல்லாப் புத்தகங்களுக்கும் மேலாக *Life of Gandhi*ஐத்தான் வைத்திருக்கிறார்கள். இப்படிப் பழசானாலுங்கூட வயதாகாத இன்னொரு புத்தகம் 2007ல் வெளியான ராமச்சந்திர குஹா எழுதிய *India After Gandhi* (காந்திக்குப் பிந்தைய இந்தியா).

கடல்புரத்தில்

இப்படியான பதிப்புகள் பல கண்ட புத்தகங்கள் தமிழிலும் சில இருக்கின்றன. அப்படியான ஒரு புத்தகம்தான் வண்ண நிலவன் எழுதிய ‘கடல்புரத்தில்’. 1977இல் வெளியான நாவல். வெளியான இரண்டு மூன்று ஆண்டுகளுக்குள் படித்திருப்பேன் என்று நினைக்கிறேன். அது நாவல்கள் தொடர்கதைகளாக வந்துகொண்டிருந்த காலம். ‘கடல்புரத்தில்’ படித்தபோது, அதுகாறும் நாவல்களைக் குறித்துப் பத்திரிகைகள் என் மனதில் உண்டாக்கி வைத்திருந்த பிம்பத்தை அது உடைத்து எறிந்தது. வாசகனுக்குக் கனவுகளைப் புகட்டும் அசட்டுத்தனங்களும் திடீர்த் திருப்பங்களும் இல்லாத நாவலாக அது இருந்தது. மீனவர்களைப் பற்றி, பரத சமூகத்தவரைப் பற்றி அதற்கு முன்னால் இத்தனை நம்பகரமான நாவல் வந்ததில்லை என்று சொல்லலாம்.

நாவலில் வருகிற குருஸ் மிக்கேல் ஒரு பரதவன், அவன் மனைவி மரியம்மை, மகன் செபாஸ்தியான், மகள் பிலோமிக் குட்டி என்றழைக்கப்படும் பிலோமினா, குருஸ் மிக்கேலின் உதவியாளன் சிலுவை, இவர்களது பக்கத்து வீட்டுக்காரன் ஐஸக், பெரியவர் பவுலுப் பாட்டா – இப்படி அசலான மனிதர்கள் அந்தக் கடல்புரத்தில் ஒவ்வொருவராகக் கதைக்குள் வருகிறார்கள். குருஸ் மிக்கேலுக்கும் செபாஸ்தியானுக்குமான வாக்குவாதத்தில் தொடங்குகிற கதை, ஒரு தந்தைக்கும் மகனுக்குமான சச்சரவு

என்பதைத் தாண்டி, வல்லங்களுக்கும் விசைப்படகுகளுக்கும், மாறிவரும் மதிப்பீடுகளுக்குமான முரண்களாக விரிந்து, மணப்பாட்டு என்கிற ஒரு கடல்புரத்துக் கிராமத்து மக்களின் கதையாக மாறிவிடுகிறது.

இந்தப் புத்தகத்தின் முதல் பதிப்பை நர்மதா பதிப்பகம் வெளியிட்டது. என்னுடைய பிரதியை யாரோ ஒரு நல்ல நண்பர் இரவல் வாங்கினார். அவர் நல்ல நண்பராதலால் திரும்பத் தரவில்லை. 2006இல் இந்த நாவலின் ஐந்தாம் பதிப்பைப் பரிசல் பதிப்பகம் வெளியிட்டபோது நான் அதை வாங்கினேன். இந்தப் பதிப்பிற்கு ஞாநி ஒரு முன்னுரை எழுதியிருந்தார். அதில் இத்தனை ஆண்டுகளுக்குப் பிறகு இந்த நாவலை மறுபடியும் வெளியிடுவதில் வண்ணநிலவன் மிகவும் தயங்கியதாக ஞாநி எழுதுகிறார். தயக்கத்திற்கு என்ன காரணம்? நாவல், அது எழுதப்பட்ட காலத்தின் வாழ்வைப் பதிவுசெய்தது. பல பத்தாண்டு களுக்குப் பிறகு, சுயமரியாதை எழுச்சி மிகுந்து வரும் ஒரு காலகட்டத்தில், அது மங்கிக் கிடந்த காலத்தின் பதிவு தவறாகப் புரிந்துகொள்ளப்பட்டுவிடுமோ என்பதுதான் வண்ணநிலவனின் தயக்கத்திற்குக் காரணம். இதற்கு ஞாநி அந்த முன்னுரை யிலேயே விடையும் சொல்கிறார். "எழுச்சிக் காலத்தில்தான் நமது அடிமை மரபு நினைவுபடுத்தப்பட வேண்டும். அப்போதுதான் எத்தனை போராட்டத்திற்குப் பின் இன்றைய எழுச்சியை அடைய வேண்டி வந்தது என்பது புதிய தலைமுறைகளுக்குப் புரியும்". இப்படி ஞாநி எழுதியது 2006இல். பதினாலு ஆண்டுகளுக்கு முன்னால். இந்தக் காலகட்டத்தில் சாதிய அபிமானம் மேலும் அதிகமாகிவிட்டது. என்றாலும் 'கடல்புரத்தில்' மீண்டும் மீண்டும் பதிப்பிக்கப்படுகிறது. நற்றிணைப் பதிப்பகம் தமிழின் முன்னோடி நாவல்கள் வரிசையில் 'கடல்புரத்தில்' நாவலைப் பதிப்பித்திருக்கிறது. காலச்சுவடு பதிப்பகம் இந்த நாவலை தமிழின் கிளாஸிக் புத்தகங்கள் வரிசையில் பதிப்பித்திருக்கிறது. தமிழ் வாசகர்கள் இந்த நாவலை நாற்பதாண்டுகளுக்கும் மேலாகப் படித்துவருகிறார்கள். அதை எழுதப்பட்ட காலத்தில் வைத்து அவர்கள் சரியாகப் புரிந்துகொண்டிருக்கிறார்கள் என்று நாம் எடுத்துக்கொள்ளலாம்.

வண்ணநிலவன் இந்த நாவலை எப்படிக் கட்டமைத் திருக்கிறார்? இந்தக் கதை மாந்தர்கள் தங்களது எளிய மொழியிலேதான் பேசிக்கொள்கிறார்கள். ஆனால் கதாசிரியர் தனது மொழியின் ஒரு பகுதியைப் பைபிளிலிருந்து பெறுகிறார். பிலோமினா, சாமிதாஸ் என்கிற இளைஞனைக் காதலிக்கிறாள். அந்தக் காதல் கைகூடுவதில்லை. ஆனாலும் அவளால் அவனை மறக்க முடிவதில்லை. மறக்கவும் விரும்புவதில்லை. அப்போது

வண்ணநிலவன் எழுதுகிறார்: "அவள் எந்த நிலையிலும் சாமிதாஸைப் பாராமல் இராள்." இந்த வசனக்கட்டு பைபிளி லிருந்து வந்திருக்க வேண்டும். ஆபிரகாம் தேவனின் ஆணைக்கிணங்கத் தன் மகனையே பலியிட முன்வருகிறான். அப்போது அசரீரி கேட்கிறது: "நீ அவனை உன் புத்திரன் என்றும் பாராமல், உன் ஏகசுதன் என்றும் பாராமல் எனக்காக ஒப்புக்கொடுத்தாய்." அசரீரியில் இடம்பெறும் பாராமல் என்கிற சொல்லையும் அதே மாதிரியான வசனக்கட்டையும் வண்ணநிலவன் கைக்கொள்கிறார்.

பிறிதொரு இடத்தில் அம்மை மரித்த துக்கத்திலிருந்து பிலோமி மீண்டு தன்னை விருப்பு வெறுப்பில்லாமல் தயார் செய்துகொள்கிறாள். வண்ணநிலவன் எழுதுகிறார்: "அவளுக்கு எப்படி அது முடிந்தது என்பதை அவளே அறியாள்." கிறிஸ்துவின் இரண்டாம் வருகை குறித்து பைபிளில் வரும் வாசகமிது: "அந்த நாளையும் அந்த நாழிகையையும் என் பிதா ஒருவர் தவிர மற்றெவனும் அறியான், பரலோகத்திலுள்ள தூதர்களும் அறியார்கள்." இந்த அறியானிலிருந்துதான் வண்ணநிலவனின் அறியாள் வந்திருக்க வேண்டும்.

பைபிளின் வசனக்கட்டு வசீகரமானது. திரும்பத் திரும்பப் பாராயணம் செய்யப்பட்டு அது ஒரு மந்திரம் போலாகிவிட்டது. ஆனால் காலப்போக்கில் தமிழ் உரைநடை அந்த வசனக்கட்டைக் கடந்து வந்துவிட்டது. பைபிளின் உரைநடையை, அதன் வசனக்கட்டைக் கதையின் ஒரு கூற்று மொழியாகத் தேர்வு செய்துகொண்டதன் மூலம் வண்ணநிலவன் தனக்குத்தானே ஒரு சவாலை விதித்துக்கொள்கிறார். 'கடல்புரத்தில்' மீண்டும் மீண்டும் வாசிக்கப்படுவது அந்தச் சவாலில் அவர் பெற்ற வெற்றிக்குச் சாட்சியாக அமைகிறது.

கம்பாநதி

வண்ணநிலவனின் அடுத்த நாவல் 'கம்பாநதி'. *1979*இல் வெளியானது. கதையின் களம்: பாளையங்கோட்டை. பாப்பையா, இளைஞன், வேலை தேடிக்கொண்டே இருக்கிறான். அப்பா சங்கரன் பிள்ளை. அவருக்கு இரண்டு மனைவிகள். ஆனால் எந்தப் பொறுப்பும் இல்லை. பாப்பையாவின் அக்கா சிவகாமி வேலைக்குப் போகிறாள். அவள் சம்பாத்தியத்தில்தான் குடும்பம் நடக்கிறது. பாப்பையா கோமதியை விரும்புகிறான். அவளும்தான். ஆனால் கதிரேசனைக் கல்யாணம் செய்துகொள்கிறாள். அப்போது பாப்பையா பட்டாளத்தில் சேர்ந்துவிடுகிறான். ஒரு காலத்தில் இந்த ஊர் வழியாகத்தான் கம்பாநதி ஓடியதாம்; இப்போது ஓட்டமில்லை; பெயர் மட்டும் எஞ்சியிருக்கிறது, என்பது

கதையின் நடுவே ஒரு தகவலாக இடம் பெறுகிறது. 'கடல்புரத்தில்' நாவலோடு ஒப்பிட்டால் 'கம்பாநதி'யின் உள்ளடக்கம் புதிது, சொல் புதிது, சொல்முறை புதிது.

ரெயினீஸ் ஐயர் தெரு

வண்ணநிலவனின் அடுத்த நாவல் 'ரெயினீஸ் ஐயர் தெரு'. 1980இல் வெளியானது. இந்த நாவலின் சிறப்பம்சம் இதில் விரல்விட்டு எண்ணக்கூடிய உரையடல்களே இடம் பெறுகின்றன. பாளையங்கோட்டையில் ஒரு சின்னஞ்சிறு தெரு ரெயினீஸ் ஐயர் தெரு. எதிரும் புதிருமாக ஆறு வீடுகள். தெருவின் ஆரம்பத்தில் ரெயினீஸ் ஐயரின் கல்லறை இருக்கிறது. முதல் வீட்டில் டாரதி என்கிற சிறுமி இருக்கிறாள். தாயில்லாப் பெண். அப்பா கடற்படையில் பணியாற்றுகிறார். இது அவளது பெரியம்மா வீடு. டெய்சிப் பெரியம்மா. பெரியப்பா பாதிரியார். சிநேகம் மிகுந்த எபன் அண்ணன். டெய்ஸிப் பெரியம்மா நல்லவளா கெட்டவளா என்பது டாரதிக்குத் தெரியவில்லை. இந்த வசனத்தைப் பின்னாளில் தமிழ் சினிமாவில் சுட்டுவிட்டார்கள்.

எதிர் வீட்டில் இருதயம் டீச்சர். அவளது கணவன் சேசய்யா ஒரு சீக்காளி. எந்த நேரமும் இருமிக்கொண்டிருப்பான். என்றாலும் இருதயம் டீச்சருக்கு சேசய்யா மீது அளவற்ற காதல். 'என் அதிகாரி' என்று அவனைக் கட்டிக்கொள்வாள். சேசய்யாவின் அம்மா இடிந்தகரையாளும் அவர்களோடுதான் இருக்கிறாள். இடிந்தகரை அவள் பிறந்த ஊர். 'இந்திய சர்க்காரின் சென்ஸஸ் குறிப்புகள் வோட்டர் ஜாபிதாக்களில்கூட' இடிந்தகரையாள் என்கிற பெயர்தான் இடம் பெற்றிருக்கிறது.

அதற்கு அடுத்த வீட்டில் இருப்பவர்கள் பெரியவர் ஆசீர்வாதம் பிள்ளையும் அவருடைய மனைவி ரெபேக்காளும். செயலாக இருந்தவர்கள்தான். ஆனால் இப்போது மாதத்தின் முதல் வாரத்தில் வரும் மணியார்டரை எதிர்பார்த்துக் காத்துக்கொண்டிருக்கிறார்கள். டாரதிக்கு அடுத்த வீட்டில் அன்னமேரி டீச்சரும் அவளது மகன் தியோடரும் இருக்கிறார்கள். தியோடர் நன்றாக இருந்த பையன்தான். மனைவி எலிசெபெத் போனதிலிருந்து ரொம்பவும் குடிக்கிறான்.

மூன்றாவது வீடு ரயில்வேயில் வேலை பார்க்கும் ஹென்றி மதுரநாயகம் பிள்ளையுடையது. அவரது மகள் அற்புதமேரியும் அவளது அண்ணன் சாம்ஸனும் அந்த வீட்டில் இருக்கிறார்கள். அற்புதமேரி முதல் வீட்டு டாரதியைவிடச் சின்னப் பெண். கடைசி வீடு ஜாஸ்மின் பிள்ளையின் வீடு. இப்போது அந்த வீட்டில் யாரும் இல்லை. அது வாழ்ந்து கெட்ட குடும்பம்.

ஆக இந்த ஆறு வீடுகள், அவற்றில் வாழ்கிற எளிய மனிதர்கள், இந்த வீடுகளுக்கு வந்துபோகும் உறவினர்கள், நண்பர்கள். இவர்கள்தான் கதையில் வருகிறார்கள். சம்பிரதாயமான நாவல்களைப் போல் தொடர்ச்சியான சம்பவங்கள் இந்த நாவலில் இல்லை. விறுவிறுப்போ பக்கங்களைப் புரட்ட வைக்கிற சுவாரஸ்யமோ கதையில் இல்லை. ஆனாலும் இந்த நாவலும் காலம் கடந்து நிற்கிறது. ரெயினீஸ் ஐயரின் மொழியும் உள்ளடக்கமும் வண்ணநிலவனின் முந்தைய நாவல்களிலிருந்து வேறுபட்டவை.

மூன்று நாவல்களும் மூன்று விதமானவை. எனக்கு அ. முத்துலிங்கம் நினைவுக்கு வருகிறார். அவரது முக்கியமான சிறுகதைத் தொகுப்பு 'குதிரைக்காரன்' (காலச்சுவடு, 2012). அதன் முன்னுரையில் அவர் சொல்கிறார்: "நூறு தேர்க்கால்கள் செய்த ஒரு தச்சருக்கு 101வது தேர்க்கால் செய்வது எத்தனை சுலபம். நூறு குதிரைகளை அடக்கிய வீரனுக்கு 101வது குதிரையை அடக்குவது எத்தனை சுலபம். 100 ரோஜாக்கன்று நட்டு வளர்த்தவருக்கு 101வது ரோஜாக்கன்றை வளர்த்து எடுப்பது எத்தனை சுலபம். ஆனால் கதைகள் அப்படியல்ல. 100 கதைகள் எழுதிய ஒருவருக்கு 101வது கதை எழுதுவது அத்தனை எளிதாக இருப்பதில்லை; உண்மையில் மிகவும் கடினமானது. அது ஏற்கனவே எழுதிய நூறு கதைகளில் சொல்லாதது ஒன்றைச் சொல்ல வேண்டும்." இந்தச் சொல்லாத ஒன்றைத்தான் தனது அடுத்தடுத்த படைப்புகளில் வண்ணநிலவன் சொல்ல முயற்சிக்கிறார். இதை அவர் க.நா.சு.விடமிருந்து பெற்றதாகக் குறிப்பிடுகிறார். "எழுத்தில் சோதனை முயற்சிகள் செய்துபார்க்க வேண்டும்" என்று சொல்லியிருக்கிறார் க.நா.சு. அவர் வலியுறுத்தி யுள்ள பரிசோதனை முயற்சிகளை வண்ணநிலவன் தொடர்ந்து செய்துவருகிறார். இதை வண்ணநிலவனின் சிறுகதைகளிலும் பரக்கக் காணலாம்.

எஸ்தர்

வண்ணநிலவனின் சிறுகதைகளுள் அவரது வாசகர்களின் கவனத்தையும் விமர்சகர்களின் கவனத்தையும் ஒரு சேர ஈர்த்த கதை என்று 'எஸ்த'ரைச் சொல்லலாம். இந்தக் கதை பஞ்சத்தையும் வறட்சியையும் பேசுகிற கதை. தமிழில் வெகு குறைவாகக் கையாளப்பட்டிருக்கிற பேசுபொருள். எஸ்தர் சித்திதான் குடும்பத்தை நிர்வகிக்கிறாள். அண்ணன் மரியதாஸின் மரணத்துக்குப் பின்னாலிருந்தே அப்படித்தான். இத்தனைக்கும் சித்தி உருட்டல், மிரட்டல் என்னவென்றே தெரியாத பெண். மரியதாஸுக்கு இரண்டு மகன்கள். மூத்தவன் அகஸ்டின். இளையவன் டேவிட். இரண்டு பேரின் மனைவிமாரின் பெயரும்

அமலம். அதனால் ஒருத்தி பெரிய அமலம். அடுத்தவள் சின்ன அமலம். இவர்களது குழந்தைகள், பாட்டி, வேலைக்காரன் ஈசாக் என்று எல்லோருமான அந்தக் குடும்பம் சித்திக்குக் கட்டுப்பட்டு இயங்கியது. காடு, கரை, மாடு எல்லாம் உள்ள குடும்பந்தான். நெல் அரிசிச் சோறு பொங்கிக்கொண்டிருந்த குடும்பந்தான். இப்போது சக்கை போன்ற கம்பையும் கேப்பையையும் வைத்துச் சமாளிக்க வேண்டியிருக்கிறது. இவ்வளவு அக்கினியை உயரே இருந்து கொட்டுவது யார்? இந்த வறட்சியிலிருந்து மீள்வது எப்படி? இரண்டு அமலங்களையும் குழந்தைகளைக் கூட்டிக்கொண்டு அவரவர் வீட்டுக்குப் போகச் சொல்கிறாள் சித்தி. ஆலோசனையாக அல்ல, தீர்மானமாக. அவளும் அகஸ்டினும் டேவிட்டும் ஈசாக்கும் மதுரைக்குப் போய் கொத்து வேலை பார்ப்போம் என்கிறாள். 'பாட்டி இருக்காளே' என்கிறான் டேவிட். சித்தி பதில் சொல்வதில்லை. இரவு வறட்சியான காற்று வீசுகிறது. நடுவீட்டில் குழந்தைகளின் பக்கத்தில் படுத்திருந்த எஸ்தர் சித்தி, எழுந்துபோய் பாட்டியின் பக்கத்தில் படுத்துக்கொள்கிறாள். அடுத்த காட்சியில் பாட்டியைக் கல்லறைத் தோட்டத்திற்குக் கொண்டு போவதற்கு ஒரு பழைய சவப்பெட்டியை ஈசாக் தலைச்சுமையாகக் கொண்டு வருகிறான். யாரும் அழவே இல்லை. எல்லோருடைய முகங்களிலும் கலவரம் படர்ந்து கிடக்கிறது.

இந்தக் கதை மாந்தர்கள் எளிய மனிதர்கள். அன்றன்றைய தினத்தை உண்டு உடுத்திக் கடந்து போவதல்லால் பெரிய அபிலாஷைகள் ஏதும் இல்லதாவர்கள். இவர்கள் மீது வாழ்க்கை ஏன் இத்தனை கொடூரமாய் நடந்துகொள்கிறது என்ற கேள்வியை வண்ணநிலவன் எழுப்புவதில்லை. ஆனால் வாசகர் எழுப்பிக்கொள்கிறார். ஏனெனில் கதை முடிந்தாலும் அது வாசகரோடு நடத்தும் உரையாடல் முடிவதில்லை. டோபையாஸ் வூல்ப் அமெரிக்காவின் தலை சிறந்த எழுத்தாளர். அவர் சொன்னார்: "ஒரு சிறுகதை முடிவடைவதில்லை. அதில் நாம் உள்ளிடுவது குறைவாகவும் பெறுவது கூடுதலாகவும் இருக்கும்." எஸ்தர் அப்படியான கதை. வண்ணநிலவனின் கதைகள் எல்லாமே அப்படியான கதைகள்தான்.

வண்ணநிலவனின் வாசனை

வண்ணநிலவனின் படைப்புகளின் குறிப்பிடத்தக்க அம்சம் அதில் படர்ந்து கிடக்கும் வாசனை. 'கடல்புரத்தில்' நாவலில் பிலோமினா புடவை மாற்றப் பெட்டியைத் திறப்பாள். பெட்டிக்குள்ளிருந்து பாச்சா உருண்டை வாசனையும் பவுடர் வாசனையும் கலந்து வரும்.

'கம்பா நதி'யில் வருகிற சிவகாமியின் உடைகளில் இளம் எலுமிச்சை வாடையும், அவளுடைய அம்மாவின் உடைகளில்

பாசிப்பருப்பை வறுத்த மணமும் வரும். தாமிரபரணி ஆற்றில் ஓடுகிற தண்ணீருக்கு ஒவ்வொரு பருவ காலத்திலும் ஒரு மணமும் ருசியும் வந்துவிடும். பாப்பையா அப்படி நினைத்துக் கொள்வான். கோடைகாலத்தில் ஆற்றில் குளிக்கிறவர்களின் கூட்டம் அதிகரித்துவிட்டிருப்பதாலும், வடிகால்கள் வறண்டு கிடப்பதாலும் முறுகிய இரும்பின் மணம் ஆற்றுத் தண்ணீருக்கு ஏற்பட்டுவிடும்.

பாப்பையா பட்டாளத்தில் சேருவதற்காக வரிசையில் நிற்பான். எல்லோரும் உடைகளைக் கழட்டிச் சுருட்டி வைத்துக் கொண்டு உள்ளாடையுடன் நிற்பார்கள். கடந்துபோகும் ஒவ்வொரு பையனின் உடம்பிலிருந்தும் ஒவ்வொரு விதமான வாடையடிக்கும். பெரும்பாலான பையன்களின் உடம்பில் கற்றாழை வாடை வீசும். அவர்கள் கிராமங்களிலிருந்து வந்தவர் களாக இருக்கலாம் என்று பாப்பையா நினைத்துக்கொள்வான்.

'ரெயினீஸ் ஐயர் தெரு'வில் வருகிற ஆசீர்வாதம் பிள்ளை பள்ளிக்கூடம் போய்க்கொண்டிருந்த நாட்களில் அவரது உடம்பிலிருந்தும் உடைகளிலிருந்தும் சாக்பீஸும் பேப்பரும் கலந்து அடிக்கிற வாடை வரும். மனைவி ரெபாக்காள் உடம்பிலிருந்து காய்ச்சின பாலின் முறுகலான வாடை வரும். வயசாக வயசாக அவ்விருவருமே ஒருவரிலொருவர் நேசித்த அந்த மணங் களெல்லாம் இருவர் உடம்பிலிருந்தும் போய்ப் பழைய அழுக்குத் துணிகளின் புழுங்கிய வாடை அந்த வீட்டிற்குள் வந்துவிடும்.

'எஸ்தர்' கதையில் வீசுகிற வறண்ட புழுக்கமான காற்றில், காட்டில் விழுந்து கிடக்கிற காய்ந்த மாட்டுச் சாணம், ஆட்டுப் பிழுக்கை இவற்றின் மணம் கலந்திருக்கும்.

'மெஹ்ருன்னிஸா' என்கிற கதையில் வருகிற ராமையா பனைவடலியில் ஒவ்வொரு பனைமரத்தைச் சுற்றியும் அதன் அடியில், காற்று கொண்டுவந்து சேர்த்த மிருதுவான தேரி மணலை முகர்ந்து பார்ப்பான். விடிவதற்குச் சற்று முன்னால் முகர்ந்து பார்த்தால் பச்சைப் பனை ஓலைகளின் வாடை அடிக்கும். நல்ல மத்தியான வேளையில் வெயில் சூட்டினால் அந்த மணலில் ஒரு விதமான கார நெடி வீசும்.

'மழைப்பயணம்' என்றொரு கதை. அதில் வரும் பேச்சியப்பன். அவன் தங்கை மகேஸ்வரி. அவளுக்கு இரண்டு பெண் பிள்ளைகள். அவள் கணவனுக்கு நிரந்தரமான வேலை இல்லை. பலகாரம் சுட்டு விற்கிறாள். பேச்சியப்பன் மகேஸ்வரியின் வீட்டுக்குப் போகிறான். மகேஸ்வரியிடமிருந்து தோசை மாவு வாசனை வீசுகிறது, வீட்டுக்குள் கடலை எண்ணெய் வாசனை இருந்துகொண்டே இருக்கிறது.

இப்படியாக வண்ண நிலவனின் படைப்பு வெளி மண்ணின் வாசனையாலும் நீரின் வாசனையாலும் காற்றின் வாசனையாலும் ஜடப் பொருள்களின் வாசனையாலும் மனிதர்களின் வாசனையாலும் நிரம்பியிருக்கிறது. மனிதநேயத்தையும் சுற்றுச்சூழல் அக்கறையையும் சகல ஜீவராசிகளின் மீதான தயையும் அது படரவிட்டுக் கொண்டே இருக்கிறது.

துர்வாசர்

வண்ணநிலவன் பல கட்டுரைகளும் எழுதியிருக்கிறார். துர்வாசர் என்கிற பெயரிலே 1983இல் 'துக்ளக்' பத்திரிகையில் அவர் எழுதிய கட்டுரைகள் இப்போது அல்லயன்ஸ் பதிப்பகத்தா ரால் "தமிழன் என்று சொல்லடா தலை குனிந்து நில்லடா" என்கிற பெயரில் நூலாக்கம் பெற்றிருக்கிறது. தமிழ்த் திரைப்படங்களிலும் தமிழ்ப் பத்திரிகைகளிலும் நிலவி வந்த ஆபாசத்தை அந்தக் கட்டுரைகள் கடுமையாகச் சாடின. அதில் இடம்பெற்ற உரைநடை மிக வேகமானது. இயல்பிலும் படைப்பிலக்கியத்திலும் மென்மையான வண்ணநிலவன் துர்வாசராக மாற்றம் கொண்ட போது ஒரு கோபக்காரராகத் தன்னை வெளிப்படுத்திக் கொண்டார். அந்தக் காலகட்டத்தில் அந்தக் கட்டுரைகளை நான் வெகு ஆர்வமாகப் படித்துவந்தேன். தமிழ் வாசகச் சமூகமே அந்தக் கட்டுரைகளைப் பின்தொடர்ந்தன என்றுகூடச் சொல்லலாம். எனினும் இத்தனை ஆண்டுகளுக்குப் பிறகு அந்தக் கட்டுரைகளை மீள வாசிக்கிறபோது என்னால் துர்வாசரின் முகத்தை வண்ணநிலவனிடம் பொருத்த முடிய வில்லை. ஏதோ ஓர் ஒவ்வாமை தடுக்கிறது.

இருப்புப் பாதைக் கண்காணிப்பாளன்

வண்ணநிலவனுக்கு கவிதை முகமொன்றும் உண்டு. எனக்குப் பிடித்த அவரது கவிதை இருப்புப் பாதைக் கண்காணிப்பாளன்.

இருப்புப் பாதைக் கண்காணிப்பாளன்
துணையின்றித் தனியே போகிறான்
அந்தி மயங்க
இன்னும் சிறிது நேரமிருக்கிறது.
எங்கிருந்தோ தேவாலயத்து
மணியோசை கேட்கிறது

ஓயாது நாய் குரைக்கும்
சின்னஞ் சிறு கிராமங்கள்
அடர்ந்த தோப்புகள்
சரளைக் கல் குன்றுகள்
இவற்றினூடே
தண்டவாளங்களைக்
கண்காணித்துப் போகிறான்

வழியில் எதிர்ப்படும்
ஆடு மேய்க்கும்
பறட்டைத் தலை சிறுவர்கள்
முன்னம் பல்லிழந்த
முதிய பைத்தியக்காரி
எல்லோரும் அவன் நண்பர்களே.
தண்டவாளங்களுக்கு நடுவே
மேயும் சிறுகுருவிகள் கூட
அவனைக் கண்டு
பயந்து பறப்பதில்லை
நல்லிதயம் கொண்ட
நல்ல நண்பனென்று
அவற்றுக்குத் தெரியும்.

முடிவற்ற தண்டவாளங்களினூடே
நீளமான சுத்தியலுடன்
துயர நினைவுகள் ஏதுமின்றி
தனியே போகிறான்

பலரும் அன்றாடம் பார்க்கக்கூடிய ஒரு காட்சி வண்ணநிலவனின் பார்வையில் கவிதையாகப் பரிமளிக்கிறது. இந்தக் கவிதையைப் படிக்கும்போது இதில் வருகிற இருப்புப் பாதைக் கண்காணிப்பாளன்தான் இந்தப் படைப்பாளியோ என்றொரு மயக்கம் ஏற்படுகிறது. இந்தக் கண்காணிப்பாளன் தண்டவாளங்களினூடே போகிறான். இந்தப் படைப்பாளி வாழ்க்கைப் பாதைகளினுடே போகிறார். பறட்டைத் தலைச் சிறுவர்களும் பைத்தியக்காரியும் கண்காணிப்பாளனுக்கு மட்டுமல்ல படைப்பாளிக்கும் நண்பர்கள். கண்காணிப்பாளனின் கையில் இருக்கும் சுத்தியல் கனமானது, ஆனால் அவன் இதயம் மென்மையானது. படைப்பாளியின் கையில் இருக்கும் எழுதுகோல் வலிமையானது, ஆனால் அவரது உள்ளம் கரிசனம் மிகுந்தது. எளிய மனிதர்களின் மீது அக்கறை கொண்டது. அவரது பிலோமினாவும் சிவகாமியும் மெஹ்ருன்னிஸாவும் சக மனிதர்களின் மீதான எல்லையற்ற நேசத்தைப் படர விட்டுக்கொண்டே இருப்பார்கள். அதில் மண்ணின் வாசனையும் நீரின் வாசனையும் காற்றின் வாசனையும் கலந்திருக்கும்.

நம் காலத்தின் மிக முக்கியமான படைப்பாளி வண்ணநிலவன். அவரைப் பற்றிப் பேச வாய்ப்பளித்த பபாசிக்கும், சிரத்தையோடு கேட்ட உங்கள் அனைவருக்கும் நன்றி பாராட்டி விடைபெறுகிறேன். நன்றி. வணக்கம்.

[சென்னை புத்தகக் காட்சியில் நடந்த எழுத்தாளர் முற்றம் நிகழ்வில் 19.01.2020 அன்று பேசியது]

காலச்சுவடு ஆகஸ்ட் 2020

21

கில்மோரின் கட்டில்

தூதுவர் மேனன் அவர்களே! அமைச்சர் வாங் அவர்களே! நண்பர்களே!

'வாரிச் சூடினும் பார்ப்பவரில்லை' எனும் இந்த நூல் உருவான விதம் வித்தியாசமானது. அதன் உள்கதையின் சில பகுதிகளை நான் அறிவேன். அவற்றைக் குறித்தும் நூலாசிரியரைக் குறித்தும் சில செய்திகளை உங்கள்முன் பகிர்ந்துகொள்வதில் மகிழ்ச்சியடைகிறேன்.

ஒரு சிறிய கதையிலிருந்து தொடங்கலாம். டேன் கில்மோர் ஒரு நடிகர், நாடக ஆசிரியர், இயக்குநர்; கனடாவில் இருக்கும் டொரன்டோவில் வசிக்கிறார். அ. முத்துலிங்கம் இலங்கைத் தமிழ் எழுத்தாளர், அவரும் டொரன்டோவில் வசிக்கிறார். கில்மோரின் நாடகங்களைப் பார்த்துப் பிரமித்த முத்துலிங்கம், அவரைச் சந்தித்து உரையாடுகிறார். அது 2004ஆம் ஆண்டு. அப்போது கில்மோர் ரஷ்ய மேதை செக்கோவின் 'ஆறாம் வார்டு' என்கிற நீண்ட சிறுகதையை நாடகமாக்கி மேடையேற்றியிருந்தார். ஒரு காட்சியில் மனநோய் மருத்துவமனைக் கட்டிலொன்று வேகத்துடன் தள்ளப்பட்டுத் திறந்த மேடை மீது வந்து நிற்க வேண்டும். அந்தக் கட்டில் மேடையில் குறிப்பிட்ட இடத்தில் குறிப்பிட்ட நேரத்தில் வந்து சேர்வதற்கு எப்படித் திரும்பத் திரும்ப ஒத்திகை பார்க்கப்பட்டது என்று முத்துலிங்கத்திடம் விளக்குகிறார் கில்மோர். அந்தக் கட்டில் குறிப்பிட்ட இலக்கைவிட ஒன்றோ இரண்டோ அடிகள் தள்ளியோ, ஒன்றோ இரண்டோ நொடிகள் பிந்தியோ வந்து சேர்ந்தால் என்ன? பார்வையாளர்களுக்குத்

தெரியப்போவதில்லை. உண்மைதான், கில்மோர் சொல்கிறார், "ஆனால் அது எனக்குத் தெரியும்." அந்தக் கட்டில் ஓர் அங்குலம் முன்பின்னாகவோ ஒரு நொடி பிந்தியோ மேடையில் தோன்றினால் அது கில்மோருக்குத் தெரிந்து விடும். ஒரு நல்ல நாடகத்தை உன்னதமாக்குவது உழைப்புதான் என்கிறார் கில்மோர். ஒரு நல்ல நாடகத்தின் வெற்றி கண்ணுக்குத் தெரியாத சின்ன சின்ன நுட்பமான அம்சங்களில் இருக்கின்றன. சாதரணமாக இவை பார்வையாளர்கள் கண்ணில் படாது. ஆனால் அதை இயக்கியவருக்குத் தெரியும்.

முத்துலிங்கத்தின் கில்மோருடனான நேர்காணலை வாசித்தபோது நான் பெரிதாகப் பரவசமடையவில்லை. நான் வசிக்கும் ஹாங்காங்கில் கில்மோரை ஒத்த ஒரு நபரை நான் சந்தித்திருந்தேன். 2002ஆம் ஆண்டில் ஹாங்காங் தமிழ்ப் பண்பாட்டுக் கழகம் 'நிரபராதிகளின் காலம்' என்றொரு நாடகத்தை அரங்கேற்றியது. சீக்பிரெட் லென்ஸ் என்பவர் எழுதிய ஜெர்மானிய நாடகத்தின் தமிழ் வடிவம். மேடையில் எப்போதும் ஏழெட்டுப் பேர் இருப்பார்கள். வாழ்க்கையின் பல வழித்தடங்களில் பயணிப்பவர்கள். ஒரு நேரத்தில் ஒருவர்தானே பேச முடியும்? அப்போது மற்றவர்கள் என்ன செய்வது? இதற்காக இந்த நாடகத்தை இயக்கிய 'ஹாங்காங் கில்மோர்' அசைவுப் பிரதியொன்றை எழுதினார். அதில் நடிகர்கள் எந்தெந்த இடத்தில் நிற்க, அல்லது உட்கார, அல்லது சரிந்துகொள்ள வேண்டும், என்ன விதமான உணர்ச்சிகளை வெளிக்காட்ட வேண்டும், அவர்களது உடல் மொழி, அங்க அசைவுகள் எப்படியிருக்க வேண்டும் என்பவற்றை விரிவாக எழுதிக் கொடுத்திருந்தார். இந்த நாடகத்தில் நானும் ஒரு 'நிரபராதி'. பெரும்பாலும் பின்னால்தான் இருப்பேன். மைய அரங்கில் நடைபெறும் உரையாடல்களில் எனது கதாபாத்திரத்தின் அசுவாரசியத்தைக் காட்ட எனது உள்ளங்கைகளை வைத்து விளையாடிக்கொண்டிருக்க வேண்டும். ஒத்திகைகளில் நான் இவ்வாறான அசைவுகளைத் தவறவிட்டுக் கொண்டே இருப்பேன். இயக்குநர் நினைவுபடுத்திக்கொண்டே இருப்பார். ஒரு கட்டத்தில் நான் வெறுத்துப்போய்க் கேட்டேன், "மேடையில் இத்தனை பேர் இருக்கிறார்கள், நான் பின்னால் இருக்கிறேன், சில அசைவுகளை நான் செய்யாமல்போனால் அது யாருக்குத் தெரியப் போகிறது?" இயக்குநர் என் கேள்விக்கு நேரடியாக விடையளிக்கவில்லை. ஆனால் நடிகர்கள் அனைவரும் அசைவுப் பிரதியை அட்சரம் பிசகாமல் பின்பற்ற வேண்டும் என்பதில் குறியாக இருந்தார்.

இரண்டாண்டுகளுக்குப் பிறகு என் கேள்விக்கு விடை கிடைத்தது. ஹாங்காங் இயக்குநரிடமிருந்து அல்ல. டொரன்டோ

இயக்குநரிடமிருந்து. விடை: "அது எனக்குத் தெரியும்." அந்த ஹாங்காங் இயக்குநர் – ஸ்ரீதரன் – தனது இலக்கைத் தெளிவாக நிர்ணயித்துக்கொண்டிருப்பவர். அதை அடைவதற்குக் கடுமையாக உழைக்கத் தயங்காதவர். அவரது உழைப்பின் மற்றொரு கனிதான் இன்று வெளியாகும் நூல். சீனத் தொன்மை இலக்கியமான ஷிழ் சிங் ஸ்ரீதரனின் மொழியாக்கத்தில் 'கவித்தொகை'யாக வெளியாகிறது.

ஸ்ரீதரன் 1996இல் *Indian Foreign Service* எனும் இந்திய வெளியுறவுத் துறைப் பணியில் சேர்ந்தார். 1998இல் மூன்றாம் செயலராகப் பெய்சிங்கில் பணியமர்த்தப்பட்டார். அங்கேதான் ஸ்ரீதரன் சீன மொழியைக் கற்றார். 2000ஆம் ஆண்டில் ஹாங்காங் வந்தார்; ஹாங்காங் இந்தியத் துணைத் தூதரகத்தில் அதிகாரியாகப் பணியேற்றார். அங்கேதான் நான் அவரைச் சந்தித்தேன். நாங்கள் நண்பர்களானோம்.

2002–2003ஆம் ஆண்டுகளில் நான் ஹாங்காங் தமிழ்ப் பண்பாட்டுக் கழகத்தின் தலைவராக இருந்தேன். அப்போதுதான் முன்னர் குறிப்பிட்ட ஜெர்மானிய நாடகம் அரங்கேறியது. இதே காலகட்டத்தில்தான் ஸ்ரீதரன் எழுதிய 'சீனமொழி – ஓர் அறிமுகம்' எனும் நூலை வெளியிட்டுக் கழகம் பெருமையுற்றது. ஓர் இந்திய மொழியின் வாயிலாகச் சீன மொழியைக் கற்பிக்கும் முயற்சியில் இந்நூல் முதன்மையானது. சீனமும் தமிழும் செம்மொழிகள். ஈராயிரம் ஆண்டுகட்கும் மேலான பழமை வாய்ந்தவை. இரண்டுமே ஆசியாவில் பரவலாகப் பேசப்படுபவை. ஆயினும் இவ்விரு மொழிகளுக்கு இடையேயான உறவு அரிதாகவே இருந்து வந்திருக்கிறது. இந்த நூலைக் குறித்து சீன– இந்திய ஊடகங்கள் சிறப்பாகச் செய்தி வெளியிட்டிருந்தன. நூல் வெளியான சில தினங்களுக்குப் பிறகு ஹாங்காங் இந்தியத் துணைத் தூதரகம் ஏற்பாடு செய்திருந்த நிகழ்ச்சியொன்றில் கலந்துகொண்டேன். தூதுவர் சிவசங்கர் மேனன் அவர்கள்தான் சிறப்பு விருந்தினர். அப்போது அவர் சீனாவிற்கான இந்தியத் தூதராகப் பணியாற்றிக்கொண்டிருந்தார். என்னை அவரிடம் ஹாங்காங் தமிழ்ப் பண்பாட்டுக் கழகத்தின் தலைவர் என்று அறிமுகப்படுத்திவைத்தார்கள். தூதர் என் கைகளைப் பிடித்துக் குலுக்கினார் – இறுக்கமாக. எனக்கு வியப்பாக இருந்தது. ஒரு தமிழ்ச் சங்கத்தின் தலைவராக இருப்பது பெரிய காரியமா என்று எனக்குள்ளே கேட்டுக்கொண்டேன். அப்போது கழகத்தில் 150 உறுப்பினர்கள் இருந்திருப்பார்கள். அவரது நட்பு மிகுந்த கைகுலுக்கலுக்கான காரணம் சில நொடிகளில் துலங்கியது. ஸ்ரீதரனின் நூலை வெளியிட்டமைக்காக மேனன் அவர்கள் ஹாங்காங் தமிழ்ப் பண்பாட்டுக் கழகத்தை உவந்து பாராட்டினார்.

சீனாவிற்கும் இந்தியாவிற்கும் இடையேயான இலக்கிய–பண்பாட்டுத் தளங்களில் இந்நூல் ஒரு மைல் கல்லாக விளங்கும் என்றார்.

பத்தாண்டுகளுக்குப் பிறகு மேனன் அவர்களை மீண்டும் சந்திக்கும் வாய்ப்பு இன்று எனக்குக் கிடைத்திருக்கிறது. இப்போது நாம் இன்னுமொரு மைல்கல்லை எட்டியிருக்கிறோம். ஸ்ரீதரனின் மேலதிக முக்கியத்துவம் வாய்ந்த இரண்டாவது நூலை இன்று அவர் வெளியிடுகிறார்.

ஹாங்காங்கிலிருந்து ஸ்ரீதரன் 2003ஆம் ஆண்டு துணைச் செயலராகத் தில்லியிலும், 2005இல் முதன்மைச் செயலராகப் பெய்சிங்கிலும் பணியமர்த்தப்பட்டார். இது பெய்சிங்கில் அவரது இரண்டாவது பணிக்காலம். முதல் சுற்றில் சீன மொழியைக் கற்ற அவர், இரண்டாவது சுற்றில் கவித்தொகையைக் கற்றார். சீன மாணவர்களுக்குச் சீன இலக்கியத்தைப் பயிற்றுவிக்கும் பீகிங் பல்கலைக்கழகத்தில் சீன இலக்கியத் துறையின் தலைவர் பேராசிரியர் ட்ச்சீ யோங்ஷ்ஸியாங் *(Qi Yongxiang)*, பெய்சிங் மேலாண்மைக் கல்லூரியின் மொழித் துறை ஆசிரியர் திருமதி ட்ச்சாங் யிங்ஹுவா *(Zhang Yinghua)* ஆகிய இருவரிடமும் கவித்தொகையைப் பாடம்கேட்டார். தனது வீட்டில் மொழிபெயர்ப்புக் கலந்துரையாடல் குழு ஒன்றை உருவாக்கினார். சீன வானொலி நிலையத்தில் தமிழ்ப் பிரிவில் பணியாற்றிய தமிழர்களான மரியா மைக்கிள், அந்தோனி கிளீட்டஸ்; தமிழ் படித்த சீனர்களான ட்ஸோவ் ட்ஸூஹுவா *(Zou Zihua)*, செல்வி ஹான் ச்சோங் *(Han Chong)*; இவர்களோடு ஸ்ரீதரனின் மனைவி வைதேகியும் சேர்ந்துகொண்டார். ஸ்ரீதரனோடு குழு அறுவரானது. இந்தக் குழு சனிக்கிழமை தோறும் கூடியது; அதில் ஸ்ரீதரன் மொழிபெயர்ப்பின் கரட்டு வடிவங்களை முன்வைத்து உரையாடல்களை நடத்தினார். அந்தக் காலகட்டத்தில் ஹாங்காங்கிற்கும் சீனாவிற்கும் இடையேயான தொலைபேசிக் கட்டணத்தைக் குறைத்துக்கொண்டே வந்தார்கள். ஒரு கட்டத்தில் இந்தச் சேவையை இலவசமாக்கிவிடுவார்களோ என்றுகூட நினைத்தோம். இது எனக்கு வாய்ப்பாக அமைந்தது. ஞாயிற்றுக்கிழமைதோறும் ஸ்ரீதரனோடு மணிக்கணக்கில் உரையாடுவேன். அவர் தனது கவித்தொகை மொழியாக்கத்தில் ஏற்பட்டுவரும் முன்னேற்றங்களைச் சொல்லுவார்.

தொடர்ச்சியான வகுப்புகளும் உரையாடல்களும் ஆய்வுகளும் இரண்டாண்டுகள் நீண்டன. இப்போது ஸ்ரீதரன் தனது மொழிபெயர்ப்பை இன்னும் சிலர் வாசிக்க வேண்டும் என்று கருதினார். 2007இல் தமிழறிஞர்களையும் நண்பர்களையும் கொண்டு *Tamil-Shi Jing* எனும் கூகிள் மின்னஞ்சல் குழுமம்

ஒன்றை உருவாக்கினார். மொழிபெயர்ப்புகளையும் பாடல்களின் பின்னணி விவரங்களையும் கூகிள் ஆவணங்களாகப் பகிர்ந்து கொண்டார். பலரும் கருத்துரைத்தனர். பொருத்தமானவற்றை ஏற்றுக்கொண்டார். கவித்தொகை குறித்த கட்டுரைகளையும் இதே போல் பகிர்ந்துகொண்டார்.

நானும் சில உரையாடல்களில் பங்குபெற்றேன். காலம் கருதி இரண்டு நிகழ்வுகளை மட்டும் இங்கே சொல்லுகிறேன். குழுமத்தில் பலர் இருந்தனர். யாது காரணம் பற்றியோ "பென்னோலோசா, பவுண்ட் மற்றும் சீனச் சொற்கள்" (*Fennollosa, Pound and the Chinese Character*) எனும் ஆங்கிலக் கட்டுரையை என்னைத் தமிழாக்கும்படி கேட்டுக்கொண்டார் ஸ்ரீதரன். அது ஒரு சிக்கலான கட்டுரை. எவ்விதம் அயற்பண்புள்ள சில மொழிபெயர்ப்புகள் சீன மூலத்திலிருந்து வெகுவாக விலகிச் சென்றுவிடுகின்றன என்பதைக் கட்டுரை விளக்குகிறது. இந்தக் கட்டுரையை நூலின் பிற்சேர்க்கையாக இணைக்கலாம் என்றுதான் ஸ்ரீதரன் முதலில் கருதியிருந்தார். பிற்பாடு அவ்வெண்ணத்தை மாற்றிக்கொண்டார். இக்கட்டுரை சீனச் சொற்கள், அவற்றின் அமைப்பு, ஆங்கில இலக்கணம் போன்ற தளங்களில் ஆழமாகப் பயணிப்பதால், நூலின் நோக்கத்தை மீறியது என்பதே காரணம். எனினும், நூலின் பின்னுரையில் சீன மொழிபெயர்ப்பின் சிக்கல்களை விளக்குவதற்குக் கட்டுரையின் சில பகுதிகளைப் பயன்படுத்தியிருக்கிறார். பேராசிரியர் ஆ.இரா. வேங்கடாசலபதி தனது முன்னுரையில் குறிப்பிடுவதுபோல் இந்தப் பின்னுரை மிக முக்கியமானது.

மற்றொரு நிகழ்வு 'கரடிக் கனவும் பாம்புக் கனவும்' என்ற பாடலை ஸ்ரீதரன் குழுமத்தில் அறிமுகப்படுத்தியதைத் தொடர்ந்து நடந்த உரையாடல். ஒரு வாழ்த்துடன் துவங்குகிறது இந்தப் பாடல். ஒரு வீட்டின் சகோதரர்கள் ஒத்து ஒருமித்து வாழ வேண்டும்; எப்படி – மூங்கில் வேர்கள் ஒன்றையொன்று பலப்படுத்துவது போல என்கிறது பாடல். இந்த உவமை என்னை மிகவும் கவர்ந்தது. அப்போது ஒரு பொறியியல் ஏட்டிற்காக மூங்கில் சாரங்களைக் குறித்து ஒரு கட்டுரை எழுதிக்கொண்டிருந்தேன். ஹாங்காங்கின் எல்லாக் கட்டிடப் பணித் தலங்களைச் சுற்றிலும் – அவை எத்துணை மாடிக் கட்டிடமாக இருந்தாலும் – மூங்கில் சாரங்களைப் பார்க்கலாம். மூங்கிலின் பொறியியல் பண்புகள் எவ்விதம் இந்தப் பாடல் சொல்லவருகிற கருத்தோடு இயைந்து வருகிறது என்று ஸ்ரீதரனிடம் தெரிவித்தேன். அவரும் மூங்கிலின் சூழலியல் பண்புகளும் அவ்விதமே ஒத்துப்போகின்றன என்றார். ஆனால் இந்த உரையாடல்களில் வெளியான கருத்துகள் நூலில்

இடம்பெறவில்லை. ஒவ்வொரு பாடலைக் குறித்தும் பல்வேறு கருத்துகள் அவரது ஆய்வில் வெளிப்பட்டன. அவற்றின் சாறைத்தான் அவர் இந்த நூலில் தந்திருக்கிறார்.

2008இல் அவர் தனது மொழிபெயர்ப்பைக் கிட்டத்தட்ட முடித்துவிட்டார். ஆனால் அவருக்குத் திருப்தி வரவில்லை. நமது கில்மோர் உத்தேசித்த இலக்கிற்குக் கட்டில் வந்து சேரவில்லை. 2008இல் அவர் பதவி உயர்வுபெற்று பிஜித் தீவுகளின் இந்தியத் தூதரகத்தில் ஆலோசராகப் பணியேற்றபோது கவித்தொகைப் பாடல்களையும் கூடவே எடுத்துச்சென்றார். அவற்றைப் புதுக்கிக்கொண்டே இருந்தார். 2010ஆம் ஆண்டின் துவக்கத்தில் அவர் விடுமுறைக்காகச் சென்னைக்கு வந்திருந்தார். அப்போது நான் சென்னையில் பணியாற்றத் துவங்கி யிருந்தேன். நான் பணியாற்றும் ஹாங்காங் நிறுவனம் ஒரு உள்கட்டமைப்புப் பணியின் ஆலோசகர்களில் ஒருவனாக என்னையும் நியமித்திருந்தது. ஸ்ரீதரன் தனது கவித்தொகை பற்றிய அறிமுகக் கட்டுரைகளை நண்பர்கள் பலருக்கும் அனுப்பி யிருந்தார். பலரும் மின்னஞ்சல் வழி கருத்துரைத்தனர். அப்படி மின்னஞ்சலில் கருத்துச் சொல்லாதவர்களில் ஒருவர் ஸ்ரீதரனின் நண்பரும் பதிப்பாளருமாகிய க்ரியா ராமகிருஷ்ணன். நேரில் பேசினால்தான் விளக்க முடியும் என்று சொல்லிவிட்டார். ஸ்ரீதரன் சென்னையில் க்ரியா அலுவலகத்தில் அவரைச் சந்தித்தார். நானும் உடன் போயிருந்தேன். க்ரியா ராமகிருஷ்ணன் அந்தக் கட்டுரையை வரிவரியாக விமர்சித்தார். இந்த வரி ஒரு பத்திரிக்கையாளனின் எழுத்து நடையைப் போல் இருக்கிறது, இந்த வரியில் கவிதை தெரிகிறது, இந்த இடத்தில் ஆய்வாளனின் குரல் கேட்கிறது, இந்த வரியில் வெளிப்படும் நடையில் புனைவின் சாயல் இருக்கிறது என்று அடுக்கிக்கொண்டேவந்தார். ஸ்ரீதரனிடம் பத்திரிக்கையாளன், கவிஞன், ஆய்வாளன், கதாசிரியன் என்று எல்லா முகங்களும் இருக்கின்றன. அவை கட்டுரையில் வெளிப்பட்டிருக்கின்றன. ஆனால் க்ரியா ராமகிருஷ்ணன் கட்டுரையில் ஒரு குரல்தான் ஒலிக்க வேண்டும் என்றார். ஸ்ரீதரன் விமர்சனங்களைத் திறந்த மனதோடு கேட்டுக்கொண்டார். பிஜிக்குப் போய் கட்டுரைகளைத் திரும்ப எழுதலானார்.

2011ஆம் ஆண்டு அவர் தில்லிக்கு வந்தார். வட்டாரக் கூட்டுறவிற்கான தெற்காசிய நாடுகளின் குழுமப் பிரிவின் இயக்குநராகப் (*Director, South Asian Association of Regional Cooperation– SAARC*) பொறுப்பேற்றார். கவித்தொகையும் அவர் கூடவே பிஜியிலிருந்து தில்லிக்கு வந்தது. கில்மோருக்கு இன்னும் திருப்தி வரவில்லை. கட்டில் இலக்கைவிடச் சில அங்குலங்கள் இன்னும் பின்னாலிருப்பதாக அவர் நினைத்தார்.

இந்த உரையை நான் முத்துலிங்கத்திடமிருந்து தொடங்கினேன். முத்துலிங்கத்தைக் கொண்டு முடிப்பபததுதானே முறை? முத்துலிங்கம் "உண்மை கலந்த நாட்குறிப்புகள்" என்று ஒரு நாவல் எழுதியிருக்கிறார். 2008ஆம் ஆண்டில் வெளியானது. சுயசரிதைத் தன்மை கொண்டது. இதில் 46 அத்தியாயங்கள் உள்ளன. ஒவ்வொன்றையும் தனித்தனியாகப் படிக்கலாம். அவை சிறுகதைகளைப் போலிருக்கும். கோவையாகப் படித்தால் நாவலாகும். நூலின் முன்னுரையில் முத்துலிங்கம் இந்த நாவலை இரண்டு வருடங்களாக எழுதிக்கொண்டிருந்ததாகச் சொல்கிறார். "இது வளர்ந்துகொண்டேவந்தது. சரி, இத்துடன் முடிந்தது என்று முற்றுப்புள்ளி வைக்கலாம் என்றால் மேலும் புதிதாக ஏதாவது தோன்றி அதையும் நான் எழுத வேண்டி நேரிடும். நாளுக்கு நாள் இது வளர்ந்தது. அம்மா சொல்வார், 'வெந்தால் இறக்கி வை' என்று. அதனால் ஒருநாள் இறக்கி வைத்துவிட்டேன்". தில்லியில் வசிக்கும் ஸ்ரீதரனோடு சில மாதங்களுக்கு முன்னால் சென்னையிருந்து தொலைபேசியில் உரையாடினேன். முத்துலிங்கத்தின் அறிவுரையை அவருக்குச் சொன்னேன். 'சோறு வெந்துவிட்டது தரன், இறக்கிவைத்து விடுங்கள்' என்றேன். பதிலுக்குச் சிரித்தார். அதாவது நான் சொன்னதை அவர் ஏற்கவில்லை என்று பொருள். தொடர்ந்து கவிதைகளையும் கட்டுரைகளையும் அவர் கூராக்கிக் கொண்டிருந்தார்.

கடைசியாகக் கடந்த மாதம் கில்மோர் உத்தேசித்த இலக்கைக் கட்டில் வந்தடைந்திருக்க வேண்டும். நூலின் வரைபடிவத்தை அவர் பதிப்பாளர் 'காலச்சுவடு' கண்ணனிடம் கொடுத்தார். அது இப்போது கண்கவர் நூலாகியிருக்கிறது.

இந்த நூலின் உருவாக்கத்தில் எனது பங்களிப்பு மிகக் குறைவானதுதான். என்றாலும் அந்த வாய்புக்காக மகிழ்கிறேன். எனது நண்பரின் சிறப்பான இந்த நூலின் வெளியீட்டு விழாவில் கலந்துகொள்ள முடிந்ததிலும், எனது அனுபவங்களை உங்களோடு பகிர்ந்துகொள்ள முடிந்ததிலும் மேலும் மகிழ்ச்சி அடைகிறேன்.

நன்றி.

[25.2.2012 அன்று தில்லியில் நடந்த 'வாரிச் சூடினும் பார்ப்பவரில்லை' நூல் வெளியீட்டு விழாவில் பேசிய ஆங்கில உரையின் மொழிபெயர்க்கப்பட்ட எழுத்து வடிவம்]

காலச்சுவடு ஜூலை 2012

22

சலபதிக்கு உரிய அறிந்தேற்பு

ஆகக் கடைசியாய் வந்திருக்கும் ஆ.இரா. வேங்கடாசலபதியின் தமிழ் நூல் 'வ.உ.சி.: வாராது வந்த மாமணி'. அதில் இப்படி ஒரு வரி வரும்: "வ.உ.சி. விடுதலைப் போராட்டத்தோடு தொழிலாளர் இயக்கம், பிராமணரல்லாதார் இயக்கம், சமயச் சீர்திருத்தம், தமிழ் மறுமலர்ச்சி என்று பல துறைகளிலும் பங்குகொண்டார். ஆனால் வ.உ.சி.யின் தொண்டுக்கும் தியாகத்துக்கும் உரிய அறிந்தேற்பு கிடைக்கவில்லை". தமிழ் ஆளுமைகளுக்கு இது எப்போதும் நடப்பதுதான். அது நமக்குப் பழக்கமாகியும் விட்டது. சலபதிக்கும் இதுதான் நடந்தது. தமிழ்ச் சமூக வரலாறு, இலக்கியம், பண்பாடு, அரசியல், மொழிபெயர்ப்பு எனப் பல துறைகளில் பங்களித்துவருபவர் சலபதி. அவர் ஆய்வாளர், பேராசிரியர், எழுத்தாளர், பதிப்பாளர். என்றாலும் அவருக்கு உரிய அறிந்தேற்பு சமீப காலமாகத்தான் கிடைத்துவருகிறது. 2019இல் அமெரிக்கத் தமிழர்களின் 'விளக்கு' விருதும், 2021இல் கோவை பாரதி பாசறையினரின் விருதும் வழங்கப்பட்டன. சிகரம் வைத்தாற்போல் வந்தது, 2022ஆம் ஆண்டுக்கான கனடா தமிழ் இலக்கியத் தோட்டத்தின் 'இயல்' விருது. ஒருவரின் வாழ்நாள் சாதனைக்காக வழங்கப்படும் விருது இது. தகுதியான ஒருவருக்கு அறிந்தேற்பு கிடைக்கிற தருணம் மகிழ்வானது. அப்படியான தருணமிது.

சுந்தர ராமசாமி சலபதியைப் பற்றி இப்படிச் சொன்னார்: "இன்று ஒரு இளைஞர் – தமிழ் அறிஞர் என்று அவரைச் சொல்வதில் எந்தத் தவறும் இல்லை;

இளைஞனும் அறிஞனாக இருக்க முடியும் – புதுமைப்பித்தன் கதைகளுக்கு மிகச் சிறப்பான ஒரு பதிப்பை உருவாக்கித் தந்துவிட்டார்"

சுந்தர ராமசாமி சொன்னது புத்தாயிரமாண்டின் துவக்கத்தில். ['உரைநடையும் யதார்த்தமும்', தமிழ் இனி 2000 மாநாட்டுக் கட்டுரைகள், 2005]. அப்போது சலபதிக்கு வயது 33.

ஓர் இளைஞர் அறிஞராக இருக்க முடியாதா? அப்படி இருப்பது நம் சமூகம் கொண்டிருக்கும் முன்முடிவுகளுக்கு எதிரானது ஆயிற்றே! அதனால்தான் அவரை அறிஞராக இனங்கண்டு கொண்ட சுந்தர ராமசாமி ஓர் இளைஞர் தமிழறிஞராகவும் இருக்க முடியும் என்று சேர்த்துச் சொல்கிறார்.

சலபதி, சென்னை வளர்ச்சி ஆராய்ச்சி நிறுவனத்தில் (Madras Institute of Development studies) பேராசிரியராகப் பணியாற்றி வருகிறார். பல உள்நாட்டு வெளிநாட்டுப் பல்கலைக்கழகங்களில் வருகைதரு பேராசிரியராக இருக்கிறார். கடந்த 40 ஆண்டுகளாகத் தமிழ் இலக்கிய-பண்பாட்டு-வரலாற்று ஆய்வில் ஈடுபட்டுவருகிறார்.

அறியப்படாத காலம் இருந்தது

ஒரு சம்பவத்தைச் சொல்லாமல் என்னால் தொடர முடியாது. ஹாங்காங்கில் இலக்கிய வட்டம் என்ற அமைப்பை நடத்தி வந்தோம். தமிழ் இலக்கியக் கூட்டங்களுக்கு, அதுவும் அயல் நாட்டில் கிடைக்கக்கூடிய ஆதரவைப் பற்றித் தனியே சொல்ல வேண்டியதில்லை. என்றாலும் 15-20 பேராவது கூட்டங்களுக்கு வந்துகொண்டிருந்தார்கள். அக்டோபர் 2008இல் 'அதிகம் பேசப்படாத தமிழறிஞர்கள்' என்ற பொருளில் ஒரு கூட்டம் நடத்தினோம். நண்பர்கள், திரு.வி.க., வ.உ.சி., மறைமலையடிகள், தேவநேயப் பாவாணர், சி.சு.செல்லப்பா ஆகியோரைக் குறித்துப் பேசினார்கள். நண்பர்கள் மறைந்த தமிழறிஞர்களையே தேர்ந்தெடுத்திருந்தார்கள். நான், ஒரு வாழும் தமிழறிஞரைக் குறித்துப் பேசுவது என்று முடிவெடுத்தேன். கல்விப் புலம் சார்ந்த ஆய்வு நெறிமுறைகளில் சமரசம் செய்துகொள்ளாமல், அதே நேரத்தில் பண்டிதத்தனம் இல்லாமல், சுவாரசியமும் குறையாமல் எழுதுபவர் சலபதி என்று நான் கண்டுகொண்டிருந்தேன். ஆகவே அவரைப் பற்றிப் பேசினேன். அந்த உரையை ஒரு கட்டுரையாக எழுதினேன். அதை அப்போது வெளியாகிக்கொண்டிருந்த ஓர் இலக்கிய இதழுக்கு அனுப்பியும் வைத்தேன். அதன் ஆசிரியர் கண்ணியமானவர். கட்டுரையை வெளியிடுவதற்கில்லை என்று எனக்கு எழுதித் தெரிவித்தார். நான் அசராமல் ஓர் இணைய இதழுக்கு அனுப்பிவைத்தேன். அவர்கள் வெளியிட்டார்கள். இப்போது நிலைமை மாறிவிட்டது. தனது தொடர்ச்சியான

பங்களிப்பால் சலபதி அறியப்படுகிற அறிஞராகிவிட்டார். இந்த இயல் விருது சுட்டுவதும் இதைத்தான்.

வ.உ.சி.யில் தொடக்கம்

சலபதியின் ஆய்வுப் பணி வ.உ.சி.யில் தொடங்கியது. தமிழ் நாடெங்கும் தேடியலைந்து கண்டெடுத்த 'வ.உ.சி. கடிதங்க'ளை 1984இல் பதிப்பித்தார். அப்போது அவருக்கு வயது 17. 'வ.உ.சி.யும் திருநெல்வேலி எழுச்சியும்' நூலை அடுத்த மூன்றாண்டுகளுக்குள் எழுதினார். அது சிறு நூல். அதன் பிறகான 35 ஆண்டுகளில் நூலைத் திருத்தியும், செழுமையாக்கியும், புதிய சான்றாவணங்களின் வெளிச்சத்தில் விரிவாக்கியும் 'திருநெல்வேலி எழுச்சியும் வ.உ.சி.யும் 1908' நூலை 2022இல் வெளியிட்டார். முந்தைய நூலைக் காட்டிலும் இந்த நூல் மும்மடங்கு பெருகியிருந்தது.

1933–34 காலகட்டத்தில் வ.உ.சி. எழுதிய 'திலக மகரிஷி' (2010) நூலையும், 1935இல் வ.உ.சி. எழுதிய 'சிவஞானபோத உரை' (2022) நூலையும் சலபதி பதிப்பித்தார். 'வ.உ.சி.யும் காந்தியும்– 347 ரூபாய் 12 அணா (2021)' என்கிற நூலில், இரண்டு பேராளுமைகளுக்கும் இடையிலான உறவு, வ.உ.சி. எழுதிய எட்டும் காந்தியடிகள் எழுதிய பதினொன்றுமாக மொத்தம் 19 கடிதங்களின் வாயிலாகத் துலக்கம் பெறுகிறது. இந்தக் கடிதங்கள் எதுவும் நூறு பெருந்தொகுதிகளாக வந்துள்ள காந்தியடிகளின் தொகை நூல்கள் எதிலும் இடம் பெறவில்லை. வ.உ.சி. நூல் வரிசையில் இப்போதைக்குக் கடைசி வரவு: 'வ.உ.சி.: வாராது வந்த மாமணி.' வ.உ.சி.யின் புகழ் ஓங்கியிருந்த காலத்தில் வெளிவந்த அவருடைய வாழ்க்கை வரலாறுகளின் வாயிலாகவும், அவர் மறைந்தபொழுது வெளியான இரங்கலுரைகளின் வாயிலாகவும் வ.உ.சி.யை அணுகுகிறார் சலபதி.

சமீபத்தில் சலபதி இப்படிச் சொன்னார்: "வ.உ.சி.யை மட்டும் ஆராய்ந்தால் வ.உ.சி.யைப் புரிந்துகொள்ள முடியாது என்பதை உணர்ந்தேன். தேசிய இயக்கம் மட்டுமல்லாமல், தொழிற்சங்க இயக்கம், திராவிட இயக்கம், தமிழ் மறுமலர்ச்சி இயக்கம், சைவச் சீர்திருத்த இயக்கம் எனத் தம்காலத்து இயக்கங்கள் எல்லாவற்றிலும் வ.உ.சி. பங்காற்றியிருக்கிறார். அதைப் புரிந்துகொள்ளும் முயற்சியில்தான் நான் வரலாற்று ஆய்வாளனானேன்" [இந்து தமிழ் திசை, 5.6.2022].

புதுமைப்பித்தனுக்குச் செம்பதிப்பு

ஆ.இரா.வேங்கடாசலபதி 2000ஆம் ஆண்டில் "புதுமைப்பித்தன் கதைகள்" நூலைப் பதிப்பித்தார். இந்த நூலில் 97 கதைகள்

தொகுக்கப்பட்டன. 1948இல் புதுமைப்பித்தன் காலமானபோது, இதில் சரி பாதிக் கதைகளே நூல் வடிவம் பெற்றிருந்தன. ‘மேதாவிலாசத்துக்கும் அற்பாயுளுக்கும் நமக்கு எட்டாதபடி உள்ள ரகசிய உற’வின் காரணமாகவோ என்னவோ, ‘வறுமை பிடுங்கும் இந்தியாவில் எழுத்தாளர்களுக்குச் சோதனையாகவே இருந்த நாற்பதையொட்டிய வயதுகளில்’ புதுமைப்பித்தன் மறைந்தார். அவரது மறைவிற்குப் பின் வெளியான நூல்களில் கதைகள் வெளியான காலமும் இதழும் சுட்டப்படவில்லை. கதைகளும் கட்டுரைகளும் தழுவல்களும் மாறி மாறி இடம் பெற்றன. பிழைகளும் இருந்தன. அவை செம்மையாகவும் வெளியிடப்படவில்லை. இவ்வாறு குறைபாடுகளுடன் பதிக்கப்பட்டவை அன்னியில், தொகுக்கப்படாத, அச்சிடப்படாத படைப்புகளும் இருந்தன. அதுகாறும் நூல் வடிவம் பெறாத படைப்புகளை மட்டுமல்ல, ஏற்கனவே வெளியான நூல்களையும், அவை வெளியான இதழ்களையும் சலபதி கண்டடைந்தார். புதுமைப்பித்தனின் உறவினர்கள், நண்பர்கள், அன்பர்கள், பதிப்பாளர்கள், வாசகர்கள் என்று சாத்தியமான எல்லாக் கதவுகளையும் அவர் தேடித் திறந்தார். சென்னை, காரைக்குடி, புதுக்கோட்டை, மருங்கூர், ஆண்டிப்பட்டி, தில்லி, லண்டன், சிகாகோ போன்ற இடங்களில் உள்ள தமிழ் நூல் நிலையங்களில் ஏறி இறங்கினார். 50 ஆண்டுகளுக்கு முன் வெளியான, நூற்றுக் கணக்கில் மட்டுமே அச்சாகியிருக்கக்கூடிய இலக்கியச் சிற்றிதழ்களையும் நூல்களையும் கண்டடைவது தமிழ்ச் சூழலில் புலிப்பால் பருகுவதற்குச் சமமானது. அதைச் சலபதி செய்தார். புதுமைப்பித்தனது அனைத்துப் படைப்புகளையும் துரத்தித் துரத்தி மீட்டெடுத்தார். அப்படிக் கண்டெடுத்தவற்றைக் கால வரிசைப்படி தொகுத்தார். ஒவ்வொரு கதையின் இறுதியிலும் வெளியீட்டு விவரம் இருக்கிறது. கதை முதலில் வெளியான இதழ், பயன்படுத்திய புனைபெயர், நூலாக்கம் பெற்ற விவரம் அனைத்தும் பின்னிணைப்பாகத் தரப்பட்டிருக்கின்றன. இதைத் தவிர, புதுமைப்பித்தனின் கதைகள் இதழ்களில் வெளியான தற்கும் நூலாக்கம் பெற்றதற்கும் இடையில் வேறுபாடுகள் உள்ளன. புதுமைப்பித்தனின் காலத்தில் வெளியான நூல்களில் அவரே மாற்றங்கள் செய்திருக்க வேண்டும். எடுத்துக்காட்டாக, ‘கலைமக’ளில் வெளியான கதையில் ‘கடவுளும் கந்தசாமிப் பிள்ளையும்’ அருந்தும் இரண்டு கப் காப்பியின் விலை இரண்டணாவாக இருக்கிறது, பிற்பாடு காஞ்சனை (1943) என்கிற தொகை நூலில் கதை வெளியாகும்போது மூன்றணா ஆகிவிடுகிறது! இன்னும் வடிவ நேர்த்தி, சொல்முறை, ஆங்கிலப் பயன்பாடு, கதைப் பொருள் முதலான பல காரணங்களை யொட்டி புதுமைப்பித்தனே சிறிதும் பெரிதுமான பல மாற்றங்கள் செய்திருக்கிறார். இந்தக் கதைகளுக்கெல்லாம் நூற்பதிப்புகளை

மூலபாடமாகக்கொண்டு,இதழ்களில்வெளியானவற்றில்இருக்கும் வேறு பாடங்களை, பின்னிணைப்பில் பட்டியலிட்டிருக்கிறார் சலபதி. புதுமைப்பித்தன் மறைவிற்குப் பிறகு சில கதைகள் நூல் வடிவம் பெற்றன, பல பெறவில்லை. இவற்றுக்கெல்லாம் இதழ்களில் வெளியான பாடத்தையே மேற்கொண்டார் சலபதி. இந்த நூல் ஆய்வு நெறிகளுக்கு உட்பட்டே உருவாக்கப்பட்டிருக்கிறது. ஆனால் அவை புதுமைப்பித்தனை அணுகும் எளிய வாசகருக்குத் தடையாக இல்லை. கதைகளுக்கு வெளியே தரப்பட்டிருக்கும் ஆய்வுக் குறிப்புகள், வாசகருக்குப் புதிய வாசிப்பனுபவத்தை நல்குகின்றன.

நவீனத் தமிழிலக்கியத்தில் மூலபாட ஆய்வையும் பாடபேதத்தையும் அறிமுகப்படுத்தியவர் சலபதி என்று பாராட்டுகிறார் பெருமாள்முருகன். நவீனத் தமிழ்ப் பதிப்பிற்கு ஒரு முறையியலை வழங்கியவர் சலபதி என்கிறார் கவிஞர் சுகுமாரன். 'புதுமைப்பித்தனின் தவப்புதல்வன் சலபதி' என்று உச்சி முகர்பவர் வேறு யாருமில்லை, புதுமைப்பித்தனின் மகள் தினகரி சொக்கலிங்கம். [காலச்சுவடு, மார்ச் 2019].

பாரதி தேடல்

சலபதியின் இன்னொரு முக்கியப் பங்களிப்பு பாரதி தேடலில் தன்னை ஈடுபடுத்திக்கொண்டிருப்பதாகும். பாரதியும் (1882–1921) 'மேதாவிலாசத்துக்கும் அற்பாயுளுக்கும் உள்ள ரகசிய உறவின்' கரங்களில் பலியானவர். எனில், அவர் மறைந்த சில ஆண்டுகளிலேயே அவரது மேதாவிலாசம் உணரப்பட்டது. அதன் விளைவாகக் கடந்த நூறாண்டுகளில் அவரது தொகுக்கப்படாத, அச்சிடப்படாத பல்வேறு படைப்புகள் வெளிவந்த வண்ணமிருக்கின்றன. 'வ.உ.சி. பற்றிய ஆய்வினூடாக பாரதி ஆய்வுக்குள் நுழைந்தவர்' சலபதி. வ.உ.சி. கடிதங்கள் (1984), 'வ.உ.சி.யும் திருநெல்வேலி எழுச்சியும்' (1987) ஆகிய நூல்களைத் தொடர்ந்து, 'வ.உ.சி.யும் பாரதியும்' (1994) 'பாரதியின் கருத்துப் படங்கள்' (1994) ஆகிய நூல்களைப் பதிப்பித்தார்.

பாரதி தன் வாழ்நாளின் பெரும்பகுதியை (1904–1921) பத்திரிகையாளராகக் கழித்தவர். அவர் 'இந்தியா', 'சுதேசமித்திரன்', 'சூரியோதயம்' ஆகிய இதழ்களில் எழுதியதில் கணிசமானவற்றை பாரதி ஆய்வாளர்கள் பதிப்பித்திருக்கிறார்கள். எனில், பாரதியே ஆசிரியராக விளங்கிய 'விஜயா' நாளேட்டின் இதழ்கள் அவர்களுக்குக் கிடைக்கவில்லை. 'விஜயா' 1909–10இல் புதுச்சேரியிலிருந்து வெளியானது. பாரதியின் அரசியல் தோழர்களான வ.உ.சி., சுப்பிரமணியம் சிவா ஆகியோர் 1908இல் கைது செய்யப்பட்டுக் கடும் தண்டனைகளுக்கு உள்ளாக்கப்பட்ட போது, தான் சிறைப்படுவதும் உறுதி என்று கருதிய பாரதி,

பிரிட்டீஷ் இந்தியாவிலிருந்து பிரான்சின் ஆளுகையிலிருந்த புதுச்சேரியில் அடைக்கலம் புகுந்தார். அங்கிருந்து பாரதியின் ஆசிரியப் பொறுப்பில் செப்டம்பர் 1909இல் தொடங்கப்பட்ட 'விஜயா', அதன்மீது தடையாணை விதிக்கப்பட்ட ஏப்ரல் 1910 வரை வெளியானது. கொந்தளிப்பான அரசியல் சூழலில் பாரதியின் எழுத்துக்களை அறிகிற வாய்ப்பு – ஓரிரண்டு நறுக்குகள் தவிர – பாரதி அன்பர்களுக்குக் கிட்டவில்லை.

பாரதி ஆய்வாளர்கள் விஜயா இதழ்களைத் தமிழகத்தி லேயே தேடிக்கொண்டிருந்தனர். சலபதி புதுச்சேரியை ஆண்ட பிரான்ஸில் தேடினார். அதற்குப் பலன் இருந்தது. சலபதி பதிப்பித்திருக்கும் 'பாரதி விஜயா கட்டுரைகள்' (2004) நூலின் செம்பாகம் இரண்டு இடங்களிலிருந்து பெறப்பட்டது.

பிப்ரவரி 1910இல் வெளியான 20 'விஜயா' இதழ்களை பாரிசீல் கண்டுபிடித்தார் சலபதி. 'விஜயா' *tabloid* அளவில் நான்கு பக்கங்களில் தலையங்கம், படங்கள், விளம்பரங்களுடன் வெளியாகியிருக்கிறது. சுமார் 150 இதழ்கள் வெளியாகி யிருக்கலாம் என்று மதிப்பிடப்படுகிறது. இதில் முழுமையாகக் கிடைத்திருப்பவை இந்த 20 இதழ்கள் மட்டுமே.

இவையன்னியில், 'விஜயா'வில் வெளியான மேலும் சில கட்டுரைகளையும் சலபதி வெளிக்கொணர்ந்தார். அன்றைய ஆங்கிலேய அரசின் புலனாய்வுத் துறை பொதுமக்கள் கருத்து எப்படித் திரள்கிறது என்பதைக் கண்காணிக்கும் பொருட்டு சுதேசப் பத்திரிக்கைகளில் வெளியானவற்றை ஆங்கிலத்தில் மொழிபெயர்த்துவந்தது. இந்த ரகசிய அறிக்கைகளில் 'விஜயா'வில் வெளியான 45 கட்டுரைகள் கிடைக்கின்றன. சலபதி இவற்றைத் தமிழில் மீள மொழிபெயர்த்திருக்கிறார். அவற்றுள் ஒன்று:–

"... அவர்(கவர்னர்) வரும் பாதையில் வேறு வாகனம் ஓடக் கூடாது. வரவேற்புப் பந்தல்களும் தோரணங்களும் வழியெங்கும் போடப்படவேண்டும். கவர்னர் எங்கேனும் தாமதிப்பாரானால், கிராமத்தாரெல்லாம், இரவல் வாங்கியேனும், நல்ல வஸ்திரங்களை உடுத்திக்கொண்டு, அதிக வரி செலுத்துபவரின் தலைமையில் சென்று, பெரிய புஷ்ப மாலைகளுடன் அவரை வரவேற்க வேண்டும். வைஸிராய் ரயிலில் பிரயாணம் செய்வாரானால், எல்லா ஸ்டேஷன்களும் அலங்காரம் செய்யப்பட்டிருப்பதோடு, ராத்திரியில் ஒவ்வொரு தந்திக் கம்பத்திலும் ஒருவன் தீப்பந்தத்தோடு நிற்க வேண்டும். இவ்வாறு செய்யவேண்டுமென்று எந்தச் சட்டமும் இல்லை. ஆங்கிலேய ஆட்சியின் கீழ் சென்ற நான்கைந்து வருஷங்களாக இயற்றப்பட்ட சட்டங்களை யெல்லாம் ஒருவன் படிப்பானாகில் அவன் அதை ராமராஜ்யம் என்றும் தர்ம ராஜ்யம் என்றும் புகழ்வான். சட்டத்தில் என்ன

சொல்லியிருந்தபோதிலும் நடைமுறை வேறாயிருக்கிறது...” (விஜயா, 3.3.1910)

நூறாண்டுகளுக்குப் பிறகு வைஸ்ராய் போன்ற பதவிப் பெயர்கள்தாம் மாறியிருக்கின்றன என்பதற்காக இதை நான் எடுத்துக் காட்டவில்லை. தமிழிலிருந்து ஆங்கிலத்தில் மொழிபெயர்க்கப்பட்ட இந்தக் கட்டுரைகளை, நூறாண்டு களுக்குப் பிறகு சலபதி பாரதி காலத்து வசன நடையிலேயே மொழியாக்கம் செய்திருக்கிறார் என்பதை இதை வாசிக்கும்போது உணரலாம். இந்த நூல் ஒரு முக்கியமான காலகட்டத்தில் பாரதியின் எழுத்துக்களையும், கூடவே சலபதியின் புலமையை யும், அர்ப்பணிப்பையும் புலப்படுத்துகிறது.

பாரதியியலுக்கு சலபதி அளித்திருக்கும் இன்னொரு கொடை ‘பாரதி கருவூலம்’ (2008). பாரதி ‘இந்து’ நாளிதழுக்கு ‘ஆசிரியருக்குக் கடிதங்கள்’ பகுதிக்கு எழுதிய 16 கடிதங்களையும், அதன் செய்திப் பகுதியில் வெளியான இரண்டு ‘பகிரங்க’க் கடிதங்களையும், இன்னும் இரண்டு கட்டுரைகளையும் சலபதி இந்த நூலில் பதிப்பித்தார். பாரதியின் ஆங்கிலப் புலமையும், அவர் ‘இந்து’விற்கு அவ்வப்போது எழுதிவந்திருக்கிறார் என்பதையும் பாரதி ஆய்வாளர்கள் அறிந்திருந்தனர். எனில், இரண்டொரு கடிதங்களையும் சில நறுக்குகளையும் மட்டுமே அவர்கள் பார்த்திருந்தனர். ‘பாரதி கருவூலம்’ நூலில் இடம்பெற்றிருக்கும் பாரதியின் எழுத்துக்களில் பாதிக்கும் மேல் முதல் முறையாக நூலாக்கம் பெற்றன. இவற்றை கேம்பிரிட்ஜ் பல்கலைக்கழகத்தின் தென்னாசிய மையத்தில் இருந்த நுண்படச் சுருள்களிலிருந்து பெற்றிருக்கிறார் சலபதி.

1904முதல் 1911வரையிலான நெடிய காலகட்டத்தில் வெளியான இந்தக் கடிதங்கள் பாரதியின் சிந்தனைப் போக்கு களை வெளிப்படுத்துகின்றன. இந்த எழுத்துக்களின் வீச்சும் விரிவானது. திலகரின் மீதான அபிமானம், அன்னி பெசன்ட் மீதான விமர்சனம், தென்னாப்பிரிக்காவில் அல்லலுறும் இந்தியத் தொழிலாளிகள் மீதான கரிசனம், புதுச்சேரியிலும் பிரிட்டீஷ் ஒற்றர்களால் பாரதி படும் அவதி போன்றவை கடிதங்களில் வெளிப்படுகின்றன. தமிழைப் போலன்றி, பாரதி ஆங்கிலத்தில் நீண்ட வாக்கியங்களைக் கைக்கொள்கிறார். சலபதி இந்தக் கடிதங்களையும் பாரதி காலத்து தமிழில் மொழியாக்கம் செய்திருக்கிறார். பாரதியின் சில கடிதங்கள் ‘இந்து’வில் வெளியான செய்திகளுக்கு ஆற்றப்பட்ட எதிர்வினை. பாரதியின் கடிதங்களுக்கும் எதிர்வினைகள் வெளியாகியிருக்கின்றன. இவை யும் நூலில் இடம்பெறுகின்றன. கடிதங்களோடு தொடர்புடைய வரலாற்றுக் குறிப்புகளும் தரப்படுகின்றன. ஆனால் சலபதியின் நூல்கள் வெறும் ஆவணத் தொகுப்பு மட்டுமில்லை. அவற்றை

விரிவான ஆய்வு முன்னுரைகள் அணிசெய்கின்றன. அவற்றில் தன்னுடைய ஆய்விலிருந்து பெறப்படும் கருதுகோள்களையும் அவர் முன்வைக்கிறார்.

"பாரதி 'இந்து'வில் எழுதியதில் வியப்பொன்றுமில்லை. அவர் பத்திரிகையாளராகவே இருந்துவந்தார். ஆகவே அப்போதையத் தலையாய ஆங்கில நாளேட்டை அவர் தொடர்ந்து வந்தது இயல்பேயாகும்" என்றார் சலபதி [தி இந்து, *6.4.2008*]. மேலும், "காலனீயப் போலீஸ் அவரது வாயைக் கட்ட முயன்ற ஒரு காலகட்டத்தில் அவரது எழுத்துக்களுக்கு மேடை அமைத்துத் தந்ததில் 'இந்து' பெருமைப்படலாம் என்றும் சொன்னார் [தி இந்து, *30.3.2008*]. ஆனால் இந்தப் பாராட்டுரை களின் புறமே நின்று அவர் 'இந்து'வை விமர்சனமும் செய்தார். "பாரதியின் மேதமையை 'இந்து' ஆசிரியர்கள் அறிந்திருந்தனர் என்று கொள்ளத்தக்க எந்த முகாந்திரமும் இல்லை" என்றும் நூலின் முன்னுரையில் குறிப்பிடுகிறார். பாரதி மறைந்தபொழுது 'இந்து' ஒரு சிறு தலையங்கக் குறிப்பை மட்டுமே வெளியிட்டது என்பதையும் சுட்டிக் காட்டுகிறார். அக்குறிப்பும் பாரதியைக் குறித்து 'இந்து'வில் வெளியான சில உதிரிச் செய்திகளும் நூலில் இடம் பெறுகின்றன.

பாரதியின் மாறிவரும் நிலைப்பாடுகளையும் சலபதி படைப்புகளுக்கு வெளியே நின்று சுட்டுகிறார். எடுத்துக்காட்டாக, பாரதி 1904இல் 'இந்து' ஆசிரியருக்கு எழுதிய *Mr. Sankaran Nair's Pronouncement* என்கிற கடிதத்தைக் குறிப்பிடலாம். 'சாதிகள் ஒழியும் வரை இந்தியா விடுதலை பெறக் கூடாது' என்று சென்னை ஆசாரத் திருத்த சங்கம் என்கிற அமைப்பின் தலைவர் சங்கரன் நாயர் பேசியது 'இந்து'வில் விரிவாக வெளியானது. இந்தக் கருத்தை மறுத்து ஒரு வாசகர் எழுதியிருந்தார். வாசகரின் கருத்தை மறுத்தும், சங்கரன் நாயரை ஆதரித்தும், சமூக சீர்திருத்தம் ஏற்படாமல் அரசியல் மாற்றம் ஏற்படும் என்பது வெறும் கனவுதான் என்று பாரதி வாதிடும் கடிதம்தான் மேலே சுட்டப்படுவது. இந்தக் கடிதத்தை எழுதியபோது பாரதிக்கு வயது 22. பாரதியின் பிரசுரமான முதல் ஆங்கிலப் படைப்பு இதுவாகவே இருக்கக்கூடும். கடிதத்தின் கீழுள்ள வரலாற்றுக் குறிப்பில், கடிதம் வெளியான சில மாதங்களிலேயே பாரதி தன் நிலைப்பாட்டை மாற்றிக் கொண்டுவிட்டதை சலபதி 'இந்தியா' இதழொன்றிலிருந்து மேற்கோள் காட்டுகிறார். இந்தப் பின்குறிப்பை 'ஆயிரம் உண்டிங்கு சாதி, எனில் அந்நியர் வந்து புகலென்ன நீதி?' 'ஓர் தாயின் வயிற்றிற் பிறந்தோர், தம்முட் சண்டை செய்தாலும் சகோதரர் அன்றோ?' என்ற வரிகளோடு வாசகரால் பொருத்திப் பார்த்துக்கொள்ள முடிகிறது.

பாரதி இயலுக்குச் சீரியதொரு பங்களிப்பாக அமைகிறது சலபதி எழுதிய 'பாரதி: கவிஞனும் காப்புரிமையும்' (2015) என்கிற நூல். இது பாரதி படைப்புகளின் பதிப்புரிமை அரசுடைமை ஆக்கப்பட்ட வரலாற்றைப் பேசுகிறது. வையகம் அதுகாறும் காணாத புதுமையாக அது அமைந்தது. ஓர் எழுத்தாளனின் பதிப்புரிமையை அரசாங்கமே வாங்கி அதை மக்களின் உடைமை ஆக்கியதை உலகம் அதுவரை கண்டதில்லை. மேலதிகமாக, தமிழ்ச் சூழலில் எழுத்தாளரின் காப்புரிமை பற்றி அண்மைக் காலங்களில் நடந்துவரும் உரையாடலுக்கு ஊட்டம் தருவதாகவும் இந்த நூல் அமைந்திருக்கிறது.

சமூக ஆய்வு

சலபதி பண்பாட்டுக் களத்தில் கணிசமாகப் பங்களித்திருக் கிறார். சலபதியின் 'நாவலும் வாசிப்பும்' (2002) என்கிற நூல், புது தில்லி ஜவகர்லால் நேரு பல்கலைக்கழகத்தில், 1995இல் முனைவர் பட்டத்திற்காக அவர் சமர்ப்பித்த ஆய்வேட்டின் விரிவாக்கப்பட்ட வடிவம். 'இரங்கற்பா பாடப்படும் போதெல்லாம் உயிர்த்தெழுவது நாவலுக்கு வழக்கமாகிவிட்டது' என்கிற கவித்துவம் மிக்க வரியோடு நூல் தொடங்குகிறது. 19ஆம் நூற்றாண்டின் பிற்பகுதியில் தோன்றிய நாவல், 20ஆம் நூற்றாண்டின் முற்பகுதியில் வெள்ளமாய்ப் பாய்ந்தது. அவற்றில் பலவும் நடுத்தர வர்க்க அறிவாளர்களுக்கு உவப்பாயில்லை. 'பச்சை மோதிரத்தின் மர்மம் அல்லது புருஷனை ஏமாற்றிய புஷ்பவல்லி' போன்ற தலைப்புகளில் வந்த நாவல்களை அவர்கள் கடுமையாகச் சாடுகிறார்கள். எனில், இந்த எதிர்ப்புகளூடேதான் நாவல் என்ற வடிவம் நிலைபெற்றது என்று நிறுவுகிறார் சலபதி.

நடுத்தர வர்க்கத்தின் கலைவடிவமாக நாவல் உருப்பெற்றதன் உடனிகழ்வாக மௌன வாசிப்பு முறை தமிழ்ச் சமூகத்தில் தோன்றியது என்றும் துணிகிறார். இதற்காக அதற்கு முன்பு நிலவிய வாசிப்பு முறைகளையும் விரிவாக ஆய்கிறார். ஏட்டுச் சுவடிகளை வாய்விட்டுப் படிப்பதும், மனனம் செய்வதும் அவசியமாக இருந்ததையும், நாட்டுப் புறங்களில் அல்லியரசாணி மாலை, தேசிங்கு ராஜன் கதை போன்றவற்றைக் கூட்டாக வாசித்ததையும் விரிவாகப் பேசுகிறார். நூலெங்கும் பல தரவுகள் முன்வைக்கப்படுகின்றன. சலபதியின் தமிழ்நடை மெல்லிய தென்றலாக வாசகனை வருடிக்கொண்டே இருக்கிறது. இந்த நூலை வாசிப்பதற்கு முன்னர் பல்கலைக்கழக ஆய்வேடுகள் சாதாரண வாசகர்களின் பாவனைக்கானதல்ல என்றுதான் நான் நினைத்திருந்தேன்.

சலபதியின் 'திராவிட இயக்கமும் வேளாளரும்' (1995), 'அந்தக் காலத்தில் காப்பி இல்லை' (2000) முதலான ஆய்வுக்

கட்டுரைகள், 'முச்சந்தி இலக்கியம்' (2004), 'ஆஷ் அடிச்சுவட்டில்' (2016) போன்ற நூல்களும் மிகுந்த உழைப்பிற்குப் பின் உருவாகியிருப்பவை; ஆய்வு நெறிகளிலிருந்து வழுவாதவை; எளிய வாசகரின் கைக்கெட்டுபவை. ஆங்கிலமும் சமஸ்கிருதமும் கலக்காத தனித் தமிழ் நடையில் எழுதப்பட்டவை. நேரானவை. கட்டுச் செட்டானவை. கட்டுரைகளேயாயினும் புனைவு மொழி பயின்று வருபவை.

ஆங்கிலப் புலமை

சலபதி, *EPW, The Hindu, Economic Times, Book Review, The Telegraph, The Wire* முதலான ஆங்கில இதழ்களில் எழுதி வருகிறார். வரலாற்று ஆய்வாளர் ராமச்சந்திர குஹா தொகுத்து வெளியிட்ட *Makers of Modern India (2012)* என்ற நூலில் இந்தியாவின் உருவாக்கத்திற்கு அடித்தளமிட்ட 21 ஆளுமைகளின் கட்டுரைகள் இடம் பெற்றிருக்கின்றன. அதில் இருவர் தமிழர் – ராஜாஜி, பெரியார். இந்த நூலுக்காகப் பெரியாரின் கட்டுரையை மொழிபெயர்த்தவர் சலபதி. அந்தக் கட்டுரை இந்தியா எங்குமுள்ள வாசகர்களிடையே பரந்த கவனிப்பைப் பெற்றதை குஹா குறிப்பிட்டிருக்கிறார்.

அச்சுப் பண்பாடு தமிழில் வேரூன்றிய வரலாற்றைச் சொல்கிறது *The Province of the Book (2012)* என்கிற சலபதியின் ஆங்கில நூல். சலபதியின் *Tamil Characters: Personlities, Politics, Culture (2018)*, தமிழகத்தின் அரசியலையும் ஆளுமைகளையும் தமிழகத்திற்கு வெளியே அறிமுகம் செய்கிற நூல். தமிழகத்தைக் குறித்து ஆங்கிலத்தில் எழுதும் பலரும் அயல் நாட்டினர் அல்லது அயல் மாநிலத்தவர். ஆகவே தமிழகத்தை உள்ளிருந்து பார்க்கும் பார்வை அயல் வாசகர்களுக்கு வாய்ப்பதில்லை. சலபதியால் அந்தக் குறை நீங்கியது. இப்போது சலபதி பெரியாரின் வாழ்க்கை வரலாற்றை ஆங்கிலத்தில் எழுதிவருகிறார். இந்த நூல் அயல் வாசகர்களுக்கு பெரியாரைத் தமிழ்ப் பார்வையோடு அறிமுகம் செய்யும்.

மொழிபெயர்ப்பு

சலபதி மொழிபெயர்ப்பிலும் தடம் பதித்துவருபவர். பாரதிதாசனின் 'அமைதி' நாடகத்தையும், சுந்தர ராமசாமியின் 'ஜே.ஜே. சில குறிப்புகள்' நாவலையும் ஆங்கிலத்தில் மொழிபெயர்த்திருக்கிறார். சலபதியின் மொழிபெயர்ப்புகள் மூலப் பிரதியின் குரலை வெளிக்கொணர்வது. பாப்லோ நெருடாவின் 'துயர்மிகு வரிகளை இன்றிரவு நான் எழுதலாம்' (2005), ரொமிலா தாப்பரின் 'வரலாறும் கருத்தியலும்' (2008) ஆகிய நூல்களின் தலைப்புகள், முறையே மூலத்தின் *Tonight I Can Write*

The Saddest Lines, The Past and Prejudice ஆகியவற்றின் வார்த்தைக்கு வார்த்தைக்கான மொழிபெயர்ப்பில்லை; ஆனால் மூலத்தின் ஆன்மாவைத் தக்க வைத்துக்கொண்டிருப்பவை.

இன்னும் பல பெருமைகள் சேரட்டும்!

சலபதியின் ஆய்வுப் பணி வ.உ.சி.யில் தொடங்கியது. புதுமைப்பித்தனுக்குச் செம்பதிப்புக் கண்டது. பாரதியின் தொலைந்துபோன எழுத்துகளைக் தேடிக் கண்டடைந்தது. அது உ.வே. சாமிநாதர் ஆய்வாகத் தொடர்ந்தது. பழந்தமிழ் இலக்கியங்களைத் தேடித் தேடிப் பதிப்பித்தவர் உ.வே.சா. சலபதியின் 'உ.வே. சாமிநாதையர் கடிதக் கருவூலம்' (2018) எனும் நூல், உ.வே.சா.விற்கு வந்த சுமார் 700 கடிதங்களின் தொகுப்பாகும். இது முதல் தொகுதி. இனியும் ஐந்தாறு தொகுப்புகள் வரவுள்ளன. ஒரு நூற்றாண்டு காலத் தமிழ்ப் புலமை உலகை அறிந்துகொள்ளும் கருவியாக விளங்குகின்றன இக்கடிதங்கள்.

சலபதி பதிப்பித்தவர்களில் பாரதிக்கும் புதுமைப்பித்தனுக்கும் சில ஒற்றுமைகள் உண்டு. நாற்பது வயதுக்குள் அவர்களைக் காலன் அள்ளிக்கொண்டு போனான். வாழ்ந்த காலத்தில் அவர்களது மேதமையைத் தமிழ்ச் சமூகம் அறிந்திருக்கவில்லை. செல்லம்மாவும் கமலம்மாவும் அனுபவித்த துயரங்களைத் தமிழுலகம் அறியும். ஆனால் மீனாட்சியம்மா பட்ட துயரைத் தமிழ்ச் சமூகம் அறியாது. மீனாட்சியம்மா வ.உ.சி.யின் மனைவி. மீனாட்சியம்மாவின் ஆளுமையை "வ.உ.சி.யும் காந்தியும் – 347 ரூபாய் 12 அணா" என்கிற நூலில் அறியத் தருகிறார் சலபதி. வ.உ.சி.க்கும் அவருக்குரிய அறிந்தேற்பு கிடைக்கவில்லை.

ஆனால் உ.வே.சா.விற்குத் தமிழன்னை கருணை காட்டினாள். சலபதியின் வார்த்தைகளில், 'நிறைவாழ்வு வாழ்ந்து, தமிழுக்கு அளப்பரிய தொண்டாற்றிய உ.வே.சாமிநாதையருக்கு ஒரு தமிழறிஞர் நினைத்தும் பார்க்க முடியாத அனைத்துப் பெருமைகளும் அவர் வாழ்நாளிலேயே அடையும் அரிய பேறு வாய்த்தது.'

சலபதிக்கும் அப்படியான பேறு வாய்க்கட்டும்! இந்த இயல் விருது அதில் ஒரு படியாக அமையட்டும்! சலபதி இந்த விருதுக்கும் இன்னும் பல விருதுகளுக்கும் தகுதியானவர். அந்தப் பெருமையெல்லாம் தமிழன்னை அவருக்கு அள்ளித் தரட்டும்! அவருக்கு உரிய அறிந்தேற்பு கிடைக்கட்டும்.

***புத்தகம் பேசுது* நவம்பர் 2022,**
***காலச்சுவடு* மார்ச் 2019, *திண்ணை.காம்* 20.3.2009**

23

வசியம் செய்த வானொலி ராஜா

'ராஜா கையை வைச்சா அது ராங்கா போனதில்லே...'– இது இளையராஜாவின் ரசிகர்களுக்குப் பிடித்த பாடல். 'அபூர்வ சகோதரர்கள்' *(1990)* படத்தில் இடம்பெற்றது. இந்தப் பாடல் காதில் விழும்போதெல்லாம் கே.எஸ். ராஜா இதை ஒலிபரப்பியிருந்தால் எப்படி அறிவித்திருப்பார் என்று நினைத்துக்கொள்வேன். ஆனால் இந்தப் பாடல் வெளியாவதற்கு ஓராண்டு முன்பாகவே அவர் காலமாகிவிட்டார். அதற்குப் பல ஆண்டுகள் முன்பாகவே இலங்கை ஒலிபரப்புக் கூட்டு ஸ்தாபனத்தின் வர்த்தக சேவையில் அவரது அறிவிப்புகள் நின்று போயிருந்தன.

எழுபதுகள் கே.எஸ்.ராஜாவின் காலமாக இருந்தது. 'வீட்டுக்கு வீடு வானொலிப் பெட்டிக்கு அருகில் ஆவலோடு குழுமியிருக்கும் ரசிகப் பெருமக்களுக்கு அன்பு வணக்கம்' என்று நிகழ்ச்சியைத் துவக்குவார். இலங்கையில் மட்டுமில்லை, அவருக்குத் தமிழ்நாடெங்கிலும் ரசிகர்கள் இருந்தார்கள். 'மீண்டும் சந்திக்கும் வரை வணக்கம் கூறி விடைபெறுவது உங்கள் அன்பு அறிவிப்பாளன் கேஏஏ.எஸ்ஸ்.ராஜா' என்று அவர் நிகழ்ச்சியை முடிக்கும்வரை ரசிகர்கள் வானொலிப் பெட்டியை விட்டு அகல மாட்டார்கள்.

ஒரு படத்தின் பாடலிலோ வசனத்திலோ ராஜா என்கிற பெயர் வந்துவிட்டால் அதைச் சாமர்த்தியமாகப் பயன்படுத்திக்கொள்வார். 'ராஜா' *(1972)* படத்தில் 'நீ வரவேண்டும் என்று

எதிர்பார்த்தேன்' பாடலின் பல்லவிக்கு முன்பாக பி. சுசீலா 'ஓ... ராஜா' என்று சேய்மையில் இருக்கும் நாயகனை விளிப்பார். பதிலுக்கு டி.எம்.எஸ். அண்மைக் குரலில் 'ராஜா' என்பார். இந்தப் பாடல் வெளியான காலத்தில் 'வணக்கம் கூறி விடை பெறுவது' என்று சொல்வது ராஜாவாக இருக்கும். தொடர்ந்து 'ராஜா' என்று சொல்வது சுசீலாவாகவோ டி.எம்.எஸ்ஸாகவோ இருக்கும்.

தமிழ்ச் சேவை

அன்று இவ்வளவு தொலைக்காட்சி அலைவரிசைகள் இல்லை. தூரதர்ஷனோ ரூபவாஹினியோகூட இல்லை. ஆனால் திரையிசைப் பாடல்களால் காற்றை நிறைத்தது இலங்கை வானொலியின் தமிழ்ச் சேவை. காலை ஏழு மணிக்குப் பொங்கும் பூம்புனல். பிறகு பிறந்த நாள், ஒரு படப்பாடல், அன்றும் இன்றும் என்று தொடரும் காலை நிகழ்ச்சிகள், பத்து மணிக்கு நீங்கள் கேட்டவையுடன் முடியும். நண்பகலில் புது வெள்ளம், இன்றைய நேயர், பூவும் பொட்டும் – மங்கையர் மஞ்சரி, மலர்ந்தும் மலராதவை, இசையும் கதையும் என்று தொடரும் நிகழ்ச்சிகள், மீண்டும் இன்னொரு நீங்கள் கேட்டவையுடன் மாலை ஆறு மணிக்கு முடியும். இரவு நிகழ்ச்சிகள் வேறு.

நிகழ்ச்சிகளின் பெயர்களைப் போலவே அறிவிப்புகளிலும் தமிழ் மிளிரும். ஆங்கிலக் கலப்பு இராது. அறிவிப்பாளர்களுக்குத் தாங்கள் ஒலிபரப்புகிற பாடலைக் குறித்தும் பங்கு பற்றிய கலைஞர்களைப் குறித்தும் தெரிந்திருந்தது. ராஜேஸ்வரி சண்முகம், விமல் சொக்கநாதன், மயில்வாகனன் சர்வானந்தா, சில்வெஸ்டர் பாலசுப்பிரமணியம், கமலினி செல்வராசன் என்று பல அறிவிப்பாளர்கள். அப்துல் ஹமீதும் கே.எஸ். ராஜாவும் நட்சத்திரங்கள். அப்துல் ஹமீதின் குரலில் அமைதியும் அழுத்தமும் இருக்கும். கே.எஸ். ராஜாவின் குரலில் துள்ளலும் உற்சாகமும் வேகமும் பாவமும் இருக்கும். இவற்றைப் பருகி வளர்ந்ததால்தான் இன்றைய தொலைக்காட்சி அறிவிப்பாளர்கள் தமிழைப் போன்ற ஒரு மொழியைப் பேசும்போது சகித்துக் கொள்வது பெரும்பாடாக இருக்கிறது.

ராஜாவின் காலம்

ராஜா குறிப்பிட்ட நிகழ்ச்சியில் ஒரே உணர்வுள்ள பாடல்களைத் தெரிவுசெய்து ஒலிபரப்புவார். பாடலைப் பற்றி ஒன்றோ இரண்டோ வரிகள் சொல்வார். இடையில் அவரது குறும்புத்தனமும் இருக்கும். 'குடியிருந்த கோயில்' (1968) படத்தில் இடம் பெறும் பாடல் 'என்னைத் தெரியுமா?' பாடலின் அடுத்த

வரி வருவதற்குள் ராஜா நுழைந்து விடுவார். 'தெரியுமே ... டி.எம். சௌந்தரராஆஆஜன்'. அவரது உற்சாகம் ரசிகனையும் தொற்றிக் கொள்ளும்.

ராஜாவின் நிகழ்ச்சிகளில் குறிப்பிடத்தக்கவை திரை விருந்தும் உமாவின் வினோத வேளையும். திரை விருந்து திரைப்பட விளம்பர நிகழ்ச்சி. இதில் ஒலிபரப்பான படங்கள் திரையிடப்பட்ட மகாத்மா – நெல்லியடி, செல்லமகால்–கொட்டாஞ்சேனை, சாந்தி – யாழ்ப்பாணம் முதலான திரையரங்குகள் தமிழ்நாட்டு நேயர்களுக்கும் பரிச்சயமானவையாக இருந்தன.

உமாவின் வினோத வேளை ஒரு போட்டி நிகழ்ச்சி. இதன் விதிமுறைகள் எனக்குத் தலைகீழ்ப் பாடம். ராஜா விதிகளை அதிவிரைவாகவும் ஏற்ற இறக்கங்களோடும் சொல்லுவார். 'என்னுடன் தொடர்ச்சியாக இரண்டு நிமிடங்கள் உரையாட வேண்டும். உரையாடும்போது ஆம், இல்லை, முடியாது போன்ற சொற்களையோ அதற்குச் சமமான சொற்களையோ உபயோகிக்கக் கூடாது. தலையசைத்து பதிலளிக்கக் கூடாது. தொடர்ச்சியாக ஐந்து விநாடிகள் மௌனம் சாதிக்கக் கூடாது. ஒரு சொல்லை இரண்டு தடவைக்கு மேல் உபயோகிக்கக் கூடாது. ஒரே சொல்லில் பதிலளிக்கக் கூடாது.'

இந்த நிகழ்ச்சியை ஒரு முறை எங்கள் கல்லூரியில் நடத்தினேன். ராஜாவின் பாணியை அச்சொட்டாகப் பின்பற்றினேன். நிகழ்ச்சி முடிந்ததும் நண்பர் ஆறுமுகம் என்னிடம் நேராக வந்தார். அவரும் ராஜாவின் ரசிகர். பாராட்டப்போகிறார் என்றுதான் நினைத்தேன். அவர் சொன்னார்: 'இலக்கம் 27, செட்டியார் தெரு, கொழும்பு 11, உமா ஜூவெல்லர்ஸ் ஸ்தாபனத்தார் வழங்கும் நிகழ்ச்சி இது என்று எங்கே சொல்லிவிடுவாயோ என்று பயந்துகொண்டே இருந்தேன்.'

சகாப்தத்தின் முடிவு

எழுபதுகளின் ராஜாவிற்கு எண்பதுகள் சோதனைக் காலமாக அமைந்துவிட்டது. இலங்கை வானொலியிலிருந்து ராஜா நீக்கப்பட்டார் என்பதுதான் முதலில் வந்த சேதி. தமிழீழத்திற்கு ஆதரவாக இருந்ததுதான் காரணம் என்றார்கள். அப்போது அவர் தமிழ்நாட்டில் சில காலம் வசித்ததாகவும் பிறகு இலங்கைக்குத் திரும்பிவிட்டதாகவும் சொன்னார்கள். இறுதியில் அவர் சார்ந்திருந்த விடுதலைக் குழுவிற்கும் பிற குழுக்களுக்கும் இருந்த பகைமையின் காரணமாக, 1989இல் ஒரு நாள் ராஜா கொல்லப்பட்டார் என்றார்கள். அவரது அறிவிப்புகள் அவர் நாவிலிருந்து வெளியேறிய மறுகணம்

காற்றிலேறித் தமிழ்நாட்டை அடைந்தன. ஆனால் அவரது மரணச் சேதி கடல் கடந்து வருவதற்குத் தாமதமானது.

'நீயா' (1979) படத்திற்கு ராஜா வழங்கிய திரை விருந்தை மறக்க முடியாது. படத்தில் தனது காதலனின் உயிர் பிரியும்போது 'ராஜா, என்னை விட்டுட்டு போயிட்டீங்களே' என்று ஸ்ரீப்ரியா அழுவதாக ஒரு வசனம் வரும். நிகழ்ச்சியின் முடிவில் ராஜா அந்த வசனத்தை வைப்பார். தொடர்ந்து அவரே 'இல்லை ஸ்ரீப்ரியா, இன்று உங்கள் ராஜா விடைபெறும் நேரம் வந்துவிட்டது. மீண்டும் அடுத்த வாரம் இதே வேளையில் உங்கள் அனைவரையும் சந்திப்பேன்' என்று சொல்லி முடிப்பார்.

இனி எத்தனை கலைஞர்கள் 'ராஜா' என்று அழைத்தாலும் அவரால் வர முடியாது. அவரோடு திரையிசை அறிவிப்புகளில் நல்ல தமிழுக்கான சகாப்தமும் முடிவுக்கு வந்துவிட்டதோ என்று அச்சமாக இருக்கிறது.

மின்னம்பலம் 12.6.2019

24

மானுட நேயர்

'எனது பர்மா குறிப்புகள்' புத்தகத்தில் தன்னைப் பற்றிச் சொல்லிக்கொள்கிற இடத்தில் யூனூஸ் பாய் இப்படித் தொடங்குவார்: "1924ஆம் ஆண்டு கிறிஸ்துமஸ் தினத்தன்று பிறந்தேன்." டிசம்பர் 25 என்று தேதியைக் குறிப்பிட மாட்டார். ஒருவேளை தனது மரணச் செய்தியைத் தானே எழுதுகிற வாய்ப்பு அவருக்குக் கிடைத்திருந்தால், "2015ஆம் ஆண்டு செப்டம்பர் 24ஆம் தேதி உயிர்நீத்தேன்" என்று எழுதியிருக்க மாட்டார். மாறாக, "2015ஆம் ஆண்டு திருநாளான பக்ரீத் அன்று உயிர்நீத்தேன்" என்றுதான் எழுதியிருப்பார்.

ஹாங்காங் இந்தியர்களால் யூனூஸ் பாய் என்று அழைக்கப்பட்ட செ.முஹம்மது யூனூஸ் (1924–2015) தன்னைச் சமூகவியக்கத்தின் அங்கமாகத்தான் எப்போதும் கருதிவந்தார். தான் வாழ்கிற சமூகத்தைக் குறித்த அக்கறையும், சகமனிதர்கள்மீது எல்லையற்ற நேசமும் அவருக்கு இருந்தது. அதனால்தான் 'எனது பர்மா குறிப்புகள்' புத்தகத்தில் அவர் தன்னைப் பற்றிச் சொன்னவை குறைவு. நேதாஜி சுபாஷ் சந்திரபோஸின் இந்திய சுதந்திர லீக்கில் அங்கம் வகித்திருக்கிறார்; ரங்கூனுக்கு அருகேயுள்ள சவுட்டான் என்கிற அவரது ஊரின் கிளைச் செயலாளராக இருந்திருக்கிறார்; அதன் உளவுத்துறையில் பணியாற்றியிருக்கிறார். புத்தகத்தில் இந்தப் பகுதியை வேகமாகக் கடந்து போய்விடுவார். ரங்கூன் நகராட்சியின் உறுப்பினராக இருந்திருக்கிறார். இதைப் பற்றிப் புத்தகத்தில்

அவர் சொல்வதே இல்லை. இப்படித் தனது பொதுவாழ்வு ஈடுபாட்டைப் பற்றிக்கூட மிகக் குறைவாகச் சொல்லும் யூனூஸ் பாய், இரண்டாம் உலகப் போர், ஜப்பானிய ஆக்கிரமிப்பு, நேதாஜி, காந்தியடிகள், இந்திய பர்மீய விடுதலைப்போர், பர்மாவின் ராணுவ ஆட்சி, இந்தியர்கள் பர்மாவில் செல்வாக்கோடு வாழ்ந்த காலங்கள், பிற்பாடு அவர்களுக்கு நேரிட்ட வாழ்வுரிமைச் சிக்கல்கள் முதலானவற்றைக் குறித்து புத்தகத்தில் விரிவாகப் பேசுவார். நாம் சொல்வது மற்றவர்களுக்குப் பயனுள்ளதாக இருக்க வேண்டும் என்பார்.

யூனூஸ் பாய் பர்மாவில் பிறந்தவர். இராமநாதபுர மாவட்டம் இளையாங்குடி அவரது பூர்வீகம். அவரது பாட்டனார் காலத்தில் பர்மாவுக்குப் புலம்பெயர்ந்த குடும்பம். யூனூஸ் பாயைச் சேர்த்து உடன் பிறந்தவர்கள் ஏழுபேர். அவரது சிறிய தாயாருக்குப் பிறந்தவர்கள் ஏழுபேர். இந்தப் பதினாலு குடும்பங்களோடும் அவருக்கு இணக்கமான உறவு இருந்துவந்தது. குடும்பம் என்றில்லை, அவரது நட்பு வட்டமும் அவரது அபிமானிகள் வட்டமும் அவரது மனதைப்போலவே விசாலமானது.

இரண்டாம் உலகப் போரின்போது பர்மாவில் கல்வி நிலையங்கள் மூடப்பட்டன. இவரது பள்ளிக்கல்வி தடைப்பட்டது. ஆனால் தனது சொந்த முயற்சியில் தமிழ், ஆங்கிலம், பர்மீயம் ஆகிய மொழிகளைக் கற்றார். கம்பனில் அவருக்குப் புலமை உண்டு. மகாபாரதம் மனித வாழ்க்கையின் எல்லா அம்சங்களை யும் உள்ளடக்கி இருக்கிறது என்பார். கர்னாடக சங்கீதத்தில் ஈடுபாடு மிக்கவர். நன்றாகப் பாடக் கூடியவர். ரங்கூனில் பயண முகவாண்மையகம் நடத்திவந்தார். அகில பர்மா தமிழர் சங்கம் எனும் அமைப்பில் முன்கை எடுத்துச் செயல்பட்டவர். தந்தை பெரியார், அறிஞர் அண்ணா, முத்துராமலிங்கத் தேவர் முதலான தலைவர்களோடு அவருக்கு அறிமுகம் இருந்தது. 1962இல் பர்மாவில் ராணுவ ஆட்சி ஏற்பட்டது. எல்லாவற்றையும் தேசியமயம் ஆக்கினார்கள். கரன்ஸி செல்லாமல் போனது. மக்கள் அடிப்படைத் தேவைகளுக்குச் சிரமப்பட்டார்கள். அந்தக் காலகட்டத்தில் தொழிலும் வருமானமும் இல்லாமல் யூனூஸ் பாய் நான்காண்டுகள் ரங்கூனில் வாழ்ந்தார். அவர் பர்மாவைத் திருநாடு என்றுதான் சொல்லுவார். சவுட்டானைத்தான் தன்னுடைய ஊர் என்று சொல்லுவார். அப்படியான ஊரைவிட்டு 1966இல் வெளியேறினார். “நான் பிறந்து, வளர்ந்து, படித்து, ஆடிப்பாடி, மணமுடித்து, தொழில் செய்து, பிள்ளைகளைப் பெற்று வளர்த்த பர்மாவில் இருந்து வெளியேறும்படியானது” என்று குரல் கம்ம நினைவு கூர்ந்திருக்கிறார்.

ஹாங்காங்கிற்கு வந்தபோது அவரிடத்தில் சொற்பமான முதல்தான் இருந்தது. நண்பர்களின் உதவியோடு வாசனைத் திரவியங்கள் ஏற்றுமதி செய்தார். மாணிக்க வியாபாரமும் செய்தார். அத்தோடு நின்றிருந்தால் இன்னொரு வணிகராக அவரது வாழ்க்கை முடிந்திருக்கும். தனது சமூகப் பங்கேற்பால் ஹாங்காங் இந்தியர்களின் நேசத்திற்கு உரியவரானார். இந்தியர்கள் கலந்துகொள்ளும் எல்லா முக்கியமான நிகழ்வுகளிலும் அவரது பங்களிப்பு இருந்துவந்தது.

ஹாங்காங் இந்திய முஸ்லிம் சங்கம், தமிழ்ப் பண்பாட்டுக் கழகம் ஆகிய அமைப்புகளை நிறுவியவர்களுள் யூனூஸ் பாய் முக்கியமானவர். ஹாங்காங்கில் உள்ள பள்ளிவாசல்கள், அடக்கஸ்தலங்களின் நிர்வாகத்தைக் கவனித்துவரும் *The Incorporated Trustees of Islamic Community of Hong Kong* என்னும் அமைப்பில் இந்திய முஸ்லிம்களின் சார்பாக தக்காராக இருந்திருக்கிறார். இந்திய முஸ்லிம் சங்கத்தின் தலைவராகவும் இரண்டு ஆண்டுகள் பணியாற்றியிருக்கிறார்.

ஹாங்காங்கின் கவ்லூன் பகுதியில் நடுநாயகமாக அமைந்திருக்கும் பள்ளிவாசலை நகரின் அணிகலன் என்று வர்ணிக்கிறது சுற்றுலாத் துறைக் கையேடு. இந்த அழகிய பள்ளிவாசலை நிர்மாணித்ததில் யூனூஸ் பாய்க்குக் கணிசமான பங்குண்டு. பிரிட்டிஷ் ராணுவத்தின் ஹாங்காங் ரெஜிமெண்டில் பணியாற்றிய இந்திய வீரர்களுக்காக இப்போது பள்ளிவாசல் இருக்கும் இடத்தை 1892இல் வழங்கியது ஆங்கிலயே அரசு. வீரர்கள் நிதி திரட்டி 1896இல் இந்த இடத்தில் ஒரு பள்ளிவாசலைக் கட்டினார்கள். பள்ளிவாசல் காலப்போக்கில் சிதிலமடையத் தொடங்கியது. 1978இல் பள்ளிவாசலுக்கு அருகிலேயே மெட்ரோ சுரங்க ரயில் நிலையம் கட்டப்பட்டபோது கட்டிடம் மேலும் பாதிப்புக்குள்ளானது. புதிய பள்ளி கட்டுவதென்று முடிவானது. 1980இல் பணி தொடங்கியது. 16,000 சதுர அடிப் பரப்பில் கலைநயத்தோடு கட்டப்பட்ட புதிய பள்ளிவாசல் 1984இல் திறக்கப்பட்டது. யூனூஸ் பாய் கட்டுமானக் குழுவின் செயலாளராக இருந்தார். இப்போது 3000க்கும் மேற்பட்டவர்கள் இந்தப் பள்ளிவாசலில் தொழுவதற்கு வருகிறார்கள்.

2001இல் நண்பர்கள் சிலர் சேர்ந்து இலக்கிய வட்டம் என்கிற அமைப்பை ஆரம்பித்தோம். வட்டத்தின் கூட்டங்களை அரசின் கலாச்சாரத் துறைக்குச் சொந்தமான குறைவான வாடகையில் எல்லா வசதிகளும் பொருந்திய காணும் கலை மையத்தின் விரிவுரை அரங்கில் நடத்திவந்தோம். அரங்கிற்கு அருகில் மெட்ரோ ரயில் நிலையம் எதுவுமில்லை. பேருந்து வசதியும் குறைவு. யூனூஸ் பாயின் மகன் நாஸீர் அவரைத்

தனது காரில் கூட்டங்களுக்கு அழைத்துவருவார். மையத்தில் கார் நிறுத்தும் வசதியும் குறைவு. முன்னதாகவே மின்னஞ்சலில் அனுமதி பெற வேண்டும். அவரது வயதில் வேறு யாரும் இத்தனை சிரமங்களுக்கிடையில் வந்திருப்பார்களா என்பது ஐயமே. பாய் எல்லாக் கூட்டங்களுக்கும் வருவார். நிறைவுரை ஆற்றுவார். பேச்சாளர்களை உற்சாகப்படுத்துவார். 2008இல் வட்டத்தின் 25ஆம் கூட்டம் நடந்தது. அப்போது அதுவரை நடந்த கூட்டங்களின் தொகுப்புரையாக 'இலக்கிய வெள்ளி' என்கிற நூலைத் தயாரித்தோம். பாய்தான் நூலை வெளியிட்டார். அந்த நூலை யாருக்குச் சமர்ப்பணம் செய்வது என்பதில் எனக்கு எந்தச் சந்தேகமும் இருக்கவில்லை. அவருக்குச் சமர்ப்பணம் செய்யப்படுகிற தகுதி நூலுக்கு இருக்க வேண்டுமே என்கிற கவலைதான் இருந்தது. இலக்கிய வட்டத்தை அவர் ஆதரித்து வந்ததற்கான நன்றிக் கடனை ஒருபோதும் திரும்பச் செலுத்த முடியாது என்பது எனக்குத் தெரியும். என்றாலும் பொன்னை வைக்கிற இடத்தில் பூவை வைக்கிற மாதிரி இதைச் செய்தோம். ஆனால் அதுவே அவரை வெகுவாக நெகிழச் செய்துவிட்டது.

உரையாடல்களில் அவர் சுயதணிக்கைசெய்து கொண்டுதான் பேசுவார். யார் மனதும் புண்படும்படியாக ஒரு வார்த்தையும் சொல்லிவிடக் கூடாது என்பதுதான் காரணம். அப்படியும் சில செய்திகளை என்னோடு பகிர்ந்துகொண்டார். சில நண்பர்களைப் பற்றி, சில குடும்ப உறுப்பினர்களைப் பற்றிக்கூடச் சொல்லியிருக்கிறார். ஆனால் அவற்றை நான் யாரோடும் பகிர்ந்துகொள்ள முடியாது. அதுதான் நிபந்தனை. ஒரு உதாரணம் சொல்கிறேன். பெயர் வேண்டாம். யூனூஸ் பாய் அவரது நண்பர் ஒருவரைப் பற்றிச் சொல்லிக்கொண்டுவந்தார். ஒருமுறை நண்பர், அவரது அண்ணன் மனங் கோணும்படியான ஒரு காரியத்தைச் செய்துவிடுகிறார். அண்ணன் கோபத்தில் தம்பியிடத்தில் "நீ சோற்றைத் தின்கிறாயா; வேறு ஏதேனும் தின்கிறாயா" என்று கேட்டுவிடுகிறார். அதிர்ந்து பேசாதவர் அண்ணன். அவரை இப்படிக் கேட்கச் செய்துவிட்டோமே என்று தம்பிக்கு வருத்தம்; அவர் சாப்பிடுவதையே நிறுத்திவிடுகிறார். ஒரு நாள், இரண்டு நாள், மூன்றாம் நாளும் பட்டினி கிடக்கிறார். யூனூஸ் பாய் உட்பட அவரது நண்பர்களும் உறவினர்களும் தம்பியை உண்ணாவிரதத்திலிருந்து பின்வாங்குமாறு வற்புறுத்துகின்றனர். கடைசியாகத் தம்பியும் இணங்குகிறார். கூடவே ஒரு புதிய தீர்மானத்தையும் எடுக்கிறார். "எனது அண்ணன் மனம் வருந்தும்படியான ஒரு காரியத்தை நான் செய்துவிட்டேன். வாழ்நாள் முழுதும் அதை நான் மனதில் நிறுத்த வேண்டும். அதனால் இன்று முதல் சோறுண்ண மாட்டேன். காலையில் பலகாரமும் இரவில் பழங்களும் மட்டுமே சாப்பிடுவேன்"

என்கிறார். அப்படியே இரண்டு வேளை மட்டும் சாப்பிட்டு வாழ்ந்தார்.

உரையாடலின் போக்கில் இந்தச் சம்பவத்தை விவரித்த யூனூஸ் பாய், கடைசியாக இதைப் புத்தகத்தில் சேர்க்க வேண்டாம் என்று சொன்னார். தம்பியை உயர்த்திச் சொல்வது அண்ணனைத் தாழ்த்திச் சொல்வதாக அமைந்துவிடக் கூடாதல்லவா? அண்ணன்–தம்பி இருவரின் பிள்ளைகளும் பர்மாவிலும் தமிழகத்திலும் வசிக்கிறார்கள். அவர்களில் யாரேனும் இதைப் படித்துவிட்டு மனம் வருந்திவிடக் கூடாதல்லவா? இப்படியான தனிநபர் சம்பவங்கள் என்றில்லை, பொதுவான விஷயங்களிலும் அவர் அப்படியான கருத்தில்தான் இருந்தார். ஒரு உரையாடலின்போது பர்மீயர்கள் தமிழர்களைப் பார்த்து பொறாமைப்பட்டார்கள், பர்மீயர்கள் பொறாமைப்படும் படியான நிலையில் தமிழர்கள் வாழ்ந்தார்கள் என்பதை விரிவாகச் சொல்லிக்கொண்டுவந்தார். தமிழர்களும் பர்மீயர் களை ஏமாற்றியிருப்பதாக நான் கேள்விப்பட்ட ஒன்றிரண்டு செய்திகளைச் சொல்லி, அதைப்பற்றி அவரிடம் கருத்துக் கேட்டேன். அப்படியான சம்பவம் ஒன்றை அவரும் சொன்னார். கூடவே "இப்படி எங்கேயாவது நடந்திருக்கலாம். பொதுமைப் படுத்த முடியாது" என்றார். நான் சொன்னேன்: "சரி அப்படி யான சம்பவங்களையும் நாம் புத்தகத்தில் சேர்த்துக்கொள்வோம். இந்தப் புத்தகம் ஒரு வாய்மொழி வரலாறு. இது பர்மீயத் தமிழர்களின் வாழ்வைக் குறித்து இதுகாறும் எழுதப்படாத ஒரு ஆவணம். இதில் நிறைகளைப் போலவே குறைகளும் இருக்க வேண்டும். அப்போதுதான் ஆவணம் முழுமை பெறும்." என்னுடைய வாதம் அவரிடம் எடுபடவில்லை. "சின்ன விஷயங்களைப் பெரிதுபடுத்த வேண்டாம்" என்று பதில் சொல்லிவிட்டார்.

அவர் மென்மையானவர். வாடிய பயிரைக் கண்டபோ தெல்லாம் வாடுகிற உள்ளம் அவருடையது. அனுதினமும் நாளிதழ்களையும் சஞ்சிகைகளையும் படிப்பார். தொலைக்காட்சிச் செய்தி அறிக்கைகளைத் தொடர்ந்து பார்ப்பார். மனிதர்கள் ஏன் இப்படிக் குரோதத்துடன் நடந்துகொள்கிறார்கள் என்று ஆவலாதிப்படுவார். யுத்தத்தையும் மரணங்களையும் அருகிலிருந்து பார்த்தவர். அகதி வாழ்க்கையும் அதன் அலைச்சலும் அவருக்குத் தெரியும். ஒருவர் நாடற்றுப் போவதன் துயரத்தை உணர்ந்தவர் அவர். இந்த மனிதர்கள் ஏன் வரலாற்றிலிருந்து பாடம் கற்றுக்கொள்வதில்லை என்று வருத்தப்படுவார்.

பர்மாவில் பிறந்து ஹாங்காங்கில் மறைந்தவர்; 42 ஆண்டுகள் பர்மாவிலும் 49 ஆண்டுகள் ஹாங்காங்கிலும்

வாழ்ந்தவர்; இந்தியாவிற்கு ஒரு சுற்றுலாப் பயணியைப்போல் போய்வந்துகொண்டிருந்தவர்; எனில் அவர் இந்தியராகவே வாழ்ந்தார். பர்மீயக் குடியுரிமையோ, பிரிட்டீஷ் காலனியாக இருந்த ஹாங்காங்கில் பிரிட்டிஷ் குடியுரிமையோ, சீனாவிற்குக் கைமாறிய பிறகு ஹாங்காங் குடியுரிமையோ அவர் பெற்றுக் கொள்ளவில்லை—ஒரு வணிகராகவும் சுற்றுலாப் பயணியாகவும் அதில் பயன்கள் இருந்தபோதும்! 1950இல் இந்தியா குடியரசானதும் கடவுச்சீட்டு வழங்கத் தொடங்கியது. அந்த ஆண்டே ரங்கூன் இந்தியத் தூதரகத்தில் விண்ணப்பித்து, இந்தியக் கடவுச்சீட்டைப் பெற்றுக்கொண்டார்.

சமீபத்தில் அடுத்தடுத்து முக்கியமான ஆளுமைகள் தமிழகத்தில் காலமானார்கள். இந்த இழப்புகள் அவரை வருந்தச்செய்தன. இலக்கிய வட்டத்தில் எல்லோருக்குமாகச் சேர்த்து ஓர் அஞ்சலிக் கூட்டம் நடத்துமாறு என்னிடம் சொல்லிக்கொண்டிருந்தார். நானும் அதற்கான ஏற்பாடுகளைச் செய்துகொண்டிருந்தேன். ஆனால் அதற்கு முன்பாகக் காலம் அவருக்கான அஞ்சலிக் கூட்டத்தை ஏற்பாடு செய்துவிட்டது.

காலச்சுவடு டிசம்பர் 2015

25

உஸைர் காகாவும் ஜமால் மாமாவும்

ஹாங்காங் தமிழ்ச் சமூகம் அடுத்தடுத்து இரண்டு ஆளுமைகளை இழந்து நிற்கிறது. எஸ்.எம். உஸைர் (1944–2022) ஆகஸ்ட் 9ஆம் தேதியும், ஏ.எஸ். ஜமால் (1942–2022) 17ஆம் தேதியும் விடைபெற்றுக் கொண்டார்கள்.

ஹாங்காங்கிற்கு வருகை தரும் இந்தியர்கள், குறிப்பாகத் தமிழர்கள் உட்லாண்ட்ஸ் உணவகத்தில் இட்லி சாப்பிடாமல் திரும்பியிருக்க மாட்டார்கள். சீன உணவு சுவையானதுதான். ஆனால் பழக வேண்டும். சுற்றுலாப் பயணிகளுக்கு அதற்கான அவகாசம் இராது. ஆதலால் சென்னையில் விமானம் ஏறுமுன்பே அவர்கள் கையில் உட்லாண்ட்ஸ் உணவகத்தின் முகவரி இருக்கும். ரஜினிகாந்த், ஏ.ஆர். ரஹ்மான் போன்ற நட்சத்திரங்களும் இதற்கு விதிவிலக்கல்ல. ஹாங்காங்கில் சைவ உணவகங்களை விரல்விட்டு எண்ணிவிடலாம். அதில் குறிப்பிடத்தகுந்த ஒன்று உட்லாண்ட்ஸ். அதை நிறுவியவர்தான் உஸைர் காகா.

அவர் அந்த உணவகத்தை ஒரு வணிகமாக மட்டும் நடத்தவில்லை. காந்தியடிகள் பிறந்த தினமான அக்டோபர் 2ஆம் தேதி ‘முடிந்த அளவு உண்ணுங்கள், விரும்பியதைத் தாருங்கள்’ (*Eat as much as you can, Pay as much as you wish*) என்கிற நிகழ்வை 1981 முதல் நடத்திவந்தார். ஆங்கில, சீன நாளிதழ்களில் விளம்பரம் கொடுப்பார்.

☙ 174 ☙ மு. இராமனாதன்

இந்தியர்களும் ஆங்கிலேயர்களும் சீனர்களும் திரளாக வருவார்கள். அன்றைய வசூல் அனைத்தையும் ஏதேனும் ஒரு தொண்டு நிறுவனத்திற்கு வழங்கிவிடுவார். (இப்போது உட்லாண்ட்ஸை நடத்திவரும் நண்பர் அருணும் இந்தக் கொடைப்பணியைத் தொடர்ந்துவருகிறார்).

ஹாங்காங் தமிழர்களால் யூனூஸ் பாய் (1924–2015) என்றழைக்கப்பட்ட செ.முஹம்மது யூனூஸ் அவர்களின் பர்மீய அனுபவங்களை நண்பர்களின் உதவியோடு தொகுத்தேன். அது 'எனது பர்மா குறிப்புகள்' (காலச்சுவடு பதிப்பகம், 2009) எனும் நூலாக வெளியானது. அதற்காக என்னைத் தொடர்ந்து ஊக்கப்படுத்தியவர் உஸைர். நூலின் வெளியீட்டு விழாவை ஹாங்காங்கில் சிறப்பாக நடத்தினோம். அதில் முன்கை எடுத்துச் செயல்பட்டவர்களில் உஸைர் காகா முக்கியமானவர். அந்த நிகழ்ச்சிக்கான ஏற்பாடுகளின்போது அவர் சொன்ன ஒரு வாக்கியம் என் மனதிலேயே தங்கிவிட்டது. 'யூனூஸ் பாய் பெரிய மனிதர். அவர் அறிந்திருக்க அவர் வாழ்நாளில் அவருக்கு மரியாதை செய்துவிட வேண்டும்' என்றார். ஹாங்காங் தமிழ் வகுப்புகளின் ஆலோசகர்களில் முதன்மையானவர் காகா. ஓர் ஆண்டு விழாவின்போது என்னருகே அமர்ந்திருந்தார். பிள்ளைகள் பேசிய தமிழில் நெகிழ்ந்துபோனார். அவரது கண்கள் கலங்கிவிட்டன. தமிழகத்திலும் ஹாங்காங்கிலும் பல்வேறு சமூக, சமய, கலாச்சார, கல்வி சார்ந்த அமைப்புகளில் ஈடுபட்டார். நான் அவரை காகா என்றழைப்பேன். சிலர் பாய் என்றழைப்பார்கள். சிலருக்கு அவர் அண்ணன்.

எனில், ஹாங்காங் தமிழர்கள் எல்லோராலும் மாமா என்றழைக்கப்பட்டவர் ஜமால். அவர் எல்லாப் பொது நிகழ்வுகளிலும் கோட் அணிந்திருப்பார். அதில் தேசியக் கொடி மிளிரும். நேருவின் சட்டையில் ரோசாப்பூ. இவர் சட்டையில் தேசக்கொடி. நேரு இந்தியப் பிள்ளைகளுக்கு மாமா. இவர் ஹாங்காங் தமிழர்கள் அனைவருக்கும் மாமா. ஹாங்காங் இந்திய முஸ்லிம் சங்கம், தமிழ்ப் பண்பாட்டுக் கழகம் ஆகியவற்றின் தலைவராக இருந்தவர். பொறுப்பில் இருந்தாலும் இல்லாவிட்டாலும் முனைப்பாகச் செயல்படுவார். மாணிக்கக் கல் வணிகம் செய்துவந்தார்.

ஹாங்காங் தமிழர்கள் பலருக்குத் தீபாவளியைத் துவக்கி வைப்பவர் ஜமால் மாமாதான். எனக்குக் கடந்த பல ஆண்டுகளாக தீபாவளி நாளின் முதல் வாழ்த்துச் செய்தி அவரிடமிருந்துதான் வந்திருக்கிறது. இனியும் தீபாவளிகள் வரும். அவரது வாழ்த்து இல்லாமல் தொடங்கும். ஆனால் இனி அவரை நினைக்காமல் என்னால் தீபாவளி நாளைத் தொடங்க முடியாது.

உஸைர் காகாவிற்கும் ஜமால் மாமாவிற்கும் நிறைய ஒற்றுமைகள் உண்டு. இருவரும் வணிகர்கள். வணிகத்தில் கொள்கையைக் கடைப்பிடித்தவர்கள். இருவரும் ஹாங்காங்கில் பல ஆண்டு காலம் வசித்தவர்கள். பல நாடுகளுக்குப் பயணம் போனவர்கள். ஆனால் இந்தியர்களாகவே வாழ்ந்தவர்கள். இருவரும் காயல்பட்டினத்துக்காரர்கள். இருவரும் தங்கள் இறுதி மூச்சை காயல்பட்டினத்துக் கடற்கரைக் காற்றில்தான் கரைத்தார்கள். இன்று இந்தியாவில் அதிகம் அடிபடும் சொற்கள், தேசப்பற்றும் மதச் சார்பின்மையும். இரண்டு ஆளுமைகளும் இவ்விரண்டு சொற்களின் எடுத்துக்காட்டுகளாக வாழ்ந்து மறைந்தவர்கள்.

போய்வாருங்கள் காகா! போய்வாருங்கள் மாமா!

முகநூல் 18.8.2022

அனுபவங்கள்

26

கலைப் படைப்புகளும் இடைவெளிகளும்

காணும் பொங்கல் என்பது கணுப் பொங்கல் என்பதிலிருந்து வந்தது என்கிறார்கள். முதல் நாள் பொங்கிய பொங்கலைக் காக்கைக் குருவிகளுக்குப் படையல் வைத்து 'காக்காப்பிடி வச்சேன் கணுப்பிடி வச்சேன்' என்று சொல்லிக் குலவையிடுவது. ஆனால் இன்று காணும் பொங்கல் என்பது கட்டுச் சோறு எடுத்துக்கொண்டு வெளியிடங்களுக்குச் செல்வது என்றாகிவிட்டது. 2020ஆம் ஆண்டு காணும் பொங்கலன்று ஒரு இலட்சத்திற்கும் மேற்பட்டவர்கள் மாமல்லபுரத்திற்குப் போயிருக்கிறார்கள். இந்தக் கட்டுரை காணும் பொங்கலைப் பற்றியதல்ல. மாமல்லபுரத்தைப் பற்றியது. இப்போதெல்லாம் மாமல்லபுரத்தின் மீது வெகுமக்களின் பார்வை அதிகமாயிருக்கிறது. எல்லாம் 2019 அக்டோபரில் சீன அதிபர் மேற்கொண்ட விஜயத்திற்குப் பிறகுதான்.

இந்தியப் பிரதமர் நரேந்திர மோடியும் சீன அதிபர் ஷி ஜின்பிங்கும் மாமல்லபுரச் சிற்பங்களைச் சிலாகித்த காட்சிகள் இன்னும் ஊடகங்களில் உலா வருகின்றன. அர்ஜுனன் தபசுச் சிற்பத்தின் முன்னால்தான் தலைவர்கள் முதலில் கைகுலுக்கிக் கொண்டார்கள். இது ஒரு அபூர்வமான திறந்தவெளி புடைப்புச் சிற்பம். இமயமலையின் இயற்கைக் காட்சிகளையும் உயிரினங்களையும் தாவரங்களை யும் சித்தரிக்கிறது. பல்லவ மன்னர்களால் ஏழாம் நூற்றாண்டில் உருவாக்கப்பட்டது. இந்தச் சிற்பத் தொகுதிக்கு முன்னால் பிரதமரின் கார் முதலில் வந்தது. சில நிமிடங்களில் சீன அதிபரின் காரும்

வந்தது. இதன் காணொலிக் காட்சியைப் பார்த்த எனது சீன நண்பர் ஒருவர் கேட்டார்: “இவ்வளவு பாரம்பரியச் சிறப்பு மிக்கச் சிற்பத்திற்கு முன்னால் ஏன் பெட்ரோல் கார்களில் வருகிறார்கள்? பாட்டரி கார்களை பயன்படுத்தலாகாதா?” நான் சிரித்து மழுப்பிவிட்டேன். நண்பருக்குத் தெரியாது. அன்றைய தினம் தலைவர்களின் கார்கள் மட்டுமே வந்தன. சாதாரண நாட்களில் எல்லாப் பயணிகளின் கார்களும் வரும். பேருந்து களும் வரும். 'வழி வழி' என்று அலறும் வாகனங்களுக்கு ஒதுங்கிக் கொடுத்தபடியேதான் 100 அடி நீளமும் 50 அடி உயரமும் கொண்ட இந்தக் கலைப்படைப்பைக் காண வேண்டும்.

இதற்கு அருகேதான் கிருஷ்ண மண்டபம் இருக்கிறது. கண்ணன் கோவர்த்தன மலையைக் குடையாகப் பிடித்து ஆயர்களையும் ஆநிரைகளையும் பெருமழையினின்றும் காத்த சிற்பத் தொகுதி இந்த மண்டபத்திற்குப் பின்னால்தான் இருக்கிறது. சிற்பத்தொகுதி பல்லவர் காலத்தில் செதுக்கப்பட்டதுதான். ஆனால் இந்த முன்மண்டபம் விஜயநகர காலத்தில் (14ஆம் நூற்றாண்டு) கட்டப்பட்டிருக்கலாம் என்று கருதுகிறார் ஆய்வாளர் சா. பாலுசாமி. பின்னாளில் இங்கே சாலைகள் வரும், வாகனங்கள் சீறிச் செல்லும், இவற்றிலிருந்து கோவர்த்தன மலைச் சிற்பத்தைக் காணப்போகும் பார்வையாளர்களைக் காக்க வேண்டும் எனும் நோக்கில் விஜயநகர மன்னர்கள் இந்த மண்டபத்தைக் கட்டியிருக்க வாய்ப்பில்லை. ஆனால் இந்த மண்டபத்திற்கு இப்படியான ஒரு பயன்பாடு வந்துசேர்ந்திருக்கிறது. எனினும் மண்டபத்தால் பார்வையாளர்களை வாகனங்களின் இரைச்சலிலிருந்து பாதுகாக்க முடியவில்லை.

இந்த இரண்டு சிற்பத் தொகுதிகளுக்கும் பத்து நிமிட நடைதூரத்தில் இருக்கிறது மாமல்லைக் கடற்கரை. அங்கேதான் தலைவர்கள் இளநீர் அருந்தி இளைப்பாறிய கடற்கரைக் கோயில் இருக்கிறது. பல்லவர் காலத்தில் இந்த இடைப்பட்ட பகுதி முழுதும் திறந்த வெளியாக இருந்திருக்கும். இன்று உணவகங்களும் விடுதிகளும் கடைகளும் பேருந்து நிலையங்களும் வாகன நிறுத்தங்களும் இந்தப் பகுதியை நிறைத்திருக்கின்றன. இந்த இடநெருக்கடிக்கும் இரைச்சலுக்கும் மாசிற்கும் நடுவே மல்லைச் சிற்பங்கள் மூச்சு முட்டிக்கொண்டிருக்கின்றன.

மாமல்லபுரத்தை யுனெஸ்கோ தனது உலகச் சிறப்புமிக்கப் பராம்பரியத் தலங்களில் ஒன்றாக 1984இல் அறிவித்தது. அதற்கு இரண்டாண்டுகள் பின்னால்தான் ஸ்டோன்ஹெஞ்சைத் தனது பட்டியலில் சேர்த்துக் கொண்டது யுனெஸ்கோ. ஸ்டோன்ஹெஞ் லண்டனில் இருந்து இரண்டு மணிநேரப் பயண தூரத்தில் இருக்கிறது. நம்மூர் சுமைதாங்கிக் கற்கள்

சிலவற்றை வட்டவடிவமாக அடுக்கி வைத்தது போலிருக்கும். எனில் இவற்றின் உயரம் அதிகம் (13 அடி). இதைப் பார்ப்பதற்கு உலகெங்கிலுமிருந்து சாரை சாரையாகப் பயணிகள் வந்தவண்ணம் உள்ளனர். காரணம் இதன் பழமை. 4500 ஆண்டுகளுக்கு முன்னர் இந்தக் கற்கள் அடுக்கப்பட்டிருக்கலாம் என்கின்றனர் தொல்லியல் ஆய்வாளர்கள். இதைக் குறித்த ஆய்வுகள் நடந்தவண்ணம் உள்ளன. இந்தக் கற்கள் நடப்பட்டிருக்கும் பகுதி பெரும் புல்வெளியாய்ப் பாதுகாக்கப்படுகிறது. இதன் பரப்பு சுமார் 6000 ஏக்கர். சுமார் ஒரு கிலோ மீட்டருக்கும் மேல் வெட்ட வெளியில் நடந்துதான் இந்த ஏடறிந்த வரலாற்றுக் காலத்திற்கும் முந்தைய ஸ்டோன்ஹெஞ்சைக் காண முடியும். நுழைவாயிலில் ஒரு ஹெட்போன் கொடுத்தார்கள். அதைக் காதில் மாட்டிக் கொண்டு குமிழை அழுத்தினால் நாம் இருக்கும் இடத்தை ஜி.பி.எஸ். மூலம் தெரிந்துகொண்டு அதற்கேற்ற வர்ணனை காதோரம் கேட்கும்.

ஸ்டோன்ஹெஞ்சைப் பார்த்தபோது மாமல்லபுரம் போன்ற கலைப் படைப்புகள் மேலைநாடுகளில் இருந்திருந்தால் பஞ்சபாண்டவர் ரதம், கடற்கரைக் கோயில், கிருஷ்ண மண்டபம், அர்ஜுனன் தபசு, கணேச ரதம், வெண்ணை உருண்டை உள்ளிட்ட பகுதிகள் அனைத்தும் ஒரு பெரிய வளாகத்தினுள், எந்த இடையீடும் இல்லாமல் ஒரு வெட்ட வெளிக்குள் இருந்திருக்கும் என்ற எண்ணத்தைத் தவிர்க்க முடியவில்லை.

இந்த இடத்தில் ஒப்பிடத்தக்க இன்னொரு கலைப்படைப்பு அங்கோர்வாட். கம்போடியாவில் உள்ளது. உலகின் ஆகப்பெரிய வழிபாட்டுத் தலமாகக் கருதப்படுகிறது. 12ஆம் நூற்றாண்டில் சூரியவர்மன் எனும் அரசனால் திருமாலின் ஆலயமாகக் கட்டப்பட்டது. அங்கோர்வாட் 1992இல்தான் யுனெஸ்கோ பட்டியலில் இடம்பிடித்தது. இப்போது ஆண்டுதோறும் இருபது லட்சம் பயணிகளுக்கும் மேல் வருகிறார்கள். சுமார் 400 ஏக்கரில் பரந்து கிடக்கிறது அங்கோர்வாட் வளாகம். ஆலயத்தின் புற மதிலைச் சுற்றிலும் பெரும் அகழி. அகழியின் மீதொரு தரைப்பாலம் (மதுரை–வைகைக் கீழ்ப்பாலத்தைப் போல்). பாலத்தின் நீளம் சுமார் 600 அடி. மதிலைக் கடந்தால் தரைப்பாலத்தைவிட இரு மடங்கு நீண்ட முற்றம். நாற்றிசைக் கோபுரங்களையும் நடுவே உயர்ந்து நிற்கும் 700 அடிக் கோபுரத்தையும் பார்ப்பதற்குக் கணிசமான தூரம் வேண்டியிருக்கிறது. அதற்குக் கோவிலைச் சுற்றியுள்ள பரந்தவெளி முற்றமும் அகழியும் உதவுகின்றன.

இப்போது சுந்தர ராமசாமி நினைவுக்கு வருகிறார். அவரது ‘ஜே.ஜே.: சில குறிப்புகள்’ நாவலில் வரும் ஓவியர் சொல்வார்:

‘ஒவ்வொன்றையுமே நன்றாகப் பார்க்க அது அதற்கான இடைவெளிகள் வேண்டும். சில சமயம் காலத்தின் இடைவெளி. சில சமயம் தூரத்தின் இடைவெளி.’ இந்த இடைவெளி அங்கோர்வாட்டில் கிடைக்கிறது. இந்த ஆலயம் கம்போடியாவின் தேசியக் கொடியில் பட்டொளி வீசிப் பறக்கிறது. அதுபோலத் தமிழக அரசின் இலச்சினையிலும் ஒரு கோபுரம் உயர்ந்து நிற்கிறது. அது ஆண்டாள் சூடிக்கொடுத்த ஸ்ரீவில்லிப்புத்தூர் வடபத்திர சயனர் ஆலயத்தின் ராஜகோபுரம். இந்தக் கோபுரம் 196 அடி உயரம். கோபுரத்தை ஒட்டியே தெரு அமைந்திருக்கிறது. தெருவை ஒட்டியே வீடுகளும் கடைகளும் தொடங்கிவிடும். தமிழகத்தின் முக்காலே மூணு வீசம் கோவில்களின் நிலை இதுதான். மதுரை மீனாட்சியம்மன் கோவிலைச் சுற்றி வெகு அணுக்கமாக மட்டுமல்ல, கோவிலுக்குள்ளேயும் கடைகள். கோவிலுக்கு நேர் எதிரே இருக்கிறது புதுமண்டபம். 25 அடி உயரத்தில் எழுந்து நிற்கும் கல் மண்டபம். 124 தூண்களால் ஆனது. தூணெல்லாம் எழில்மிகு சிற்பங்கள் கொண்டது. எனில் இன்று புது மண்டபம் சிறு வணிகர்களின் அங்காடியாக மாறிவிட்டது. நமது ஆலயங்கள் வழிபாட்டுத் தலங்களாகப் போற்றப்படும் அளவிற்கு அதன் பண்பாட்டுப் பெருமைக்காகவும் பாரம்பரியச் சிறப்புக்காகவும் கொண்டாடப்படுகிறதா என்பது கேள்விக்குறிதான். ஆகவே தமிழகத்தின் பல கலைப்படைப்புகளில் ‘இடைவெளிகள்’ இல்லாததைப் பலரும் பொருட்படுத்துவதில்லை.

இந்திய–சீனத் தலைவர்களின் சந்திப்பைத் தொடர்ந்து மாமல்லபுரத்தின் மீது மக்களின் ஆர்வம் அதிகரித்திருக்கிறது. பயணிகளின் எண்ணிக்கை பலமடங்கு கூடியிருக்கிறது. அயல்நாட்டுப் பயணிகளும் கணிசமாக வருகிறார்கள். இதுதான் நேரம். நமது கலைப் படைப்புகளின் மேன்மையை பயணிகளுக்கு எடுத்துச் சொல்ல வேண்டும். அவற்றைக் காண்பதற்குக் கட்டிடங்களும் இரைச்சலும் மாசும் இல்லாத ‘இடைவெளிக’ளையும் உருவாக்கித்தர வேண்டும்.

ஜே.ஜே. நாவலில் மேற்குறிப்பிட்ட ஓவியரின் படத்தைப் பார்க்க இரண்டு பேர் வருவார்கள். அந்தக் காட்சி வருணனையில் இப்படி ஒரு வரி வரும்: ‘இருவரும் ஓவியத்தைப் பார்த்துக்கொண்டிருந்தாலுங்கூட, ஓவியம் அவர்களைப் பார்க்காததனால், அவர்கள் மனத்தில் ஒன்றும் பதியவில்லை.’ அதாவது, ஒரு கலைப்படைப்பை நாம் உள்ளுணர்ந்து பார்த்தால், போதிய இடைவெளியுடன் பார்த்தால், அந்தப் படைப்பு நம்மைப் பார்க்கும். பேசவும் செய்யும்.

காலச்சுவடு மார்ச் 2020

மு. இராமனாதன்

27

சின்னச் சின்ன பெரிய விஷயங்கள்

சமீபத்தில் அந்தக் காணொலி வைரலானது. தெலங்கானா முதல்வர் சந்திரசேகர் ராவ், அரசு கட்டிய சில தொகுப்பு வீடுகளைத் திறந்து வைத்தார். ஒரு வீட்டின் வாசற் கதவு மஞ்சள் குங்குமத்தாலும் மாவிலைகளாலும் அலங்கரிக்கப் பட்டிருந்தது. நிலை வாசலின் நடுவே ஒரு ரிப்பன் கட்டப்பட்டிருந்தது. இப்போது முதல்வர் ரிப்பனைக் கத்தரிக்க வேண்டும். அதற்குக் கத்தரிக்கோல் வேண்டும். முதல்வரின் அருகில் நிற்கும் ஓர் அமைச்சர் 'கத்தரிக்கோலைக் கொண்டுவாருங்கள்' என்கிறார். அந்த வேண்டுகோள், அடுத்த வரிசை உயர் அதிகாரிகளுக்கும், அவர்தம் வழியாக, பின்னால் நிற்கும் இளம் அதிகாரிகளுக்கும், உடன் ஊழியர்களுக்கும் போகிறது. ஆனால் கத்தரிக்கோல் வரவில்லை. பொறுமை இழந்த முதல்வர் விரல் களாலேயே ரிப்பனை முறித்துப் புதிய வீட்டுக்குள் பிரவேசிக்கிறார். அரசின் நலத்திட்டத்திற்குக் கிடைக்க வேண்டிய கவனம், கேவலம் காட்சிக்குள் வராத ஒரு கத்தரிக்கோலுக்குக் கிடைத்து விடுகிறது. தொகுப்பு வீடும் திறப்பு விழாவும் முதமைச்சர் வருகையும் பெரிய விஷயங்கள். கத்தரிக்கோல் சின்ன விஷயம்தான். ஆனால் அமைப்பாளர்கள் கருத்தில் கொள்ளாத இந்தச் சின்ன விஷயம்தான் நிகழ்ச்சியில் பெரிய விஷயமாகி விட்டது.

திணைத்துணை

பன்னெடுங்காலமாகப் பலரும் சொல்லிவந்ததுதான். தினையளவு செய்யப்படும் உதவி பனையளவாகக் கருதப்படும். கூடுதலாக ஏற்றப்பட்டால் சிறிய மயிலிறகுகூடப் பெரிய வண்டியின் அச்சை முறித்துவிடும். எல்லாம் படித்திருக்கிறோம். ஆனால் நம்மில் பலர் சிறிய விஷயங்களுக்கு முக்கியத்துவம் அளிப்பதில்லை.

டூன் கில்மோர் என்பார் கனடாவில் ஒரு புகழ்பெற்ற நாடக நெறியாளர். அவரிடத்தில் ஒரு நல்ல நாடகம் எப்படி உன்னதமான நாடகமாக மாறுகிறது என்று கேட்கிறார்கள். 'கண்ணுக்குத் தெரியாத சிறு சிறு அம்சங்கள்தான் ஒரு நாடகத்தை உன்னதமாக்கும். ஒரு வசனத்துக்கும் அடுத்த வசனத்துக்கும் இடையில் எவ்வளவு இடைவெளி வேண்டும். ஐந்து நொடியா ஆறு நொடியா?...' என்று போகிறது கில்மோரின் மறுமொழி.

சிறியாரை இகழ்தல் இலமே

பல பெரிய மனிதர்கள் சிறிய விஷயங்களில் கருத்தாக இருப்பார்கள். நம்மில் ஒவ்வொருவரும் பிரமுகர்களையோ நட்சத்திரங்களையோ சந்தித்திருப்போம். அப்படியான சந்திப்பைப் பற்றி எல்லோரிடமும் ஒரு கதை இருக்கும்.

தொந்தி எனும் பெரியவரிடமும் ஒரு கதை இருந்தது. அப்படி ஒரு வினோதமான பெயரைத்தான் அவர் சூடியிருந்தார், பெரியாறு அணைக்கட்டில் லஸ்கராகப் பணியாற்றினார். லஸ்கர் என்பது பாரசீகச் சொல். சேனை என்று பொருள்படும். கப்பலில் அது மாலுமிகளைக் குறிக்கும். பொதுப்பணித் துறையில் அணைப் பராமரிப்பு, தண்ணீர்க் கட்டுப்பாடு போன்ற சவாலான பணிகளில் ஈடுபடும் முன்களப் பணியாளர்களைக் குறிக்கும். அவர் இந்தக் கதையை என்னிடத்தில் சொன்னது எண்பதுகளில். கதை, அறுபதுகளின் பிற்பகுதியில் தொடங்குகிறது. சிவாஜி கணேசன் படப்பிடிப்புக்காகத் தேக்கடி வந்திருந்தார். பெரியாறு சரணாலயப் பரப்பில் படப்படிப்பு நடந்தது. படம் 'சுமதி என் சுந்தரி'யாக இருக்கலாம் என்பது என் ஊகம். தொந்தி படப்படிப்பிற்கு உதவியாக இருந்தார். பத்தாண்டுகளுக்குப் பிறகு சிவாஜி தனது குடும்பத்துடன் தேக்கடிக்கு வந்தார். தேக்கடியில் இருந்து 14 கிமீ படகில் பயணித்தால் பெரியாறு அணையை அடையலாம். நல்வாய்ப்பு உள்ளவர்கள் வழியில் செம்மண் பூசிக்கொண்ட யானைகளையும், நீர் அருந்தும் காட்டெருமைகளையும் பார்க்கலாம். அணைக்கட்டின் படகுத் துறையில் சிவாஜியையும் அவர் குடும்பத்தினரையும் வரவேற்க

அதிகாரிகளும் ஊழியர்களும் நின்றுகொண்டிருந்தார்கள். படகில் ஒரு காலும் நிலத்தில் ஒரு காலுமாக இறங்கிக்கொண்டிருந்த சிவாஜியின் கண்களில் முதலில் பட்டவர் பின்வரிசையில் நின்றுகொண்டிருந்த தொந்தி. இரண்டாவது காலை நிலத்தில் ஊன்றுவதற்கு முன்பாகவே ‘என்ன தொந்தி, எப்படி இருக்கீங்க’ என்று கேட்டாராம் சிவாஜி. தேக்கடி பொதுப்பணித்துறை வட்டாரத்தில் சில நாட்களுக்குத் தொந்தி ஒரு நட்சத்திரமாகத் திகழ்ந்தார் என்று கதை முடிகிறது. இந்தக் கதையை என்னிடம் சொன்னபோது அந்தப் பெரியவரின் கண்கள் நிறைந்திருந்தன.

ஒவ்வொரு நாளும் பலரைச் சந்திக்கும் ஒரு உச்ச நட்சத்திரத்தால் பத்தாண்டுகளுக்கு முன்பு சந்தித்த ஒரு எளிய மனிதரைப் பெயர் சொல்லி அழைக்க முடிகிறது. இது நினைவாற்றல் மட்டுமல்ல. யாரையும் சிறியார் என்று கருதாத பண்பு. எதையும் சின்ன விஷயம் என்று ஒதுக்கித் தள்ளாத குணம்.

சின்ன விஷயங்களைப் பொருட்படுத்துவோரே பெரிய விஷயங்களைச் சாதிக்கிறார்கள். ஆனால் அந்த இடத்திற்குப் பலரது சாபங்களைக் கடந்துதான் அவர்கள் வந்து சேர்ந்திருப்பார்கள். அப்படிச் சாபமிட்டவர்களில் ஒருவன் நான். சாபமேற்றவர் பெயர் செங். இது ஹாங்காங்கில் நடந்தது.

102 சின்னத் தவறுகள்

செங் என்பதைச் சீன உச்சரிப்புக்கு இசைவாக *Cheng, Ching, Cheung* என்று ஆங்கிலத்தில் பலவாறாக எழுதுவார்கள். எனக்கு மூத்த பொறியாளராக இருந்த செங், தனது பெயரை *Cheng* என்று எழுதுவார். ஹாங்காங்கில் எல்லாப் பொறியியல் வரைபடங்களையும் கட்டிடத் துறைக்குச் சமர்ப்பிக்க வேண்டும். அரசின் பதிவு பெற்ற பொறியாளர் அவற்றில் ஒப்பமிட வேண்டும். ஒரு ஒப்பந்தக்காரர் சில கட்டுமான வரைபடங்களை கட்டிடத் துறையின் ஒப்புதல் பெறுவதற்காக நான் வேலை பார்த்த நிறுவனத்திற்கு அனுப்பிவைத்திருந்தார். நான் படங்களைச் சரிபார்த்துவிட்டு செங்கின் கையெழுத்திற்காக அனுப்பி வைத்தேன். செங் ஒப்பமிடவில்லை. படங்களில் பிழையில்லை. அவர் ஒப்பிடவேண்டிய இடத்தில் அவரது பெயர் *Cheung* என்று இருந்தது. அது *Cheng* என்று இருந்திருக்க வேண்டும். ‘சின்னத் தவறுதானே?’ என்றேன். மொத்தம் 102 வரைபடங்கள் இருந்தன. ‘102 சின்னத் தவறுகள்’ என்றார் செங். வரைபடங்களைத் திரும்ப அனுப்பி, திருத்தத்தைப் பெறுகிற வேலை என்னிடம் வந்தது. அது ஆயாசம் அளித்தது. ஆனால் சின்ன விஷயங்களில் சமரசம் செய்து கொள்பவர்களால் பெரிய விஷயங்களை அடைய முடியாது என்கிற பாடமும் அதில் இருந்தது.

சமரசம் எனும் தேசிய குணம்

நாம் நாள்தோறும் பல சின்ன விஷயங்களில் சமரசம் செய்துகொள்கிறோம். ஓர் எடுத்துக்காட்டு. சஞ்சயன், தில்லியின் பெருமிதங்களில் ஒன்றாகிய ஜனாதிபதி மாளிகைக்குப் போகிறார். சஞ்சயன் வாஷிங்டனில் வசிப்பவர், சூழலியல் விஞ்ஞானி, எழுத்தாளர் அ. முத்துலிங்கத்தின் மகன். சஞ்சயன் மாளிகைக்குச் சென்றது ஓர் ஆவணப்பட நேர்காணலுக்காக. அப்போது ஜனாதிபதியாக இருந்தவர் அப்துல் கலாம். நேர்காணலின்போது தனது உதவியாளரை அழைக்க மேசையில் இருந்த ஒரு பொத்தானை அழுத்துகிறார் கலாம். சஞ்சயன் சொல்கிறார்: 'அந்தப் பொத்தானை அவருடைய மேசையில் ஒருவித ஒளிவு மறைவுமின்றி ஒட்டி வைத்திருந்தார்கள். அதிலே இருந்த தாறுமாறாகச் சென்ற வயர்கள் மேசையின் ஓரத்தில் ஸ்டேப்பிள் செய்யப்பட்டிருந்தன.' குடியரசுத் தலைவர் மாளிகையில் பணியாற்றும் நூற்றுக்கணக்கான அலுவலர்களில் யாருக்கும் அந்த வயர்களை மறைத்துவைப்போம் என்று தோன்றவில்லை. அதாவது அது அவர்கள் கண்ணை உறுத்த வில்லை. ஆனால் சஞ்சயனுக்கு உறுத்துகிறது. அவர் பெற்ற பயிற்சி அப்படி.

தெலங்கானா அதிகாரிகளுக்குக் கத்தரிக்கோல் சின்ன விஷயம். எனக்கு செங்கின் பெயரில் இருந்த எழுத்துப் பிழை சின்ன விஷயம். ஜனாதிபதி மாளிகை அலுவலர்களுக்கு நாட்டின் தலைமைக் குடிமகனின் மேசையில் தாறுமாறாகத் தொங்கும் வயர்கள் சின்ன விஷயம். சின்னச் சின்ன விஷயங்களில் சமரசம் செய்துகொள்வது நமது தேசிய குணமோ என்று எனக்குப் பலமுறை தோன்றியிருக்கிறது. சின்னச் சின்ன விஷயங்களால்தானே பெரிய விஷயங்கள் கட்டமைக்கப்படுகின்றன.

இந்து தமிழ் திசை 21.7.2021

மு. இராமநாதன்

28

அனுபவத்திற்கு எதிரானதா புதுமை?

2021 சட்டப்பேரவைத் தேர்தலில் மலையாளிகள் மீண்டும் ஒரு முறை மார்க்சிஸ்ட் கம்யூனிஸ்ட் கட்சியைத் தேர்ந்தெடுத்தனர். பினராயி விஜயன் மீண்டும் முதல்வரானார். அதில் எந்த வியப்பும் இல்லை. வியப்பு அமைச்சரவைப் பட்டியலில் இருந்தது. அந்தப் பட்டியலில் ஷைலஜா டீச்சரின் பெயர் இல்லை. அவர் நிப்பா வைரஸோடு பொருதியவர். கொரோனா வீராங்கனை என்று அயல் ஊடகங்களாலும் ஐநாவாலும் கொண்டாடப்பட்டவர். கேரள வரலாற்றிலேயே அதிகபட்ச வாக்கு வித்தியாசத்தில் வெற்றி ஈட்டியவர். என்றாலும் இடமில்லை. கட்சி முடிவு செய்துவிட்டது. கட்சி இப்படி முடிவெடுப்பது இது முதல் முறையன்று. 1987இல் கௌரி அம்மாவால் முதல்வராக முடியவில்லை. 1996இல் ஜோதி பாசுவால் பிரதமராக முடியவில்லை. இப்போது 2021இல் ஷைலஜா டீச்சரால் அமைச்சராக முடியவில்லை. ஆனால் இந்த முறை கட்சி சொன்ன காரணம் வித்தியாசமானது. புதியவர்களுக்கு இடம் அளிக்க வேண்டும். நல்லது. கூடவே அனுபவசாலிகளை வைத்துக் கொள்வதில் என்ன பிழை? அனுபவத்தால் முதிர்ந்தவர்கள் மீது கட்சிக்கு ஏன் ஒவ்வாமை என்பது புரியவில்லை.

ஒரு சம்பவம் நினைவுக்கு வருகிறது. பத்தாண்டுகள் இருக்கும். இந்தியாவின் பெரு

நகரமொன்றில் மெட்ரோ ரயில் சுரங்கப் பணி நடைபெற்றுக் கொண்டிருந்தது. அதை மேற்பார்வையிட ஹாங்காங்கிலிருந்து ஜான் எண்டிகாட் அழைக்கப்பட்டிருந்தார். சுரங்கத் தொழில்நுட்பத்திலும் நிலவியலிலும் அவர் ஒரு சர்வதேச நட்சத்திரம். இளம் பொறியாளர்கள் அவரோடு உரையாட, கைகுலுக்க, படம் எடுத்துக்கொள்ள ஆர்வத்தோடு காத்துக் கொண்டிருந்தனர். அவரை பணித்தலங்களுக்கு அழைத்துப் போகிற பொறுப்பு எனக்குக் கிடைத்தது. சுரங்கம் தோண்டும் இயந்திரம் நிறுவப்பட்ட பிறகு அது தன் சுழற்சியைத் தொடங்குகிற இடத்தில் மண்ணைக் கெட்டிப்படுத்துவார்கள். இதற்கு நிலத்தடி மண்ணின் தன்மையைப் பொறுத்து பல விதமான வழிமுறைகள் உண்டு. ஓர் இடத்தில் ஒப்பந்தக்காரர் ஒரு குறிப்பிட்ட செலவு குறைவான வழிமுறையை முன்மொழிந்திருந்தார். அங்கு பணியாற்றிய ஓர் இளம் பொறியாளர் ஜானிடம் இன்ன முறையில் நிலத்தடி மண் கெட்டிப்படுத்தப்பட இருக்கிறது என்றார். அடுத்து அதை விவரிப்பதற்கான வாசகங்களையும் அவர் ஆங்கிலத்தில் தயாரித்து ஒத்திகை பார்த்து வைத்திருந்தார். ஆனால் அந்த இளைஞருக்கு அதை விவரிக்கும் வாய்ப்பு கிட்டவில்லை. ஜான் ஒற்றை வரியில் 'அந்த முறை இந்த இடத்தில் வேலை செய்யாது' என்று சொல்லிவிட்டு அடுத்த செய்திக்குத் தாவிவிட்டார். அதன் பிறகு குறிப்பிட்ட வழிமுறையை ஒப்பந்தக்காரர் முயற்சித்துப் பார்த்தார். அது வெற்றி பெறவில்லை. பிறகு வேறு வழிமுறை கையாளப்பட்டது. மூன்று மாதங்கள் கடந்து விட்டன. ஜான் மீண்டும் வந்தார். அதே பணித்தலம். இளைஞர் ஜானிடம் சொன்னார்: 'ஐயா, நீங்கள் கடந்த ஆய்வின்போது குறிப்பிட்ட வழிமுறை வேலை செய்யாது என்று ஒரு நிமிடத்திற்குள் சொன்னீர்கள். அது அப்படியே ஆயிற்று'. ஜான், 'இல்லையே, நான் ஒரு நிமிடத்தில் அப்படிச் சொல்ல வில்லையே' என்றார். இளைஞருக்குக் குழப்பமாகிவிட்டது. ஜான் சொன்னார்: 'நான் அப்படிச் சொல்வதற்கு 40 ஆண்டுகள் எடுத்துக் கொண்டேன்'. இளைஞரின் கண்கள் மின்னின. ஜான் ஒரு நிமிடத்தில் தனது கருத்தை, தீர்ப்பைச் சொல்லியிருக்கலாம். ஆனால் 40 ஆண்டுகால உழைப்பிற்குப் பிறகே அவரால் அந்த இடத்திற்கு வந்துசேர முடிந்தது. அதைத்தான் எளிய மனிதர்கள் அனுபவம் என்கிறார்கள்.

அந்த அனுபவத்தின் கீற்றுகளை அவ்வப்போது தரிசிக்கிற வாய்ப்பு பல இடங்களிலும் எனக்குக் கிடைத்திருக்கிறது. அப்படி ஒரு இடம்தான் ரியாத். அந்த நகரத்தில் சலவைக் கடைகள்

மு. இராமநாதன்

பிரபலம். அரேபியர்கள் கழுத்து முதல் கால் வரையிலான வெள்ளை அங்கியை அணிவார்கள். தோப்பு என்று பெயர். வெயிலுக்கு உகந்தது. இதைத் துவைத்து மாளாது. ஆகவே இந்தத் தோப்பையும் மற்ற உடைகளையும் சலவைக் கடைகளில் கொடுப்பார்கள். அவர்கள் துணி விவரங்களை எழுதிக் கொண்டு ஒரு ரசீது கொடுப்பார்கள். இரண்டு நாட்களுக்குப் பிறகு ரசீதைக் கொண்டு போய்க் கொடுக்க வேண்டும். துவைத்து இஸ்திரி செய்யப்பட்ட உடுப்புகளும் தோப்புகளும் அலுமினியம் ஹாங்கர்களில் தொங்கும். எல்லாவற்றிலும் ஒரு நான்கு இலக்க எண்ணும் எழுதிக் கட்டப்பட்டிருக்கும். ரசீதில் இருக்கும் எண்ணைச் சரிபார்த்து ஹாங்கர்களோடு எடுத்துக் கொடுப்பார்கள்.

பாஹிம் அலி வித்தியாசமானவர். எனது வீட்டிற்கு அருகில் இருந்தது அவரது சலவைக் கடை. அவரது கடையிலும் உடைகள் ஹாங்கர்களில் தொங்கும். அதில் அடையாள எண்ணும் எழுதிக் கட்டப்பட்டிருக்கும். ஆனால் அலி ரசீது வழங்கமாட்டார். துணிகளைக் கொண்டு போய்க் கொடுத்தால், வாடிக்கையாளர்களை கண்ணாடியின் கீழ் வட்டத்தின் வழியாகப் பார்த்துக் கொள்வார். துணி மூட்டையை வாங்கிக் கொண்டு அனுப்பிவிடுவார். இரண்டு நாட்களுக்குப் பிறகு போனால், மீண்டும் கீழ் வட்டத்தின் வழியாகப் பார்ப்பார். அரபி மொழியில் நான்கு இலக்க எண் ஒன்றைச் சொல்வார். அவரது வங்கதேச உதவியாளர் அந்த எண் கட்டிவிடப் பட்டிருக்கும் விறைப்பான துணிகளை எடுத்துத் தருவார். நாம் கொடுத்த துணியில் ஒன்றுகூட மாறாது, குறையாது. அலி இதை எப்படிச் செய்கிறார் என்பது எவ்வளவு யோசித்தும் எனக்குப் பிடி கிட்டியதே இல்லை.

ரியாத்தில் நான் சந்தித்த இன்னொரு அனுபவசாலி பீதாம்பர ஏட்டன். பத்தா என்கிற இடத்தில் காய்கறிக்கடை வைத்திருந்தார். மலையாளிகளும் தமிழர்களும் அவர் கடையில் குவிந்திருப்பார்கள். நீங்கள் அவரிடத்தில் ஒரு கிலோ வெங்காயம் கேட்கலாம், அரைக் கிலோ தக்காளி, கால் கிலோ வெண்டைக்காய், நூறு கிராம் மிளகாய் எது வேண்டுமானாலும் கேட்காலாம். அவர் எடுத்துத் தருவார். ஆனால் நிறுக்க மாட்டார். கண்ணால் எடைபோடுவார் என்பார் நண்பர். ஒரு முறை பொறுக்க முடியாமல் நண்பர் வாங்கிய அரைக் கிலோ சேனைக் கிழங்கை எடை போடச் சொன்னேன். ஏட்டன் அவர் பயன்படுத்தாத டிஜிடல் தராசின் தட்டில் கிழங்கை வைத்தார். தராசு 501 கிராம் காட்டியது.

பீதாம்பர ஏட்டனைப் போல் இன்னொரு எளிய மனிதர் லாம் சுங் வா. ஹாங்காங்கின் ஆயத்த கான்கிரீட் தொழிற்சாலையொன்றில் வேலை பார்த்தார். ஹாங்காங்கில் பணித்தலத்தில் கான்கிரீட் தயாரிக்கக் கூடாது. ஆயத்தத் தொழிற்சாலையில் இருந்துதான் வாங்க வேண்டும். தொழிற்சாலைகள் நகருக்கு வெளியே இருக்கும். இரும்பு உருளைகள் சுற்றிக் கொண்டே இருக்கும் லாரிகளில் கான்கிரீட் வந்து சேரும். அவை குறிப்பிட்ட கால அவகாசத்திற்குள் பணித்தலத்திற்கு வந்து சேர்ந்துவிட வேண்டும். லாரியில் கான்கிரீட்டின் கூடவே அதன் இடு பொருள்களின் சரியான அளவுகள் குறிக்கப்பட்ட சீட்டும் வரும். கான்கிரீட் தயாரித்தவுடன் அதில் தண்ணீரும் சிமெண்டும் எந்த விகிதத்தில் கலந்திருக்கின்றன என்று ஒரு சோதனை செய்வார்கள். அதையும் அந்தச் சீட்டில் எழுத வேண்டும். ஆனால் அந்தச் சோதனைக்குக் கால விரயம் ஆகும். அங்குதான் லாம் சுங் வாவின் சேவை வருகிறது. உருளையில் சுழலும் கான்கிரீட்டைப் பார்த்துவிட்டு, ஆம் பார்த்துவிட்டு, அவர் நீரும் சிமெண்டும் கலந்திருக்கும் விகிதத்தைச் சொல்வார். அதைச் சீட்டில் குறித்துக் கொள்வார்கள். நான் பீதாம்பர ஏட்டனை ஐயுற்றது போல லாம் சுங் வாவை யாரேனும் ஐயுற்றிருக்கலாம்; சோதனை நிகழ்த்தி மூக்கு உடைபட்டிருக்கலாம். ஒவ்வொரு கான்கிரீட் தொழிற்சாலையிலும் ஒரு லாம் சுங் வா இருப்பார். அவர்களை ஹாங்காங் கான்கிரீட் தரக்கட்டுப்பாட்டு மையம் அங்கீகரித்திருக்கிறது.

இந்த இடத்தில் கண்ணதாசனின் கவிதை ஒன்றைச் சொல்வது பொருத்தமாக இருக்கும். மனிதன் இறைவனிடத்தில் போய் 'பிறப்பின் வருவது யாது' என்று கேட்பான். இறைவன் 'பிறந்து பார்' என்பான். 'படிப்பு என்பது யாது' என்று கேட்பான். 'படித்துப் பார்' என்பான் இறைவன். 'அறிவு எது' என்ற கேள்விக்கு, இறைவன் 'அறிந்து பார்' என்பான். எல்லாக் கேள்விகளுக்கும் இறைவனின் பதில் இப்படியே நீளும். கவிதை இப்படி முடியும்:

'அனுபவித்தேதான் அறிவது வாழ்க்கையெனில்
ஆண்டவனே நீ ஏன்' எனக் கேட்டேன்!
ஆண்டவன் சற்றே அருகு நெருங்கி
'அனுபவம் என்பதே நான்தான்' என்றான்!

கண்ணதாசனுக்கு அனுபவம் ஆண்டவனாகத் தெரிகிறது. இந்த அனுபவத்தைத் தத்தமது தொழிலில் தரிசித்தவர்கள்

மு. இராமனாதன்

ஜான் எண்டிகாட்டும் பாஹிம் அலியும் பீதாம்பர ஏட்டனும் லாம் சுங் வாவும். இந்த வரிசையில் ஷைலஜா டீச்சரைச் சேர்த்துக்கொள்ள எந்தத் தடையுமில்லை. ஒவ்வொருவரும் அவரவர் இடத்திற்கு வந்து சேர ஆண்டுகள் பல ஆகியிருக்கும். அந்த அனுபவத்தைப் பயன் கொள்ள மறுப்பதால் யாருக்கு இழப்பு? இதை ஏன் சகாக்கள் பார்க்க மறுக்கிறார்கள்? அனுபவத்தை மதிப்பது எப்படி இளமைக்கும் புதுமைக்கும் எதிரானதாக இருக்கும்?

மின்னம்பலம்.காம், 19.5.2021